சொல்வழிப் பயணம்

பவா செல்லதுரை

விகடன்
பிரசுரம்

Title:
SOLVAZHI PAYANAM
© BAVA CHELLADURAI

ISBN : 978-93-94265-13-4

விகடன் பிரசுரம்: **1108**

நூல் தலைப்பு:
சொல்வழிப் பயணம்

நூல் ஆசிரியர்:
© பவா செல்லதுரை

ஓவியங்கள்:
நன்மாறன்

முதற்பதிப்பு : **ஜூலை, 2023**

இரண்டாம் பதிப்பு: **நவம்பர், 2023**

விலை : ₹**280**

பதிப்பாளர்:
பா.சீனிவாசன்

துறைத்தலைவர்:
எம்.அப்பாஸ் அலி

முதன்மைப் பொறுப்பாசிரியர்:
அ.அன்பழகன்

தலைமை உதவி ஆசிரியர்:
ப.சுப்ரமணி

தலைமை வடிவமைப்பு:
மா.முகமது இம்ரான்

இந்தப் புத்தகத்தின் எந்த ஒரு பகுதியையும் பதிப்பாளரின் எழுத்துபூர்வமான முன் அனுமதி பெறாமல் மறுபிரசுரம் செய்வதோ, அச்சு மற்றும் மின்னணு ஊடகங்களில் மறுபதிப்பு செய்வதோ காப்புரிமைச் சட்டப்படி தடை செய்யப்பட்டதாகும். புத்தக விமர்சனத்துக்கு மட்டும் இந்தப் புத்தகத்திலிருந்து மேற்கோள் காட்ட அனுமதிக்கப்படுகிறது.

விகடன் பிரசுரம்
757, அண்ணா சாலை, சென்னை-600 002.

மொபைல்: 80560 46940 / 95000 68144
Website: http://books.vikatan.com
e-mail: books@vikatan.com

பதிப்புரை

மனித வாழ்க்கைக்கு சுவாரஸ்யமும், திடீர் திருப்பங்களும் எப்போதும் தேவைப்படுகின்றன. ஏனெனில், இவைதான் வாழ்க்கையை பல சூழ்நிலைகளில் இருந்தும் தயக்கத்திலிருந்தும் மீட்டு அடுத்த கட்டத்துக்கு நகர்த்துகின்றன. ஒரு மனிதன் தன் வாழ்நாளில் எதிர்கொள்ளும் சந்தர்ப்பங்களும் சக மனிதர்களின் சந்திப்புகளுமே அவனை வழிநடத்திச் செல்கின்றன.

வாழ்வில் ஏதோ ஒரு சோதனையில், விரக்தியில் இருக்கும்போது அதிலிருந்து நம்மை நகர்த்திக்கொண்டு செல்வது எத்தனையோ நிகழ்வுகளும் சந்திக்கும் சக மனிதரின் சந்திப்பும்தான். ஆம், தனி மனிதனின் வாழ்வு சக மனிதர்கள் எனும் தொடர்புச் சங்கிலியில் பிணைக்கப்பட்டிருக்கிறது.

எழுத்தாளர் பவா செல்லதுரை தான் சந்தித்த மனிதர்கள், எதிர்கொண்ட சூழ்நிலைகள், தன்னைச் சந்தித்தவர்கள் பகிர்ந்துகொண்ட செய்திகள், தன் நண்பர்களின் வாழ்க்கை ஆகியவற்றை சொல்வழிப் பயணமாக ஆனந்த விகடனில் எழுதினார்.

தனி மனிதர்களின் செய்திகள், நடந்த சம்பவங்கள் என்பதை மட்டும் சொல்லாமல், அந்த மனிதர்கள் வாழ்வு, நடந்த சம்பவங்கள் சமூகத்தோடு எப்படித் தொடர்புகொண்டுள்ளன, சமூகச் சீர்குலைவை, மாற்றத்தை ஏற்படுத்துகின்றன என்பதை சுவாரஸ்யமாகச் சொல்லியிருக்கிறார் பவா செல்லதுரை.

பவா செல்லதுரையோடு சொல்வழிப் பயணத்தைத் தொடருங்கள்!

அணிந்துரை

இந்த வாழ்க்கை ஒரு விசித்திரமான பயணம். எத்தனை விஞ்ஞானம் வளர்ந்திருந்தாலும், அறிவியலின் அத்தனை கண்டுபிடிப்புகளையும் பொய்ப்பித்துவிடுகிறது. மனித மனதை, அதன் எண்ண ஓட்டங்களை, ஆண் - பெண் உறவை; இப்படி இன்னும் எத்தனையோ கேள்விகளுக்கான விடைகளை அறிய முடியாமல் இருப்பதுதான், மனித உயிரினம் தோன்றிய நாள் முதல் இன்றைய நாள் வரையிலான வரலாற்று உண்மை. எதிரில் தோன்றும் காட்சிகளை எல்லோரும் காண்கிறார்கள். கடந்து செல்பவன் சாதாரணமானவனாகவும், தான் கண்ட காட்சிகளை, காலம் கடந்து நிற்கவைப்பவன் ஒரு சிறந்த எழுத்தாளனாகவும் பரிணமிக்கிறான்.

மனிதனின் வாழ்வில் பிறக்கும்போது அழுகையில் ஆரம்பித்து, பின்னர் சிரித்து, மகிழ்ந்து, கோபித்து, மௌனித்து அல்லது ஆர்ப்பரித்து; கெஞ்சி, கொஞ்சி, அடித்து, உதைத்து, ஏங்கித் தவித்து, மன்றாடி, கொண்டாடி, ஆடி, பாடி, அழுது, புலம்பி... இன்னும் எத்தனையோ வகையான உணர்ச்சிகளை அன்றாடம் நாம் வெளிப்படுத்துகிறோம்.

இருப்பினும், சில உணர்வுகள் சிலருக்குள் அப்படியே புதைந்துவிடுகின்றன. தீராத சிக்கல்களால் இவ்வாழ்க்கை சிலருக்கு நிரம்பி வழிகிறது. எத்தகைய தேவைகள் யார் யாருக்கு வருகிறது என்று எவராலும் தீர்மானிக்க முடியாத அளவில், மனிதன் மற்ற உயிரினங்களிலிருந்து முற்றிலும் வேறுபடுகிறான். இந்த சிறு வாழ்க்கைப் பயணத்தில், இந்த உலகை முழுவதுமாகப் புரிந்துகொள்ள எத்தனிப்பவன் முட்டாள் ஆகிறான்.

இதை முற்றும் உணர்ந்த ஒரு ஞானியை எப்போதாவது நாம் சந்தித்திருக்கிறோமா? நம்மை சுற்றித் திரிகின்ற அனைத்து உயிருள்ள ஜீவராசிகளின் வெவ்வேறு வகையான உணர்வுகளை அறிந்துவைத்திருக்கும் ஓர் உள்ளத்தை நாம் எப்போதாவது சந்தித்திருக்கிறோமா? நிச்சயமாக அப்படி எவராலும் சொல்ல முடியாது. அது அவ்வளவு லகுவானதும் அல்ல.

சூட்சுமம் நிறைந்த மனித மனங்களை வாசிக்கத் தெரிந்த ஒருவரால் மட்டுமே, சற்றும் தவறில்லாமல் அதனை சரியாக மொழிபெயர்க்க முடியும். அத்தகைய மனித மனங்களின் எண்ண ஓட்டங்களை மொழியாக்கம் செய்தலே சொல்வழிப் பயணம். மனித மனங்களின் வாழ்க்கைப் போராட்டங்களை பல்வேறு எழுத்தாளர்களின் பார்வையில் எழுதிய கதைகளை மேற்கோளாகக் காட்டி, போகிற போக்கில் சொல்லிச் செல்கிறார் பவா செல்லதுரை.

முதல் கட்டுரையில் தொடங்கி இறுதி வரை எண்ணிலடங்கா செய்திகள் உள்ளன. அத்தனையும் மானுடம் குறித்து; இவ்வுலக ஜீவராசிகள் குறித்து; தன்னைச் சுற்றி என்ன நடக்கிறது; தன் இனம் எதற்குள் தத்தளித்துக்கொண்டிருக்கிறது; அதனுடைய தேவை என்ன போன்றவைற்றை அலசி ஆராய்வதுடன், மனிதனுக்கு மன நிறைவு என்பது எப்போது வருகிறது; நிம்மதி யாருக்குக் கிடைத்திருக்கிறது; மகிழ்ச்சி என்பது என்ன; நிராகரிப்பின் வலி எப்படி இருக்கும்; இழப்புகளின் நீட்சி எப்படி இருக்கும்;

மாற்றங்களும், மாறாததும், துரோகமும், அகங்காரமும், ஏக்கமும், ஏமாற்றங்களும், நம்மை அழைத்துச் செல்லும் தூரம் எவ்வளவு? அப்பப்பா! இன்னும் எத்தனை, எத்தனை உணர்வுகளை இந்தக் கட்டுரைகள் சொல்கின்றன.

இந்நூலில் இடம்பெற்றுள்ள 25 கட்டுரைகளில் 50-க்கும் மேற்பட்ட சிறுகதைகளை அறிமுகம் செய்கிறார் நூலாசிரியர். பல எழுத்தாளர்களை அறிமுகம் செய்கிறார்; நினைவூட்டுகிறார். இந்தக் கட்டுரைகள் முழுவதும் அவரவர்களின் பல்வேறு சொந்த அனுபவங்கள். புதிய ஊர், புதிய மனிதர்கள் என்பதைத் தாண்டி விலங்குகளும், புவியியல் தட்பவெப்ப சூழ்நிலைகளும்கூட, மனிதனின் எண்ண அலைகளில் எத்தகைய வேறுபாடுகளை மாற்றம் செய்கின்றன என்பதை, மருத்துவரும் கண்டுபிடித்துச் சொல்ல முடியாது என்ற அளவில் ஆழ்மன வாசிப்பாளனாக, சக மனிதனை நேசிப்பவனாக பவா அவர்கள் இக்கட்டுரைகளை எழுதியிருக்கிறார்.

நாம் விரல் விட்டு எண்ணிவிடலாம், இந்த வாழ்க்கையில் எத்தனை நாட்கள் மகிழ்ச்சியாக இருந்தோம் என்று. ஏதோ ஒரு வகையில், யாரோ ஒருவருக்காக, ஏதோ ஒன்றுக்காக நாம் துன்பப்பட்டுக்கொண்டே இருக்கிறோம்! சற்றே யோசித்துப் பார்த்தால் இந்த மனித மனம் மகிழ்ச்சியாக இருப்பதைவிட துன்பத்தில் இருப்பதை, தாங்கொண்ணாத வேதனையில் இருப்பதை, ஒரு போதையில் இருப்பவன்போல ரசித்துச் செய்கிறதோ என்றுகூட எண்ணத் தோன்றும்.

ஈழப் பயணத்தின் கட்டுரைகளை வாசிக்கும்போது உள்ளுக்குள்ளே இந்த ஊளைச் சத்தங்களை, ஓசைகளை நிறுத்துவது அவ்வளவு லகுவானதல்ல. ஆனால், யுத்தத்தில் சாகாமல் போனால், சாதிய ரத்தத்தில் செத்துப்போய் இருக்கும் அந்தக் கூட்டம் என்றொரு குரலும் எழத்தான் செய்கிறது.

காதலைக் குறித்து எழுதாமல், பேசாமல் ஓர் எழுத்தாளர் கடந்து செல்ல முடியாது. வாழ்நாள்கள் எல்லாம் ஒவ்வொரு மனிதனும் அதிக காலத்தை செலவு செய்வது அவரவர் காதலர்களுக்காகத்தான். வாழ்நாள் முழுவதும் தவறவிட்ட எத்தனையோ காதலர்கள் நம்மோடு பயணிக்கத்தான் செய்கின்றனர். பிரிந்த காதலர்கள் காலத்தைத் தாண்டி தங்கள் மனதில் புதைந்து வேதனை தரும் அதேநேரம், அவர்கள் இணைந்த பாடல்கள் அத்தகைய மகிழ்ச்சியைத் தருவதில்லை. அவை சில காலங்களுக்குள் முற்றுப்பெற்று விடுகின்றன.

இந்தக் கட்டுரைகள் அனைத்தும் பல மனித மனங்களில் முடிச்சுகளை அவிழ்க்கின்றன. எதார்த்தத்தைப் பேசும் சொற்கள் அனைத்தும் சங்க இலக்கியங்கள்போல் காலம் கடந்தும் பேசப்படும்.

மனிதர்களை மட்டுமே பேசிக்கொண்டு சென்ற கட்டுரைகள் காலங்காலமாய் மனிதர்களோடு உடனிருக்கும் விலங்குகள் குறித்தும் பேசும், அவற்றின் உணர்வுகளை, எண்ணங்களை நமக்குள் எட்டிப் பார்க்கவைக்கும் வரிகளையும் படிக்க முடிகிறது. கட்டுரைகள் என்னவோ 25தான். இறுகிக் கிடக்கும் மனங்களின் திறவுகோல்களாக இன்னும் 2000 ஆண்டுகளுக்கு மேலானாலும் மனித மனங்களில் பெரும் மாற்றம் ஏற்படாது என்ற வகையில் கட்டுரைகள் பேசும் கனமான விஷயங்கள் அனைத்தும் அனைவராலும் வாசிக்கப்பட வேண்டியவை.

– அர்ஷா

என்னுரை

பல முறை ஆனந்த விகடனில் தொடர் எழுதக் கிடைத்த வாய்ப்பை நானே தள்ளிப்போட்டேன். மிகப்பெரும் ஆளுமைகளின் எழுத்தை விகடன் வழியே வாசித்து வளர்ந்தவன் நான். அந்தத் தயக்கமே அது. ‘சொல்வழிப் பயணம்’ மூலம் அதைத் தகர்த்தவர் அதன் ஆசிரியர் முருகன்.

திடீர்ப் பயணமாக ஒரு நாள் பத்தாயத்துக்கே தன் கேமராமேனோடு வந்து ஒரு முன்னிரவில் என்னைப் பேசவைத்து ஒளிப்பதிவு செய்தார். அதிலிருந்து எழுத்து என்று முடிவானது. எப்போதுமே நேரக் கட்டுப்பாட்டுக்கும், வார, மாதத் தவணைகளுக்கும் கட்டுப்படாதவன் நான் என்ற பிடிவாதமே இந்த எழுத்தைத் தள்ளிப்போடவைத்தது.

சக்தி தமிழ்ச்செல்வன் என்ற அற்புதமானதொரு தோழனை எனக்காக ஒதுக்கித் தந்தது விகடன். ஒருவகையில் இப்புத்தகத்தின் ஆசிரியர்கள் நாங்கள் இருவரும்தான்.

இந்தியாவின் பல மாநிலங்களிலிருந்தும் இதை நான் எழுதியும், பேசியும் இருக்கிறேன். பழக்கமின்மையால் பக்க அளவுகளைப் பற்றி கவலைப்படாமல் எழுதி நீட்டித்த பகுதிகள் உண்டு. பிரான்சில் நான் சந்தித்த அகரனைப் பற்றிய பதிவு என் கையெழுத்தில் பதினாறு பக்கங்களைக் கடந்தது.

காலத்தைப் பற்றிய பிரக்ஞை இல்லாதது மாதிரியே, பக்கங்களைப் பற்றிய பிரக்ஞையுமற்றவன் நான். ஒரு வகையில் ‘சொல்வழிப் பயணம்’ என் எழுத்தை, சொற்களை ஓர் ஒழுங்குக்குள் வைத்திருந்தது எனலாம். ஆனால் மழை நின்றதும் தெருவுக்கு ஓடிப்போகிற சிறுவனைப்போல மறுபடியும் நான் அந்த ஒழுங்கின்மைக்கு ஓடிப்போகிறேன்.

இக்கட்டுரைகளை எழுதிய காலங்களில் பெரும்பாலும் நான் அலைவுற்ற மனநிலையில், சிலநேரம் சிதைவுற்ற மனநிலையில், வாழ்வு எனக்குத் தந்த தொடர் அடிகளைத் தாங்க முடியாமல் தத்தளித்துக்கொண்டிருந்தேன். அதே மனநிலையோடு எழுதவும், பேசவும் முடியாமல் சில வாரங்கள் தோற்றுப் போயிருக்கிறேன்.

உலகின் எப்பகுதியிலும் வாழும் தமிழர்களிலும் இத்தொடரைத் தொடர்ந்து வாசித்த வாசிப்பாளர்கள் உண்டு என்பதை இந்தத் தொடர் முடிந்த ஒரே மாதத்தில் எனக்கு வாய்த்த தொடர் உலகப் பயணங்கள் நிரூபித்தன.

இதை எழுதிக்கொண்டிருக்கிற இன்றுகூட நயாகரா நீர்வீழ்ச்சியின் முன் நின்று என்னை இந்த பரிசுத்தமான நீரில் கரைத்துவிட முடியாதா என தனித்திருந்தபோது, கேட்ட ஒரு குரல் ஒரு மதுரை வாசகருடையது. அவமானப்படாத மனிதர்கள் உண்டா? என்ற பகுதி முழுவதும் ‘நான் அவமானப்பட்ட என் இறந்த காலத்தை எனக்கு ஞாபகப்படுத்தியதற்கு நன்றி’ என என் பின்பக்கமாக வந்து தோளைத் தொட்ட பெயர் தெரியாத அந்த வாசகனை நினைத்து, எழுத்து எத்தனை சக்திவாய்ந்தது என்பதை மறுபடி மறுபடி உணர்கிறேன்.

அமெரிக்காவில் Buffalo என்ற சிறு நகரத்தில் நண்பர் டோனியின் இத்தனைப் பெரிய வீட்டில் இப்போது யாருமில்லை. நான் தனித்திருக்கிறேன். வெளியே அடர் மழை பெய்கிறது. உலகின் எந்த நிலப்பரப்பில் பெய்தாலும் மழையைவிட என்னை வசீகரிக்கிற, ஆச்சர்யப்படுத்துகிற வேறொன்று இல்லை எனக்கு. தனித்திருப்பவர்களின் ஆத்ம தோழி அது. ஒரு வகையில் என் சொற்களும் அப்படித்தான் என நினைக்கிறேன்.

எல்லோராலும் கைவிடப்பட்ட ஹோம்லஸ் என்ற பிச்சைக்காரர்களை அமெரிக்காவின் எல்லா மாநிலங்களிலும் கணிசமாகப் பார்த்தேன். எல்லா வசதிகள் இருந்தும், படைப்பாளியும் ஒரு ஹோம்லஸ்தான். இந்தப் பெருமழைபோல. அவன் எழுத்தே அவனை ஈரப்படுத்தி பலமூட்டுகிறது. அவனை சொஸ்தப்படுத்துகிறது.

தொடர் செயல்பாடுகளை இடையிடையே அறுத்துக்கொள்பவன் நான். நான் தீவிரமாக செயல்பட்ட ‘கலை இலக்கிய இரவு’, ‘முற்றம்’, ‘கதை கேட்க வாங்க’ பெருங்கதையாடல் என்ற இலக்கியத் தொடர்ச்சிகளை அப்படி அப்படியே கைவிட்டவன் நான். இந்தத் தொடரையும் அப்படியே நிறைவு செய்தேன்.

கலை அதன் உச்சத்தைத் தொடும் முன்பே கீழே இறங்கிவிட்ட பெருங் கலைஞர்களை நானறிவேன். ஒரு வகையில் அவர்களின் தொடர்ச்சிதான் நானும். இந்தத் தொடரை ஆரம்பித்து நிறைவு செய்யும் வரை என்னுடனே பயணித்த தோழன் சக்தி தமிழ்ச்செல்வன், இதற்கு அத்தனை ஆத்மார்த்தமான ஓவியங்களைப் பங்களித்த ஓவியர் நன்மாறன், இதன் பக்கச் செறிவுகளை அதன் உச்சபட்ச அழகியலோடு சாத்தியமாக்கிய தோழர் கே.பாண்டியன் என எல்லோருமே இதன் பங்களிப்பாளர்கள்தான். அவர்களின்றி இந்தத் தொகுப்பு சாத்தியமில்லை.

இச்சொற்களின் ஆழத்தில் அமிழ்ந்து முத்தெடுத்து அதை அணிந்துரையாக கையளித்திருக்கும் ஆத்ம தோழி அர்ஷாவுக்கு என் இனிய அன்பு. இறுதியாக இச்சொற்களின் பயணத்தில் என்னை நானே கரைத்துக்கொண்டு கண்டடைந்தது ஒன்றே ஒன்றுதான். மனிதர்களால் மட்டும் சூழப்பட்டவன் நான். மனித நெருக்கத்தின் அணுக்கச் சூட்டில் அடைகாக்கப்பட்டவன் நான்.

நிலப்பரப்புகளின் விஸ்தீரனம், கட்டடங்களின் உயரம், சாலைகளின் நீளம், எதை விடவும் எங்கோ தூரத்தில் சாலையின் ஓரத்தில் ஒண்டி நிற்கும் ஒரு ஹோம்லஸ்தான் எனக்குத் தேவைப்படுகிறான். அவன் தோளில் கைபோட்டுக்கொள்ளவும், அவன் அணுக்கச் சூட்டை எனக்குள் பெற்றுக்கொள்ளவும் இறுதி வரை வாய்த்தால்போதும்.

இது வாழ்தலுக்கான அர்த்தத்தை எனக்குத் தரும் என நம்புகிறேன்.

தோழமையுடன்,

பவா செல்லதுரை

பவா செல்லதுரை

தமிழின் முக்கியமான எழுத்தாளர். தமிழ் இலக்கியத்தின் குறிப்பிடத்தக்க புனைவெழுத்தாளர், பேச்சாளர், கவிஞர், களப்பணியாளர், திரைப்பட நடிகர், இயற்கை விவசாயி, அரசியலாளர் என பன்முகம் கொண்டவர். அடித்தள மக்களின் வாழ்க்கையை வலுவாகச் சித்திரித்த படைப்பாளி.

இதுவரை, புனைவும் புனைவல்லாத எழுத்துமாய் பதினைந்துக்கும் மேற்பட்ட புத்தகங்கள் வந்திருக்கின்றன. அவை பல இந்திய மொழிகளிலும், உலக மொழிகளிலும் மொழிபெயர்க்கப்பட்டுள்ளன. ஆன்மாவை ஊடுருவும் மொழியின் துணைகொண்டு கதைகள் சொல்லி மனித மனங்களை ஆற்றுப்படுத்துபவர்.

இந்த நூல்...

பெற்றெடுக்காத என் பிள்ளைகள்
பிரகாஷ் - ஹேமா, மனோ - மைதிலி,
பழனிஜோதி - மகேஸ்வரிக்கு...

1

ஒரு பௌர்ணமி இரவில் நண்பர் மிஷ்கினுடன் பேசிக்கொண்டிருந்தேன். இரவு தனக்கே உரிய அமைதியை எங்கள் உரையாடலுக்காகக் கொடுத்திருந்தது. சினிமா, இலக்கியம், இசை என உச்சமெடுத்த அந்த உரையாடல் வாழ்க்கை குறித்தான ஒரு புள்ளியில் வந்து நின்றது. மிஷ்கின், "பவா, சொல்லப்போனா இந்த வாழ்க்கைல நாம எவ்வளவு நாள் சந்தோஷமா இருந்தோம்னு விரல் விட்டு எண்ணிடலாம். அந்த அளவுக்குத்தான் இந்த வாழ்க்கை இருக்கு" என சர்வ சாதாரணமாக ஒரு உண்மையைச் சொல்லிவிட்டு உறங்கச் சென்றார். அந்த இரவை எனக்கு மேலும் ஒரு உறக்கமற்ற இரவாக்கின, மிஷ்கினின் அந்தச் சொற்கள். மனிதன் வாழக்கூடிய 60, 70 வருட வாழ்வில், விரல்விட்டு எண்ணக்கூடிய நாள்கள் மட்டும் தான் மகிழ்ந்திருக்கிறான் என்ற உண்மை என்னை உலுக்கியது. மகத்தான அற்புதத்தின் பயணமாகச் சொல்லப்படும் இந்த வாழ்வின் பெரும்பாலான நாள்கள் நமக்கு என்னவாகக் கழிகின்றன. கவலையால், துக்கத்தால், கண்ணீரால், துரோகத்தால், தோல்வியால் என மனிதன் தன் வாழ்வை வேறுவிதமாக அவன் விரும்பாமலேயே நிரப்பி வைத்திருக்கிறான்.

யோசித்துப் பார்க்கையில் இவை அனைத்திலும் அவமானத்தின் நீட்சி இருக்கிறது. அவமானம் என்ற சொல் எவ்வளவு பெரிய மனிதனையும், அவனது பராக்கிரமங்களையும் சுருக்கி நிறுத்திவிடுகிறது. அவமானம் எந்த மனிதனுக்கும் நிகழ்ந்துவிடக்கூடாத, ஆனால் நிகழ்ந்துகொண்டே இருக்கிற ஒரு துயரம். இதைப்பற்றி யோசிக்கையில் எனக்கு ரவியின் ஞாபகம் வந்தது.

ரவி என் 40 ஆண்டுக்கால நண்பன். புகழடைதல், பணம் சம்பாதித்தல், அல்லது எதிர் இருக்கையில் அமர்ந்துகொண்டு யாருக்காவது போதனை செய்தல் என்ற நிலைக்கு வந்தவர்களை மட்டுமே, இந்தச் சமூகத்தின் சட்டகம் வெற்றி பெற்றவர்களாகக் கொள்கிறது. ரவி, அதில் கொஞ்சமும் பொருந்திப் போகிறவனல்ல. சமீபத்தில் சென்னையில் ரோட்டரி கிளப்பின் விழா ஒன்றிற்குச் சிறப்பு அழைப்பாளனாக என்னை அழைத்திருந்தனர். நட்சத்திர விடுதியில் ஏற்பாடு செய்யப்பட்டிருந்த அந்த விழாவுக்கு ரவி உள்ளிட்ட நண்பர்களுடன் சென்றிருந்தேன்.

முழுவதும் குளிரூட்டப்பட்டிருந்தது அந்த விழா அரங்கம். உரை முடிந்து உபசரிப்புக்கென உயர் ரக கேபினுக்குள் சென்றோம். அந்த விளக்குகள், செயற்கைக் குளிர், அந்த மனிதர்களும்கூட என் மனதுக்கு நெருக்கமாக இல்லை. செக்கச் செவேலென இருந்தவர்கள் உயர்ந்த மதுப்புட்டிகளை எடுத்து, ‘யாருக்கு வேண்டும்’ எனக் கேட்டபடி விருந்து அரங்கேறியது.

எங்களுடன் இருந்த ரவி, திடீரென வேறு ஒருவனாக எனக்குத்

தெரிந்தான். அவன் கண்கள் ஏனோ உக்கிரமாக இருந்தன. விலையுயர்ந்த அந்த மதுவைப் பார்த்த ரவி வேகமெடுத்துக் கிளம்பி, ஒரு புட்டியை வாங்கிக் குடிக்கத்தொடங்கினான். ரவி அன்றைய தினத்துக்கு முன்பான கணக்குப்படி 15 ஆண்டுகளாகக் குடியை நிறுத்தியிருந்தவன். அவன் செயலை நான் அதிர்ச்சியாகப் பார்த்துக்கொண்டிருந்தேன். மது, ஐஸ் வாட்டர், உணவுகள் எனப் பணியாளர்கள் கேட்கக் கேட்க கோப்பை நிறைந்து நிறைந்து தீர்ந்தபடியாக அந்த உயர் விருந்து முடிந்தது.

ரவி வேட்கையுடன் குடித்த காட்சி, ஊர் திரும்பும்போதும் ஞாபகத்தை விட்டு அகல மறுத்தது.

தாம்பரம் கடந்து செல்கையில் ரவி மொபைலில் வந்தான். அவன் சொன்னது என்னைத் தடுமாறச் செய்தது. விழா முடிந்து மது சுதியில் காஞ்சிபுரம் வழியாக ரவியும் ஊர் திரும்பியிருக்கிறான். வழியில் ஒரு புளியமரத்தடியில் காரை நிறுத்திவிட்டு, சட்டையைக் கழற்றித் தரையில் கிடந்து 'ஓ'வென அழுதுகொண்டிருப்பதாகச் சொன்னான் ரவி.

பதறிய நான், "என்னாச்சு ரவி, ஏன் அவ்வளவு குடிச்ச?" என்றேன். போதையும் அழுகையும் கலந்த குரலில் "உனக்குத் தெரியும் பவா, எங்க வீட்டுக்கு நான் ஒரே பையன். என் அம்மா புல்லறுத்து டி.எஸ்.டான் மஹால் கிட்ட வச்சு விப்பாங்க. ஒரு கட்டுப் புல் ஆறு ரூபா. எங்க வறுமை தாங்காம 12-வது படிக்கிறப்ப பெரிய ஸ்டார் ஹோட்டலுக்கு வேலைக்கு வந்துட்டேன். இன்னைக்கு நடந்த மாதிரி பெரிய பெரிய ஆளுங்க கலந்துக்கற பார்ட்டி அங்க நடக்கும். அவங்க குடிச்சுட்டு வைக்கிற கிளாஸை எடுத்துக் கழுவுறது என் வேலை. நான் ஒருத்தரோட கிளாஸை எடுத்தப்போ, 'என்னோட கிளாஸை ஏன்டா எடுத்த'ன்னு கேட்டு போதையில என்னைப் பளார்னு கன்னத்துல அறைஞ்சிட்டார். கண்ணெல்லாம் இருட்டி சுருண்டு விழுந்துட்டேன். அந்த நிமிஷத்துல ஒரு கம்பளிப்பூச்சி மாதிரி என்னை அவர் பார்க்கிறதா தோணுச்சு. எங்க அம்மாகூட என்னை அடிச்சதே இல்ல. கொஞ்ச நேரம் கழிச்சு சுதாரிச்சு எழுந்தேன். வாழ்க்கைல முதல்முறையா படபடப்பு, அவமானம், அழுகைன்னு ஒரு மாதிரி உடம்பு கூசுச்சு. ரோஷமா வேலையை விட்டுட்டு வெளிய போகவும் தெம்பில்ல. யாருக்கும் தெரியாம பின்பக்கமா ஓடி வந்தேன். மூச்சிரைக்க ஓடினேன், ஒரு மரத்துக்குக் கீழ உக்காந்து தேம்பித் தேம்பி அழுதேன்.

இந்த 55 வயசுலயும் அந்த அவமானம் எனக்குள்ள நெருப்பு மாதிரி எரிஞ்சுக்கிட்டே இருந்துச்சு. எங்க அசிங்கப்பட்டமோ அங்கயே நடந்த உபசரிப்பு என்னை ஒரு மாதிரி ஆக்கிடுச்சு. இன்னைக்கு அங்க இருந்தவங்க எல்லாம், என்னை அவமானப்படுத்தனவங்க, இல்லைன்னா அவங்களோட சந்ததிங்க, அவங்களோட தொடர்ச்சி என்கிற ஆத்திரம் எனக்கிருந்துச்சு. யார் என்ன நினைச்சாலும் பரவால்ல. எனக்கு நாசூக்கு தெரியல, நாகரிகம் தெரில, இப்படி என்ன வேணும்னாலும் நினைக்கட்டும், பரவாயில்ல. எனக்கிருந்த ஆத்திரத்துல, ஆதங்கத்துலதான் நான் அப்படிக் குடிச்சேன். இப்போ இந்தப் புளிய மரத்துக்கடில நின்னு

என்னை மீறி வெடிச்சு அழறேன் பவா' என ஆர்ப்பரித்தான். அவனது அழுகையில் கொஞ்சம் ஆங்காரமான சிரிப்பும் அப்போது கலந்திருந்தது போல் தோன்றியது. சிறுவனாக முகம் தெரியாத ஒருவனிடம் வாங்கிய அறை, 55 வயது வரை ரவியின் ஆழ்மனதில் சுமையாகத் தங்கியிருக்கிறது.

எழுத்தாளர் மண்டோ இதே உணர்வில் 'அவமானம்' என்கிற சிறுகதையை எழுதியிருக்கிறார். அதன் நாயகி சுகந்தி ஒரு பாலியல் தொழிலாளி. பழைய கட்டடத்தின் அறை ஒன்றிலுள்ள உயரிய கட்டில்தான் அவளது உலகம். அந்தக் கட்டிலுக்கு அடியில் செல்லமான ஒரு நாய் வளர்த்தாள். தனக்குப் பிடித்தமானவர்களோடு கட்டிலில் நேரம் செலவழிக்கும்போது, லாவண்டர் பூப்போட்ட வெள்ளை நிறச் சேலையை அணிந்திருப்பாள். அந்தச் சேலை அணிகிற நேரங்களில் தன் கவர்ச்சி மேலும் அதிகரிப்பதாகவும், கம்பீரம் மேலும் வியாபிப்பதாகவும் அவள் நம்புவாள்.

சுகந்தியின் அறையில் அவளுக்குப் பிடித்த நான்கு ஆண்களின் படங்கள் மாட்டப்பட்டிருக்கும். பொதுவாக மனிதர்களிடமிருக்கிற திருட்டுத் தனமும், அயோக்கியத்தனமும் அந்த நான்கு பேரிடம் குறைவாக இருந்ததென சுகந்தி நம்பினாள். அதில் பூனாவில் போலீஸாக இருக்கும் மாதுவும் ஒருவன். அவன் வரும்போதெல்லாம் சுகந்தி அந்த லாவண்டர் பூப்போட்ட வெள்ளை நிறச் சேலையை அணிவாள். அவன் ஒவ்வொரு முறை வரும்போதும் ஒரே வசனத்தைத்தான் அவளிடம் சொல்வான். 'நீ ஏன் இந்தச் சாக்கடைல கிடந்து கஷ்டப்படுற, வா என்னோட! உனக்காக நான் தனியா ஒரு வீடு எடுத்துத் தர்றேன்' என்பான். ஆனால், ஒருபோதும் அவன் அதைச் செய்ததில்லை. இவளிடமிருந்துதான் பணம் வாங்கிச் செல்கிறான். ஒரு நாள் இரவு சுகந்தி குடித்து, சில மீன் துண்டுகளைச் சாப்பிட்டுவிட்டு உறங்கிக்கிடக்கிறாள். அப்போது, வாடிக்கையாளர் வந்திருப்பதாக புரோக்கர் அங்கு வருகிறான். 'அவன் பணக்கார சேட். நிறைய பணம் தருவான். ஒரு வாரம் நீ ஓய்வெடுக்கலாம்' எனச் செல்லி வற்புறுத்துகிறான். அவனே அவளிடம் 'நீ போய் குளிச்சிட்டு லாவண்டர் பூப்போட்ட வெள்ளைநிறச் சேலையைக் கட்டிக்கோ' என்பான். சிறு பூரிப்புடன் குளித்து மேக்கப் போட்டு, அந்தச் சேலையை அணிந்து காரின் அருகே போய் நிற்பாள். கார் கண்ணாடியைக் கீழிறக்காமல், உள்ளிருந்து அவளைப் பார்ப்பான் அந்த சேட். சில நொடிகளில், கரும்புகை எழுப்பியபடி விருட்டென கார் விரைந்திருக்கும். சுகந்தி, தான் எந்தப் புடவையில் பேரழகி என்று நம்பினாளோ, அதை ஒரு கார் உறுமலில் அவமதித்துச் சென்றதில் சித்த பிரமை பிடித்தவள்போல நிற்கிறாள். காரிலிருந்த சேட்டை அசிங்கமாகத் திட்டுவாள். 'நான் அழகி இல்லையாடா!' எனப் பெருங்குரலெடுத்து அலறி தன் தலைமுடியைக் கலைக்கிறாள். ஆங்காரத்துடன் அறைக்குத் திரும்பி, அந்த நான்கு புகைப்படங்களைப் பார்க்கிறாள். இந்த உலகத்தில் உள்ள எல்லா ஆண்களும் ஏதோ ஒருவிதத்தில் தன்னை அவமானப்படுத்தியதாக, பெண்களை அவமானப்படுத்திக் கொண்டிருப்பதாக உணர்கிறாள். அவளுக்குக் கோபம் பீறிட்டுக் கொண்டு வருகிறது. முதல்

புகைப்படத்தைக் கழற்றி, திட்டிக் கொண்டே கம்பியில் ஆவேசத்தோடு அடிக்கிறாள்.

அந்த நேரம் பார்த்து மாது அங்கு வருகிறான். மாதுவுக்கு இது எதுவுமே தெரிந்திருக்காது. "சுகந்தி, நீ என் இந்தக் சாக்கடைல கிடந்து கஷ்டப்படுற..." என தனது வழக்கமான டயலாக்கைப் பேசத் தொடங்குவான். புகைப்படம் கீழே உடைந்து கிடப்பதை அப்போது தான் பார்ப்பான். அடுத்த நொடி, அங்கு மாட்டியிருந்த அவன் புகைப்படத்தையும் கழற்றி, அவன் கண்முன்னே ஆக்ரோஷமாகப் போட்டு உடைப்பாள் சுகந்தி. ''எத்தனை தடவைடா இதையே சொல்லி ஏமாத்துவ!'' என ஆர்ப்பரிப்பாள். அறையில் நிரம்பிய உக்கிரத்தின் நெருப்பில் மாட்டிய சிறு புழுவென அவன் துடிப்பான். சுகந்தியின் ஆவேசத்தைத் தாங்க முடியாமல், அறையை விட்டு எழுந்து ஓடுவான். அவள் எல்லாப் புகைப்படங்களையும் ரோட்டில் வீசி உடைப்பாள். அவமானத்துக்குப் பிரதிபலிப்பாக என்னென்ன செய்ய முடியுமோ அதையெல்லாம் செய்வாள். கடைசியாக தன் நாயைக் கையில் தூக்கிக் கொஞ்சி, வருடி, முதல் முறையாக அதைத் தன் கட்டிலில் தன்னுடன் படுக்க வைப்பதாகக் கதை முடியும்.

சுகந்தி, ரவி என அவர்களுக்கு ஏற்பட்ட அவமானங்கள் நமக்கு அற்பமாகக்கூடத் தெரியலாம். ஆனால், அவமானத்தில் சின்னது, பெரியது எனப் பாகுபாடுகள் ஏதும் இல்லை. துளி நஞ்செனினும் உயிர் பறிக்கும் தானே! ஒரு சொல்லில், ஒரு பார்வையில், ஒரு அலட்சியமான புன்னகையில் ஏற்பட்டுவிடக்கூடிய அவமானங்களை நம் நெஞ்சம் அவ்வளவு எளிதில் மறந்திடுகிறதா..?

'அத்தனை பேர் முன்னாடி அப்படி ஒரு கேள்விய கேட்டுட்டான்' என காலம் முழுவதும் முகத்தில் விழிக்காத பகைமையை அவமானம்தான் கொடுக்கிறது. கையில் பணமில்லாத நாள்களில் வட்டிக்காரன் வீட்டுக்கு வரும்போது, 'உள்ள போய் படிடா' எனக் குழந்தைகளை அனுப்புவது அவமானப்படுதல் குறித்த முன்னெச்சரிக்கை தானே! பல பேர் முன்னிலையில் 'சோத்துல உப்புப் போட்டுத்தான் சாப்புடுறியா?' என்ற கேள்விகளின் வழியே எத்தனை பேர் அவமானப்பட்டு நின்றிருப்பர். சாதியின் பேரைச் சொல்லி பள்ளிகளில், கல்லூரிகளில், பணியிடங்களில் அவமானப் படுத்தப்படுவோர் வேதனை அவ்வளவு எளிதில் கடக்கக்கூடியதா? 'எனக்குன்னு செல்ஃப் ரெஸ்பெக்ட் இருக்குல்ல' என்றுதானே பலரும் கோர்ட் வராந்தாக்களில் விவாகரத்துக்கு நிற்கிறார்கள். தீரா பிரியம், காதல், பாசம், நட்பு, பெரும் உதவி என முன் நிகழ்ந்த அத்தனை உன்னதங்களையும் ஒற்றை அவமானம் நொடியில் ஒன்று மில்லாமல் போகச் செய்கிறது. காந்தி, அம்பேத்கர் எனப் பெருந்தலைவர்கள் பலரும் அவமானம் என்ற உணர்வை அகற்றி மாண்பை மீட்கத்தானே போராடினர். எங்கோ பட்ட அவமானத்தை வென்றிடத்தானே வாழ்நாள் முழுக்க மனிதன் ஓடுகிறான். உறவுகளின், பிரியமானவர்கள் வழியே நிகழ்கிற அவமானங்களைச் செரிக்க முடியாமல், எதையோ நிரூபிக்க வேண்டுமென்ற யோசனை யில்தானே இரவில் தூக்கமின்றி இன்சோம்னியாக்களாக அலை கிறோம்.

ஆனைக்கட்டியின் ஆற்றங்கரையில் நடந்த கதையாடலில் அவமானம் சிறுகதையை 200 வாசகர்களுக்குச் சொன்னேன். கதையின் முடிவில் யாரும் யாருடனும் பேசவில்லை. ஒரு கனத்த அமைதி அங்கு நிலவியது. அங்கிருந்தவர்களின் கண்களில் கண்ணீர் நிறைந்து நின்றது. அது அவர்களின் இறந்தகால வடுவாக மனதில் தேங்கியிருக்கும் அவமானத்தின் துளி. திடீரென ஆற்றிலிறங்கி 40 நண்பர்கள் குளிக்கத் தொடங்கினர். மின்மினிப் பூச்சிகள் பூமிப்பந்துபோலத் திரிந்து கொண்டிருந்த அந்த ஆற்றின் கரையிலிருந்து நான் அவர்களைப் பார்த்தேன். தங்களின் கண்ணீரை, நீங்காத அந்தத் துயரத்தை அவர்கள் அந்த நதியில் துடைத்தெறிவதாய் நம்பினார்கள். அந்த நதியில் கலந்த அவர்களின் கண்ணீர்போல, நம் சக மனிதனின் கண்ணீரையும் கலைப்பதுதானே மகத்துவம். இந்தப் பிரபஞ்சம் உயிர்களை அப்படித்தானே பாரபட்சமின்றி நேசிக்கின்றது. அவமானப்பட்டவர்களுக்கென ஓடும் நதி, அவமானப்படுத்தியவர்களையும் அரவணைக்கிறது என்பது எவ்வளவு பெரிய உண்மை. அந்த நதியின் அரவணைப்புக்காக லட்சக்கணக்கான மக்கள் ரவியைப் போல காத்திருக்கின்றனர். அவர்களை அரவணைப்பதில் மனித வாழ்வின் அற்புதம் அடங்கியிருக்கிறது.

2

சில வருடங்களுக்கு முன்பு கேரளாவின் அட்டப்பாடியில் திருட்டுக் குற்றம் சுமத்தி மரத்தில் கட்டி வைத்து அடிக்கப்பட்ட மது என்ற பழங்குடி இளைஞனின் புகைப்படம் சமூக வலைதளமெங்கும் விரவிக் கிடந்தது. புகைப்படம் வைரலான நேரத்தில் அவன் மரித்துப்போனதாகச் செய்திகள் வெளியாகின. ஒரு கடையில் அரிசி திருடியதாக அடித்துக் கொல்லப்பட்டிருக்கிறான் மது. பிரேதப் பரிசோதனையில், மதுவின் வயிற்றில் ஒரு பருக்கை உணவில்லை என அறிக்கை வந்தது. பரிதாபம் வழிந்து இருந்த மதுவின் கண்கள், இன்றுவரை தேசத்தை நோக்கி ஏதோ ஒரு கேள்வியை முன்வைத்து மூடாமல் விழித்திருப்பதாகவே எனக்குத் தோன்றும்.

பசி - பிரபஞ்சத்தின் அத்தனை உயிர்களுக்குமான பெருவலி. பசி என்கிற கொடும் பிராணி நம்முள் நிகழ்த்துகிற பாடுகளை அடக்குவது சுலபமானதல்ல. பசியின் பொருட்டே ஆதி மனிதனின் பயணம் தொடங்கியிருக்கக்கூடும். பசி தீர்ந்துவிட்ட பொழுதுகளில்தான் மனிதன் பிற சாத்தியங்களுக்கு ஆயத்தமாகிறான்.

ஷோபா சக்தியின் புகழ்பெற்ற கதைகளில்ஒன்று,‘விலங்குப் பண்ணை.’ புலிகள் இயக்கத்தைச் சேர்ந்த ஒருவன், இலங்கை ராணுவத்தால் சுட்டுக்கொல்லப்பட்டதாகப் பத்திரிகையில் செய்தி வரும். அந்தப் புகைப்படத்தைப் பார்த்த ஜெ.அன்ரனி அதிர்ச்சியடைவான். இறந்திருந்தவன் பெயர் ம.அன்ரனி. இருவரும் ஒரே பள்ளியில் படித்தவர்கள். முதல்முதலாக அவன் ம.அன்ரனியைச் சந்திக்கிறபோது, அவன் இவனிடம் சொன்ன வார்த்தை, ‘பசிக்குது.’ இவனும் வறுமையால்

வாடிய குடும்பம். அவர்கள் அந்தச் சிறுவயதில் பசிக்கொடுமை தாங்காமல், அருகிலிருந்த காடுகளில் சென்று நுணாப் பழம் பறித்து சாப்பிட்டிருப்பார்கள். தேவாலயங்களில் அரங்கேற்றப்படும் 'லாஸ்ட் சப்பர்' நாடகங்களில் சாப்பாடு சாப்பிடும் திட்டத்துடன் மட்டுமே நடிப்பர். ம.அன்ரனி சில காலம் கழித்து இயக்கத்தில் சேர்ந்து பின், சென்னையில் இருவரும் எதேச்சையாகச் சந்தித்துக்கொள்வர். அப்போதும் அவன், 'அறையில் நண்பர்கள் சாப்பிடல, காசு இருக்கா?' எனக் கேட்பான். இப்போது அவன் இறந்த அந்தப் புகைப்படத்திலும், அவன் சாப்பிடுவதற்காகத் தட்டைக் கையிலேந்தி, சாப்பாட்டை உதட்டுக்கு எடுத்துச்சென்ற நேரத்தில் கொல்லப்பட்டிருப்பான். துப்பாக்கிக் குண்டுகள் அவன் வயிற்றைக் கிழித்திருக்கும். அவன் கொல்லப்பட்டது குறித்த அத்தனை செய்திகளும் தெளிவாக எழுதப்பட்டிருக்கும். 'அவன் வயிற்றிலிருந்த பசி என்கிற தேவாங்குக்கும் நரிக்கும் இடையேயான புசுபுசுவென்ற வெண் மயிர்கள் கொண்ட மிருகத்தைப் பற்றி மட்டும் எந்தக் குறிப்புமில்லை' என்பதாக அந்தக் கதையை ஷோபா சக்தி முடித்திருப்பார்.

பசித்திருக்கிற விழிகள் கடத்துகிற வேதனையை வேறெதுவுமே நிகழ்த்திடுவதில்லை. 1960 காலகட்டத்தில் சீனா - இந்தியா போரின்போது ஏற்பட்ட பஞ்சம் இந்திய வரைபடமெங்கும் நிகழ்த்திய சதிராட்டம் சொல்லி மாளாதது. ஒருவகையில் மனிதன் தன் பசியுடன் நிகழ்த்தியதுதான் அவன் வாழ்வின் முதல் போராட்டம். பசியை உணராதவர்கள் வாழ்க்கையில் எந்தப் போராட்டக் குணத்தையும் அடைய மாட்டார்கள் என அடிக்கடி தோன்றுவதுண்டு.

பலருக்கும் ஒரு வேளைச் சோற்றின் ரணம் தெரிந்திருக்கும். அவர்கள் பசி என்கிற ஆக்டோபஸின் அத்தனை கரங்களாலும் இறுக்கப்பட்டிருப்பர். நண்பர்களின் வீடுகளுக்கு சாப்பாட்டு நேரத்தைக் கணக்கிட்டு சைக்கிள் மிதித்திருப்பார்கள். அன்று, அக்கம்பக்கத்து வீடுகளுக்குச் சென்று பசியாற்றிக்கொள்கிற சூழல் இருந்தது. காசு, சொத்து, புகழ் சேர்க்கும் வெறியைவிட எப்படியாவது பசியைத் தீர்த்துக்கொள்ள வேண்டும் என்கிற தணியாத தாகம் எல்லோருக்கும் இருந்தது.

பீகாரின் எங்கோ ஒரு கிராமத்தில் பிறந்தவனை, சென்னையின் புறநகரில் தஞ்சம் புகுந்து கட்டட வேலையைச் செய்யவைப்பது பசிதான். நம் நாடோடிக் கதைகள் பலவற்றில் பிரதான பாத்திரமாக இருப்பது பசியே! பஞ்சம் பிழைக்க தூர தேசங்களுக்குக் குடும்பம் குடும்பமாகக் கிளம்பிச் சென்ற கதைகளை நம் மூதாதையர்கள் துயரத்தின் சுவடுகளுடன் சேர்த்துச் சுமந்திருக்கிறார்கள்.

பிரபஞ்சமெங்கும் பசி விரவிக் கிடந்ததைப் போலவே பசியைப் போக்கும் மனிதர்களும் உண்டு என்கிற சமன்பாடுதான் அன்றைய காலத்தின் நம்பிக்கையாக இருந்தது. கிராமத்தின் திண்ணைகள் இருந்தன. அந்தத் திண்ணையில் வழிப்போக்கர்கள், யாசகர்கள் அமரலாம். அவர்களுக்கு வீட்டிலிருப்பவர்கள் மோர், சாப்பாடு கொடுக்கும் வழக்கமிருந்தது. நவீனமாக வீடு கட்டத் தொடங்கியதும், நாம் முதலில்

இடித்தது திண்ணையைத்தான்! இரும்பு கேட் போட்ட வீடுகளில் நாம் வாழத் தொடங்கிவிட்டோம். உணவுகள் பரிமாறிக்கொண்ட, பசியாற்றிக்கொண்ட அண்டை வீடுகள் அந்நியமாகிவிட்டன. யாசிக்கும் மனிதர்களுக்கு பசியை ஆற்றுவதைத் தாண்டி அச்சத்துடன் அவர்களை அணுகும் போக்கு அதிகரித்துவிட்டது.

'நாய்கள் ஜாக்கிரதை' என பயமுறுத்துகிற வீடுகள் நாகரிகமாகி விட்டன. இரும்பு கேட்டைத் திறந்து அந்த வீடுகளில் நுழைந்து, 'பசிக்கிறது' என யாரிடமும் கேட்க முடியாது. சக மனிதனின் பசிக்குள் பிரவேசிக்கக்கூடாது, சக மனிதனின் வறுமையில் பங்கெடுக்கக்கூடாது, நம் சுக வாழ்க்கையில் அவர்கள் நுழைந்திடக் கூடாது என்ற மூன்று இரும்பு கேட்டுகளை மனதிற்குப் போட்டு வைத்துவிட்டோம்.

இரவு நேரத்தில் யாசிக்கும், 'ராப் பிச்சைக்காரர்கள்' பற்றி இந்தத் தலைமுறை அறிந்திருக்க வாய்ப்பில்லை. ஜக்கம் என்றொரு ராப்பிச்சைக்காரர் சிறுவயதில் எங்கள் ஊருக்கு வருவார். 'ஒழுங்காக சாப்பிடவில்லை என்றால் அவரிடம் பிடித்துக்கொடுத்துவிடுவதாகச் சொல்லி' அம்மா பயமுறுத்துவார். அவர் மக்களிடம் உரிமையோடு சாப்பாடு வாங்கிச் சாப்பிட்டு, அங்கு தெருவிலிருக்கிற சில நாய்களுக்கும் அந்த உணவைப் பகிர்ந்துகொடுத்துவிட்டுச் செல்வார். ஜக்கம் என்கிற மனிதனை 'சக மனிதனிடம் கெஞ்சினாலும் பரவாயில்லை. பசியாற்றிக்கொள் எனக் கட்டளையிட்டது எது' எனத் தோன்றுவதுண்டு. நீண்ட தடியோடு நாய்களை விரட்டிக்கொண்டு ஜக்கம் வருகிற இரவுகள் இப்போது இல்லை. அல்லது ஜக்கம் போன்ற ஜீவன்கள் வெளியே வருவதேயில்லை.

இந்த தேசம் பசியவற்றவர்களின் தேசமாகிவிட்டதா என்றால், 'நிச்சயம் இல்லை' என்கிற உண்மை உங்கள் முகத்தில் அறையும். இன்றும் பசித்த வயிறுகள் தேசமெங்கும் அலைந்துகொண்டுதானிருக்கின்றன. மாநகரத்தின் 'சப் வே'க்கள் தனி உலகம். அங்கு நாள் முழுவதும் பெல்ட்டுகளை, கீ செயின்களை விரித்து வைத்திருப்பவர்கள் யாரிடமாவது விற்றுவிட நினைப்பது தங்கள் பசியைத்தான். குப்பைத் தொட்டிகளைக் கிளறிக் கிளறி சாப்பிடுவதற்கு எதையாவது தேடும் மனிதர்களைத் திருடர்களாக மட்டுமே கற்பனை செய்துகொள்கிறவர்கள் பல பேர். பேருந்து நிலையங்களில், 'யாரின் பார்வையாவது நம்மீது விழுந்து நம் பசி அகலாதா' எனக் காத்துக்கொண்டிருக்கிற குழந்தை களின் கண்களை நம்மால் எதிர்கொள்ள முடியுமா? இரும்பு கேட்டுகள் இவையனைத்தும் நடக்காததுபோல நமக்கு மறைத்து விடுகின்றன.

சோறு, பசி என்றால் நம் அனைவருக்கும் அம்மாக்களின் ஞாபகம்தான் வரும். என் அம்மா பெயர் தனம்மாள். அவர் இறப்பதற்குச் சில மாதங்களுக்கு முன், ஆர்.ஆர்.சீனிவாசன் என் அம்மாவை எடுத்த புகைப்படம் எப்போதும் என் நினைவை விட்டு அகலாதது. சாப்பிட்டு முடித்து பருக்கைகள் கையிலிருந்து விழாத கையுடன் அம்மா அந்தப் புகைப்படத்தில் இருப்பார். அம்மாக்கள் என்றால் பருக்கை; அம்மாக்கள் என்றால் சோறு; அம்மாக்கள்

அன்னபூரணிகள். அடுப்படிகளில் கிடந்து நொறுங்குவதாலல்ல. அப்பாக்களெல்லாம் செய்வதறியாது திகைத்து நிற்கிற இவ்வுலகில் அம்மாக்கள்தான் நிலம் திருத்திப் பயிர்கள் விதைக்கிற வனதெய்வங்கள்.

என் அம்மா எப்போதுமே எங்கள் வீட்டின் 4 பிள்ளைகளுக்கு மட்டுமே உலை வைத்து நான் பார்த்ததேயில்லை. பலருக்குமாகவே எங்கள் வீட்டில் உலை கொதித்துக்கொண்டே இருக்கும். அம்மாக்களுக்குத்தான் எந்தப் பாகுபாடும் இருந்ததில்லை. பிள்ளைகள், பிச்சைக்காரர்கள், துறவிகள், விருந்தினர்கள், உயர்தர விருந்தினர்கள், செல்வந்தர்கள், ஏழைகள் என எந்த வேறுபாடுகளும் அம்மாக்களுக்குத் தெரியாது. யாராக இருந்தாலும், 'சாப்பிட்டுட்டுப் போங்க' தான். மீந்த உணவுகளைக்கூட பிரிட்ஜ்களில் அடுக்கி வைத்துவிட்டு மறுநாளும் தன் பிள்ளைகளுக்கென மட்டுமே கொடுக்கிற காலத்துக்கு நாம் நகர்வது அபாயகரமானது. எங்கள் கிராமத்தில் அதிகாலையில் எழுந்து கூலி வேலைக்குச் செல்கிறவர்கள், நீராகாரத்தை, தாங்களும் குடித்து, மண்ணில் குழிதோண்டி ஊற்றி நாய்க்கும் பருகக் கொடுப்பர். அந்த வாஞ்சையான குணத்தை நாம் வெளிக்காட்டாது எங்கு வைத்திருக்கிறோம்.

இலக்கியங்கள் பசியைத் தொடர்ச்சியாகப் பதிவு செய்து கொண்டே இருக்கின்றன. சக மனிதர்களுக்கு உணவு கொடுக்கிற கதைகள் எப்போதும் நம் மனதிலிருந்து உடைப்பாக எதையோ வெளியேற்றுகிறது. 'சோற்றுக் கணக்கு' சிறுகதையில், 'கெத்தேல் சாகிப்பின் கைகள் அடர்ந்த ரோமங்களுடன் கரடியின் கைகளைப்போல் இருக்கும்' என ஜெயமோகன் குறிப்பிடுவார். ஆனால், அந்தக் கைகள் அள்ளி அள்ளித் திணிக்கிற அன்னமும், மீன் துண்டுகளும், வாரிக் கொடுக்கிற இறைச்சிகளும், 'அந்தக் கைகள் தாயின் மூன்றாவது முலை' என்கிறார் ஜெயமோகன். வாழ்வின் உன்னதமான தருணம், பிறரின் பசியைப் போக்கும் கணங்களாக மட்டுமே இருக்க முடியும்.

திரைத்துறையைச் சேர்ந்த என் நண்பர் ஒருவர் என்னைச் சென்னைக்கு அழைத்திருந்தார். அவர் சாப்பிடுவதைக் கொண்டாடுபவர். என்னையும், என் மனைவியையும் ஒருமுறை சென்னைக்கு விருந்துக்காக அழைத்திருந்தார். எங்களுக்குப் பிடித்த மீன், மட்டன், சிக்கன் என அனைத்தையும் தயார் செய்திருந்தார். அப்போது யாரோ கதவைத் தட்டினார்கள். திறந்தால், இரண்டு இளைஞர்கள் அங்கு நின்றிருந்தனர். 'அசிஸ்டென்ட் டைரக்டர் சான்ஸ் கேட்டு வந்தேன் சார்' என்றான் அவர்களில் ஒருவன். சாப்பிட்டபடியே இயக்குநர், 'எந்த ஊர்?' என்று கேட்டார். 'சீர்காழி', 'தென்காசி.' எதிரிலிருந்த இளைஞர்கள் ஆர்வத்துடன் கூறினர். நான் நிமிர்ந்து அந்த இளைஞர்களைப் பார்த்தேன். அந்த நான்கு கண்களும் பசித்திருந்தன. 'தம்பி சாப்ட்டீங்களா?' எனக் கேட்டேன். பலரிடம் நாமும், நம்மிடம் பலரும் இந்தக் கேள்வியை பரஸ்பரம் கேட்டிருப்போம். ஆனால், பல நேரங்களில் இருதரப்பிலிருந்தும் 'சாப்ட்டேன்' என்ற பொய்யே பதிலாக வரும்.

ஆனால், அந்த இளைஞர்களின் பசி அவர்களை உண்மையைச் சொல்ல வைத்தது. 'காலைல கோயம்பேட்ல டீ குடிச்சதுணா,

சாப்டவேயில்ல!' என்றனர். பதறிய இயக்குநர், 'மாஸ்டர், இவங்களுக்கு சாப்பாடு குடுங்க' என்றார். இரண்டு தட்டுகளில் சாப்பாடு போட்டு, கறிக் குழம்பு ஊற்றிக் கொடுத்தார். எங்கள் தட்டுகளில் இருந்த மீன் துண்டுகளை எடுத்து அந்த இளைஞர்களின் தட்டுகளில் வைத்தோம். பசியின் பரபரப்பில் வேக வேகமாகச் சாப்பிட்டனர் அந்த இளைஞர்கள். சாப்பிட்டு விட்டு என்னைத் தனியே அழைத்தவர்கள், 'அசிஸ்டென்ட் டைரக்டர் வேலைகூட வேணாம்ணா. இதுபோதும்' எனக் கண்கள் கலங்கி நன்றி தெரிவித்தனர். பசியின் பாரத்தை இறக்கி வைத்தவர்களுக்கு அத்தனை எளிதில் நம்மால் நன்றி சொல்லிவிட முடியாது.

நம் எல்லோருடைய வாழ்விலும் நம் கொடும் பசியை அகற்றியவர்கள் இருக்கின்றனர். அப்பா, அம்மாக்களை இழந்த குழந்தைகளின் பசியை யார் அடையாளம் காண்பர்! நேரத்துக்குச் சோறு கொடுக்க ஆளற்ற முதியவர்கள் தங்கள் பசியை எப்படி ஆற்றிக்கொள்கிறார்கள்; சென்னை போன்ற பெரு நகரங்களுக்கு வேலை தேடி வருகிற இளைஞர்கள் பசியின் பொருட்டு வாழ்வோடு நிகழ்த்துகிற யுத்தச் சத்தம் மாநகர இரைச்சல்களில் மங்கிப்போகின்றன. உணவங்களின் விலைப்பட்டியலைப் பார்த்துவிட்டு அவமானத்தோடு எத்தனை ஆயிரம் பசித்த வயிறுகள் வெளியேறுகின்றன. 'மத்தியானம் வரைக்கும் தூங்கிட்டோம்னா ஒரு வேளை சாப்பாடை மிச்சப்படுத்தலாம் மாப்ள!' என்கிற கணக்குகள் இன்னும் தீட்டப்படுகின்றனவே!

யாரெனத் தெரியாத பெரிய திருமண நிகழ்ச்சிகளில் புதுத்துணி உடுத்திக்கொண்டு பயமும் பசியுமாக சாப்பிட்டுவிட்டு பதறி வெளியேறு பவர்களின் பசியை எப்படித் தவிர்ப்பது. 'ஒரு வாய் சாப்பாடு போட்டாங்க' எனப் பலரின் நினைவில் எத்தனை எத்தனை முகங்கள் நிறைந்திருக்கின்றன. ஒருவேளை அவை அத்தனையுமே ஒரே முகங்கள்தாம். மதிய உணவுத் திட்டம், காலை உணவுத் திட்டம், அம்மா உணவகம் என அரசியல் கடந்து மக்களுக்கான திட்டங்களாக முன் நிற்பவை பசி தீர்ப்பவைதானே! ஆதரவற்ற நோயாளிகளுக்கு வீட்டிலிருந்து சுவையாக சமைத்து எடுத்து வரும் செவிலியர்கள் எத்தனை நேசம் கொண்டவர்கள். மனநலம் பிறழ்ந்தவர்களுக்கான பள்ளிகளில் அவர்களைப் பார்த்துக்கொள்ளும் ஆயாக்கள், சோறு ஊட்டுகிற அன்னையாகியல்லவா உணவளிக் கிறார்கள்.

நம் அனைவரையுமே புரட்டிப் போட்ட கொரோனா காலத்தை நம்மால் மறந்திட முடியாது. அந்த நேரத்தில் ருசி கடந்து, கிடைப்பதை அல்லவா உண்டு பசியாறினோம். அந்தப் பெருந்தொற்றை அரசோடு சேர்த்து விரட்டியது எத்தனை எத்தனை மனிதர்களின் நேசக்கரம் என்பதைப் பலரும் அறிவோம். கஜா, தானே, சென்னைப் பெருவெள்ளம் என உணவுக்குக் கேடு வந்த நாள்களில் பைக்குகளில், மினி ஆட்டோக்களில் சாப்பாட்டுப் பொட்டலங்களோடு விரைந்த மனிதர்களல்லவா நாம். இன்றும் கொட்டும் மழையில் சிவப்பு, ஆரஞ்சு டி-ஷர்ட்கள் சகிதம் உணவுப் பைகளுடன் யாரோ ஒருவரின் பசியைப் போக்கத்தானே விரைகிறார்கள் டெலிவரி பாய்கள். பசியின் ரணம் மனிதனின் மனதை எதற்கும் தயார்படுத்தும்.

அரைப்படி நெல் அதிகம் கேட்டதற்காக நெருப்பில் வெந்து புரட்சியாக மறைந்தவர்களின் கனல் இன்றும் குறையாமல் இருக்கிறது. தேசங்களுக்கிடையேயான அதிகாரப் போட்டிகள், ரொட்டித் துண்டுகள் கிடைக்காமல் இறைஞ்சுகிற குழந்தைகளைத்தானே கண் முன் நிறுத்துகின்றன. ஜல்லிக்கட்டுப் போராட்டத்தின் இறுதி நாள்களில் நடந்த அரச வன்முறையில், அருகிலிருக்கிற எளிய மீனவர்கள்தானே வெவ்வேறு கருவறையிலிருந்து வெளிவந்த பிள்ளைகளுக்குச் சோறு புகட்டினர். தேசத்தின் முதுகெலும்பான விவசாயிகள் தலைநகர் டெல்லியில் போராடியபோது சமைத்து உதவிடச் சென்றவர்கள் எத்தனை எத்தனை பேர். தான் கொண்ட கொள்கைக்காக உண்ணா நோன்பிருந்து உயிர்நீத்த போராளிகள், சாதிச் சான்றிதழ் வேண்டி அரசு அலுவலகங்களில் 'சாகும் வரை உண்ணாவிரதம்'

அறிவிக்கும் தொல்குடிகளுக்குப் பசியைத் தாண்டிய பெருவலியை யார் தந்தது. பசிக்காகக் கையேந்து கிறவர்களுக்குக் கொடுக்கப் பண மில்லாமல், அல்லது, இருந்தும் தயங்கும்போது மனம் லேசான குற்றவுணர்ச்சியை அடைகிறதே, அது ஏன்?

'என் பசியைப் புரிந்துகொள்!' என இறைஞ்சி, முறையீடு செய்கின்ற கண்கள் எப்போது இளைப்பாறும். பசியாறும் முன் பருக்கைகள் சிதற ம.அன்ரனியைச் சுட்டது யார்? மனிதம் கெட்டித் தட்டிப்போய் அதைச் செய்ததால் யாருக்குப் பயன்; இதுபோன்ற எண்ணற்ற கேள்விகள் பதிலற்றுக் கிடக்கின்றன. யோசிக்கையில் ஒன்று மட்டுமே பதிலாகக் கிடைக்கிறது. கெத்தேல் சாகிப்பின் தாய் முலையான கைகள்தான் இந்தச் சமூகத்தில் நிறைந்திருக்க வேண்டுமே தவிர, மதுவைக் கொல்வதற்காக நீண்ட கரங்களல்ல.

3

கடந்த சில வருடங்களில் திருவண்ணாமலையில் இருக்கும் எங்கள் பத்தாயத்துக்குப் பல இளைஞர்கள் வந்து பல நாள்கள் தங்கியிருக்கிறார்கள். தங்குதல் என்றால், முன்கூட்டியே திட்டமிட்டுத் துணிமணிகளுடன் பயணம் செல்வதுபோல வந்தவர்கள் அல்ல. எந்த முன் அறிவிப்புமின்றி மனம்போன போக்கில் கிளம்பி வந்தவர்கள். பலர் என்னை முதன் முறையாக அன்றுதான் நேரில் சந்தித்திப்பார்கள். பலர் என்னோடு பல நாள்கள் தங்கி, வாசித்து, கதை கேட்டு, என்னோடு சேர்ந்து விவசாயம் பார்த்துவிட்டுச் சென்றிருக்கிறார்கள். இப்படி குறைந்தது இருபத்தைந்து இளைஞர்களைச் சொல்லலாம்.

அப்படி ஒரு நாள் தன் புல்லட்டில் வந்திறங்கினான் ஜெயக்குமார். கோயம்புத்தூரைச் சேர்ந்த அவன், ஆப்பிரிக்க நாடான நைஜீரியாவில் சில வருடங்கள் தங்கி விவசாயம் செய்திருக்கிறான். தமிழகத்திலிருந்து கிளம்பிப் பல மனிதர்கள், சில காதல்கள், அளவில்லா நட்பு எனச் சேர்த்துக்கொண்டு தேசங்களின் வரைகோடுகளைக் கடந்தவன். என் புத்தகங்களைப் படித்து, கதைகள் கேட்டு, என்னைப் பார்க்க வந்திருப்பதாகச் சொன்னான். என்னுடன் குறைந்தது ஒரு வருடம் தங்க வேண்டும் என்றான். அப்படியே தங்கினான். என் நிலத்தில் அவன் இஷ்டத்திற்கு விவசாயம் பார்த்தான்.

நான் இதுவரை விவசாயம் செய்து எந்த லாபத்தையும் எங்கள் வீட்டுக்குக் கொடுத்ததில்லை. ஆனால், நெல் விற்ற காசு என எழுபத்தைந்தாயிரம் ரூபாயை என் கையில் கொடுத்தான். நானே என்னைக் கையாலாகாதவன் போல் உணர்ந்தது, 'நினைவில் காடுள்ள மிருகமாய்' இன்றும் தங்கியிருக்கிறது. ஜெய் தங்கியிருந்த

அந்த ஒரு வருடத்தில், நிலத்திலேயே கிடந்தான். மழையும் வெயிலும் அவனுக்கு நிலம்தான். நானும் அறுவடை செய்திருக்கிறேன். ஆனால், அறுவடை என்பது அறுப்பதோடு சரி, அதை முறையாகக் கொண்டு சென்று விற்கவும் வேண்டும் என்கிற யதார்த்தம் பலரையும் போல எனக்கும் கைகூடவில்லை. ஜெய்யைப் புரிந்துகொள்ள முயன்று, பின்னர் தோற்றேன்.

ஆரம்பத்தில் என்னைச் சந்திக்கும் இளைஞர்கள் பின்னாள்களில் என் தோள்மீது கைபோட்டு என்னுடன் உரிமையோடு பழகுவார்கள். விவாதிப்பார்கள். அப்படி ஜெய் என்னை ஒரு முறை, “நீங்க மட்டும் நெலத்துக்கு வராட்டி, நான் இன்னும் சுதந்திரமாய் விவசாயம் பார்ப்பேன். இதிலிருந்து லாபம் எடுப்பேன்” என்று என் அகங்காரத்தைத் தீண்டினான். நிலத்திலேயே பிறந்து, இங்கேயே உழன்று, இங்கேயே மடிய இருக்கிற என்னைப் பார்த்து, எங்கோ இருந்து வந்த ஒரு சின்னப் பையன் இப்படிக் கேட்கிறானே என்ற அங்கலாய்ப்பு என்னைப் புரட்டிப் போட்டது. ஒரு வகையில் ஜெய் என் அகங்காரத்தின் மீது நெருப்பு அள்ளி வீசினான்.

மனிதர்கள் அடைகாத்து வைத்திருக்கிற தன்னகங்காரங்கள் குரூரமானவை. அவை பல நேரங்களில் நம்மை பலிபீடத்தில் நிறுத்திவிடும். அவர்கள் ஒருபோதும் தாங்கள் தோற்றுக்கொண்டிருக்கிறோம் என இறுதிவரை உணரவே மாட்டார்கள். நானும் அதற்கு விதிவிலக்கல்ல.

அறுவடையின்போது கோட்டை விடும் இக்குணம் என் அப்பாவிடம் இருந்து எனக்கு வந்தது. மூன்று மாதங்களும் ராப்பகலாய் நிலத்தில் பாடுபடும் அப்பா, நெல் மூட்டைகளோ, மல்லாட்டை மூட்டைகளோ மண்டிக்கு ஏற்றப்படும் போதெல்லாம் என்னமோ தவறு செய்துவிடுவார். கைக்கு நாங்கள் எதிர்பார்த்த பணம் வராது. அவரின் இத்தோல்வியைக் கடைசிவரை அவர் ஒத்துக்கொண்டதேயில்லை.

தன் அகங்காரத்தை மூச்சு மாதிரி பாதுகாத்தவர். நான் ஒரு வகையில் என் அப்பாவின் தொடர்ச்சியில்லையென நினைத்துக்கொண்டிருந்தேன். ‘அப்பா மாதிரி மகன் இருப்பதில் என்ன பெருமை இருக்கிறது’ என எனக்குள்ளேயே பல முறைக் கேட்டுக்கொள்வேன். என் பெயருக்கு முன்னால் அப்பாவின் இனிஷியலைக்கூடப் போட்டுக்கொள்ளக் கூடாது என்ற பிடிவாதத்தில் இருந்தேன்.

ஆனால் இதெல்லாம் புறவயமானவை. நான் அப்பாவின் தொடர்ச்சிதான் என்பதைக் காலம் மெல்ல மெல்ல எனக்குப் புரிய வைத்தது. அறுவடையைப் பணமாக்கத் தெரியாததிலிருந்து அதை ஆரம்பிக்கலாம்.

“நீ பொழைக்கத் தெரியாதவன்” என நிலத்தில் ஜெய் பலபேர் முன்னிலையில் பெருங்குரலெடுத்து என்னைப் பார்த்துக் கத்தினான். அதன் அனலைப் பொறுக்க முடியாமல் நான் அவசரமாக வீடடைந்தேன்.

அறையில் படுத்து நிதானமாக யோசித்தேன். ஜெய் மட்டும் என்ன, அவன் பொழைக்கத் தெரிந்தவனா? சம்பாதிக்க வேண்டிய இந்த வயதில் இப்படி பைக்கை எடுத்துக்கொண்டு ஊர் சுற்றி, யாருடைய நிலத்திலோ விவசாயம் செய்து, எந்த நாட்டுக் குழந்தைகளுடனோ

விளையாடிக்கொண்டு சமூகம் வகுத்து வைத்திருக்கிற கோடுகளில் அடைபடாதவன்தான் அவனும், நானும். அவனுக்குக் கிடைத்த ஒரு தற்காலிக வெற்றி என்னைக் கேள்வி கேட்க வைத்திருக்கிறது, அவ்வளவுதான்.

பிரபஞ்சன் சொல்வது மாதிரி இந்தச் சமூக சட்டகத்திலிருந்து விலகினவர்கள். நாம் எல்லோருமே ஒரு வகையில் பிழைக்கத் தெரியாதவர்கள்தான். நம்மை மாதிரி பிழைக்கத் தெரியாதவர்கள் இருப்பதால்தான் நிறைய பிழைக்கத் தெரிந்தவர்கள் இருக்கிறார்கள்.

ஒருநாள் காலை நிலத்தில் என்னோடு பேசிக்கொண்டிருக்கையில்தான், இங்கேயே தங்கி ஒரு முழு நீளப் படத்தை எடுக்கப்போகிறேன் என்றான் ஜெய்.

இதில் அழியப்போகிறான் என்ற என் உள் அகங்காரம் ஒன்று என்னிலிருந்து சொல் வழியே எட்டிப்பார்த்து, பின் உள்ளுக்குள்ளேயே சென்றுவிட்டது.

சொன்ன மாதிரியே அடுத்த மாதமே 'செந்நாய்' என்ற தன் படத்தின் படப்பிடிப்பை ஆரம்பித்தான். நான் அப்படத்தில் ஒரு முக்கிய பாத்திரமாக்கப்பட்டேன். வெற்றிகரமாகப் படப்பிடிப்பு முடிந்து, அப்படம் பல விருதுகளை அவனுக்குக் குவித்தது.

என் அகங்காரம் அவன்முன் மண்டியிட வேண்டும்தானே! அது என்னால் முடியாது, எந்த மனிதர்களாலும் முடியாது. அவர்கள் இன்னும் இன்னும் இந்த அகங்காரத்திற்காக தோற்றுக்கொண்டேயிருக்கவே விரும்புவார்கள்.

ஜெய் என்னோடு பத்தாயத்தில் தங்கியிருந்த காலத்திலேயே பெங்களூரிலிருந்து என் மொபைலுக்கு ஒரு எஸ்.எம்.எஸ் வந்தது.

"பவாப்பா, என் பெயர் சாமிநாதன். பல மாதங்களாக மிகுந்த மன உளைச்சலில் சுற்றி அலைகிறேன். இந்த வயதுள்ள ஒரு இளைஞனுக்கு என்னென்ன கெட்டபழக்கங்கள் உண்டோ அத்தனையும் எனக்குண்டு. நீண்ட நாள்கள் உங்களோடு தங்க விருப்பம். கிளம்பி வரட்டுமா?"

கிளம்பி வரச்சொன்னேன். அந்தப் பையனின் உண்மை எனக்குப் பிடித்திருந்தது.

அதிகம் பேசாத, குழந்தைமை மாறாத முக அமைப்பு அவனுக்கு. நாங்கள் இருவரும் தொடர்ந்து உரையாடத் தொடங்கினோம். அநேகமாக சொற்களற்ற உரையாடல் அவை. கண்களாலும் தொடுதல்களாலும்.

மனுஷ்யபுத்திரனின் ஒரு புகழ்பெற்ற கவிதையைப் போல, நாம் உரையாடுவதற்குத் தவறான ஒரு உறுப்பையே பயன்படுத்துகிறோம். கைகள்தான் ரத்த நாளங்களின் வழியே செய்தியை இதயத்திற்கு அனுப்புகின்றன. என் கைகளை இன்னும் இறுகப்பற்றிக்கொள் என்பது மாதிரியான கவிதை வரிகள் அவை.

நானும் சாமிநாதனும் அப்படித்தான் ஒருவரை ஒருவர் உள்வாங்கிக்கொண்டோம்.

உடைந்து அழுவதற்குத் தயாராக இருக்கிற மனிதர்களுக்கு ஒரு தொடுதல் போதும். அவர்கள் கட்டி வைத்திருக்கிற அணைகள் உடைந்துவிடும்.

நம் தோளுக்கு நிகராக வளர்ந்த இளைஞர்கள் நம் முன்னால் உடைந்து அழுவது ஒரு வித ரணம், இருவருக்குமே! ஆனால் கண்ணீர் மட்டும்தான் நம் துயரத்தை, ஆற்றாமையை வெளியேற்ற நம் கைவசம் இருக்கிற ஒரே மொழி. நம்மை அரவணைத்து ஆறுதலளிக்கிற ஒருத்தியோ அல்லது ஒருவனோ கிடைத்துவிடுகிறபோது நம் மனத்துயரம் லேசாகிவிடுகிறது.

மெல்ல மெல்ல சாமிநாதன் தன் கடந்த கால வாழ்வை என் முன்னால் சொற்களால் கடந்து கொண்டிருந்தான்.

சாமிநாதனின் சொந்த ஊர் சிவகங்கை. பொறியியல் கல்லூரியில் படிக்கும்போது அவனுக்குள் அவள் வந்தாள். அதன்பிறகு இருவரின் உலகமும் ஒன்றென ஆனது. எதிர்காலத்தைப் பற்றிய பெருங்கனவுகளை இருவரும் சேர்ந்தே காண ஆரம்பித்தார்கள். அவனுக்கு இலக்கிய வாசிப்பிருந்தது. இதுவரை எழுதப்பட்ட கதைகளும் கவிதைகளும் தங்களுக்காகவே எழுதப்பட்டவை என இருவரும் நம்பினார்கள்.

படிப்பிற்குப் பின் அவளுக்குச் சிறப்பான ஒரு வேலை கிடைத்தது. டெல்லி சென்றாள். சாமிநாதனுக்கும் அப்படியே! அங்கிருந்து கூகுள் நிறுவன உயர்பதவி ஒன்றுக்குத் தேர்வாகியிருந்தார்கள். அடுத்த வாரம் விமானம் ஏறியாக வேண்டும்.

நாம் எதிர்பாராத ஒரு விநாடியில் நிகழும் சம்பவம்தானே மனிதக் கனவுகளை, வாழ்வை அப்படியே சிதைக்கிறது. தலைகீழாகப் புரட்டிப் போடுகிறது. அப்படி நடந்த ஒரு சாலை விபத்தில் அந்த இடத்திலேயே அவள் மரித்துப்போனாள்.

சாமிநாதனுக்கு வாழ்வு எல்லாமே கடந்த காலமாகிவிட்டது, நிகழ்காலமும் எதிர்காலமும் இருண்டுவிட்டது. அவள் உடலளவிலும், அவன் மன அளவிலும் சிதைந்துபோனார்கள்.

டெல்லியிலிருந்து மரணித்த அந்த உடலை ஒரு ரயிலில் ஏற்றி அவன் ஊருக்குக் கொண்டுவந்தான். அந்த இரண்டு நாள் பயணம் இந்த உலகத்தில் யாருக்குமே வாய்க்கக்கூடாத ஒன்று. ஏதோ ஒரு பெட்டியில் உயிரற்றவளாக அவளும், நகரும் அந்த ரயிலில் உயிருள்ள பிணமாக அவனுமாக இரு முழு நாள்களைக் கடந்தார்கள்.

அடக்கம் முடிந்து அவன் மனம் போன பாதையில் நடக்கத் தொடங்கினான். வீடு, கார், பைக், அப்பா, அம்மா, கடை எல்லாமும் அவனிடமிருந்து வெகுதூரத்திற்குப் போய்விட்டார்கள்.

மனிதர்களற்ற பிரதேசத்தை நோக்கிப் போய்விட வேண்டுமெனப் போனான். ஆனால் அது முடியவில்லை. மறுபடி மறுபடி மனம் மனிதர்களை நோக்கியே முன்னகர்ந்தது. மனிதர்கள் முன்பே மண்டியிட்டது. தாங்கிக் கொள்ள முடியாத ஒரு தப்பித்தலுக்குத்தான் எனக்கு எஸ்.எம்.எஸ் செய்தான்.

ஏதோ
ஒரு சாய்தல்
அல்லது ஒரு
தேறுதலுக்கான
சொல் வேண்டிய
தேடுதல் அது.

ஏற்கெனவே நாங்கள் எங்கள் மூன்றரை வயது மகன் சிபியை ஒரு சாலை விபத்தில் இழந்தவர்கள். எங்கள் வீட்டில் உள்ளவர்கள் சிபி திரும்பி வந்துவிட்டான் என நாதனின் வருகையால் நிரம்பினார்கள். இருண்டிருந்த எங்கள் அறைக்கு அவன் மெழுகுவத்தி வெளிச்சத்தோடு வந்தான்.

நிலம் எப்படி ஜெய்யின் கைகளுக்குள் போய் அடைந்து கொண்டதோ, அப்படி எங்கள் வீடு நாதனின் கைகளில் அடைக்கலமானது. வீட்டில் இருண்டுகிடந்த ஒவ்வொன்றுக்கும் அவன் வெளிச்ச மூட்டினான்.

நாங்கள் தோளில் கைபோட்டுப் பேசுகிற தோழர்களானோம். வாசிப்பில் எங்கள் இருவருக்குமான ரசனைகள் வேறு வேறாக இருந்தன. என் மகனுக்கும் மகளுக்கும் அவன் ரசனை நூறு சதவிகிதம் ஒத்திருந்தது.

கொரோனா காலத்தின் ஒரு உக்கிரமான மதிய நேரம் அது. எங்கள் வீட்டின் அந்த உயரம் குறைந்த உணவு மேஜையின் முன் அமர்ந்து நாங்கள் எல்லோரும் பேசிக்கொண்டிருந்தோம். உரையாடலுக்கு மிக உகந்த இடம் என்னைப் பொறுத்தவரை சாப்பாட்டு மேஜைதான். அதுவும் உயரம் குறைந்த மேஜைகள், நம் மனதை இன்னும் நெருக்கமாக்குகின்றன.

அன்றைய உரையாடலை நான்தான் தொடங்கினேன். ஒரு வேளை அந்த உரையாடல் என் பொதுப்புத்தியிலிருந்து தொடங்கியிருக்கக்கூடும். இன்றைய இளைஞர்களின் ஒழுக்கம் சார்ந்ததாகக்கூட அது இருந்திருக்கலாம்.

ஏதோ ஒரு சொல்லால் சீண்டப்பட்ட நாதன் என்னை நேருக்கு நேர் பார்க்காமல், “என் வாழ்க்கையில் உங்களை மாதிரி வாழக்கூடாதுன்னு நினைக்கிறேன்பா” என்றான்.

இதோ இன்னொரு இளைஞன் என் அகங்காரத்தின் மீது நெருப்பை அள்ளிக் கொட்டுகிறான்.

“ஏன்” என்று என்னைக் கேட்கவிடாமல் அவ்விடத்தில் உறை மௌனம் தடுத்தது.

என் உபதேசத் தொனி, அல்லது ஒழுக்கம், அல்லது என் வெற்றி என நான் நம்பின ஏதோ ஒன்று அவனை மோசமாகச் சீண்டியிருக்கிறது.

படைப்பாளி எப்போதுமே உபதேசிப்பவன் இல்லை. வாழ்வை அதன் போக்கில் ஓட விட்டு வேடிக்கை பார்க்கும் ஒரு குழந்தைதான். அவன் உனக்குப் பிடிக்காத எதையோ சொல்ல முற்படும்போது அவன் உன் எதிரியாகிறான். எத்தனை வாசகர்கள் எழுத்தாளர்களின் எழுத்துக்கு நண்பர்களாக இருக்கிறார்களோ, அதைவிட அதிகமாக அதில் முரண்படுகிறவர்களும் இருக்கிறார்கள்.

நாதன் ஒரு வகையில் வெளிப்படையானவன். என் மகன் சிபி இருந்திருந்தால் அவனும் ‘உன்னை மாதிரி வாழ விரும்பலைப்பா’ என என்னைப் பார்த்துச் சொல்லியிருப்பானோ என்ற பயம் வந்து என்னைச் சூழ்ந்துகொண்டது.

நாதன்தான் என் அகங்காரத்தை முதன்முதலில் சீண்டியவன் என எல்லோரும் சொன்னார்கள். இல்லை, அதற்கு முன் ஜெய், அதற்குமுன், அதற்கு முன் என வரிசை வரிசையாக என் முன்னே எத்தனையோ மனிதர்கள் நிற்கிறார்கள்.

நாம் ஏன் மனிதர்களை நேசிப்பதை விட்டுவிட்டு அவர்களைப் புரிந்து கொள்ள முயல்கிறோம். அந்த முயற்சியில்தானே விரிசல்களும் உடைதல்களும் நிகழ்கின்றன. நம் அகங்காரத்தை உடைக்க யார் முயன்றால் என்ன? அதில் ஏன் நாம் நமது தகுதியை நிர்ணயிக்க வேண்டும்?

வாழ்வில் பெயர் தெரியாத, உறவு தெரியாத யார் யாரோ நம் அகங்காரத்தைச் சீண்டுகிறார்கள். அல்லது சுடும் உண்மையை நமக்கு உணர்த்துகிறார்கள்.

ஜெய்யும் நாதனும் அவர்களில் பெயர் தெரிந்த இரு மகன்கள் எனக்கு.

ஒருவகையில் என் படைப்புகளில், அல்லது என் சக எழுத்தாளர்களின் படைப்புகளில் இம்மாதிரியான மனிதர்களே வெவ்வேறு பெயர்களில் விரவிக் கிடக்கிறார்கள்.

என் ‘வேட்டை’ கதையில் வருகிற ஜப்பான் கிழவனின் ஈகோவை ஒரு காடு அழிக்கிறது. ‘நான் சதா இந்தக் காட்டை ஜெயித்துக் கொண்டேயிருப்பேன்’ என்ற அகந்தையிலிருந்த அவனைத் தோல்வியுறச் செய்து குப்புற விழ வைக்கிறது. அதன்பின்தான் அவன் அந்தக் காட்டிடம் மண்டியிடுகிறான்.

ராஜம்மாளின் மீதான என் பால்ய காதலை என் நடுத்தர வாழ்வின் பெருமிதங்கள்தான் சிதைக்கின்றன. இந்த அகந்தையை என் சொந்த வாழ்வே அழிக்கிறது.

என் ‘மண்டித் தெரு பரோட்டா சால்னா’ என்ற கதையில் அப்பாவுக்கும் மகனுக்குமான அந்த ஈகோவைக் கடைசி வரையில் யாரும் அழிக்கமுடியவில்லை. இருவருமே ஆற்றின் வெவ்வேறு கரைகளில் நின்றுகொண்டிருக்கிறார்கள்.

ஓடும் நதிநீரில் இறங்கிக் கைகளை விரித்து ஒருவரை நோக்கி ஒருவர் எந்த அகங்காரமுமின்றி முன்னேறிச் செல்கையில் அவர்களின் அகந்தை அந்த ஆற்று நீரில் அடித்துச் செல்லப்பட்டுவிடும். ஆனால் நம்மில் பெரும்பாலோர் ஆற்றின் கரைகளிலேயே நின்றுவிடுகிறோம். ஒரு வகையில் ஜெய், நாதன், ராஜம்மாள், ஜப்பான் கிழவன் என நிஜத்தில் சந்தித்த மனிதர்களும், கதையில் வரும் பாத்திரங்களும் ஒரு புள்ளியில் இணைகிறார்கள். இவர்கள் எல்லோரும் என்னைப் பார்த்தோ, அந்தக் காட்டைப் பார்த்தோ, அல்லது இந்த மானுடத்தைப் பார்த்தோ எழுப்பும் கேள்வி ஒன்றே ஒன்றுதான்.

ஏன் இத்தனை அகங்காரம் உனக்கு?

4

சென்னையில் ரெஸ்டாரெண்ட் ஒன்றில் நண்பரோடு சாப்பிட்டுவிட்டு வெளியேறினேன். பார்க்கிங்கில் *TN 57* எண் கொண்ட வாகனத்தைப் பார்த்த நண்பர் முகத்தில் ஒரு பிரகாசம். “எங்க ஊருக்காரங்க அண்ணே!” என்றார். வேலை நிமித்தமாக மாநிலத்தின் வேறொரு மூலையில் தங்கியிருப்பவர்களுக்கு இந்த *TN 57, TN 32, TN 25* என்பவை வெறும் பதிவெண்கள் மட்டுமல்ல என்பது மற்றொரு முறை உண்மையானது. பிழைப்புக்காக தங்கள் ஊரை விட்டு வெவ்வேறு இடங்களுக்குச் செல்கிறவர்களின் சுமையின் கனம் அதன் தொலைவைப் பொறுத்து அதிகரித்துக்கொண்டே இருக்கும். “கொஞ்ச நாள்ல நிம்மதியா ஊர்ல போய் செட்டிலாகிடணும் மாப்ள!” என்ற புலம்பல்கள் அலைபேசியில் பரிமாறப்பட்டுக்கொண்டே இருக்கின்றன. கடன், தங்கச்சி திருமணம், சொந்த வீடு, வாழ்க்கை மேம்பாடு என்பவை மனிதர்களை அரேபிய, ஐரோப்பிய நாடுகளில் தஞ்சம் புகுந்து வீடுகளை வீடியோ கால்களுக்குள் அடக்கிவிடுகின்றன. ‘சித்திரை மாசம் திருவிழாவுக்கு வாரேன்!’ என்ற உத்தரவாதங்கள் உறவுகளுக்குத் தரும் ஆனந்தம் அலாதியானவை.

ஆனால், திரும்பிச் செல்ல முடியாத புலம்பெயர்தல் எவ்வளவு கோரமானது. உலக வரைபடத்தின் கோடுகள் என்னை எப்போதும் பயமுறுத்துபவை. அதில், ஐரோப்பிய நாடுகள் எங்கிருக்கின்றன என்று எனக்குத் தெரியாது. அவை எனக்கு எட்டாத தூரங்கள். ஆனால், அந்த ஐரோப்பாவுக்கு நான் பயணித்தேன். அது மகிழ்ச்சிகரமான விஷயமா என அனுமானிக்க முடியவில்லை. பாரிஸ் விமான நிலையத்திலிருந்து எங்களை

அழைத்துச் செல்ல அகரன் எனும் என் வாசகர் வருவார் என்றனர். அகரனிடம் நான் பேசியதுகூட இல்லை. அவருடைய தொலைபேசி எண்ணும் தரப்படவில்லை. அகரன் உங்களைச் சரியாகக் கண்டுபிடித்து அழைத்துச் செல்வார் என்ற தகவலுடன் மட்டும் நான் பாரிஸ் விமான நிலையத்திலிருந்தேன்.

அகரன், தன் மனைவி, மகள் சகிதம் பெரிய ரோஜாப் பூங்கொத்துடன் வரவேற்றார். வெர்சாய் எனும் இடத்திலிருந்த அவர் வீட்டுக்குச் சென்றோம். இருபது நாள்கள் நீடித்த அப்பயணத்தில் அகரன் எனக்குத் தம்பியாக, மகனாக மாறிப்போனான்.

அகரன், ஒரு இலங்கைத் தமிழர். இலங்கைத் தமிழர் என்ற வார்த்தையைச் சொல்லும்போதே, எங்கிருந்தோ ஒரு வலி வந்து நம் மனதில் படிந்துகொள்வதை நம்மால் உணர முடியும். ஏதோ ஒரு எதிர்பாராத தருணத்தில் அவர்களுடைய வாழ்க்கையில் கருமேகங்கள் சூழ்ந்துகொண்டன. ஒரு காகிதக்கப்பல் பேரலையில் அடித்துக்கொண்டு செல்வதுபோல், எங்கே ஒதுங்குவது என்று தெரியாமல், ஏதோ ஒரு கரையில் ஒதுங்கிப்போன பல லட்சம் மனிதர்களில் அகரனும் ஒருவர். அவருக்கு இப்போது நாற்பது வயதிருக்கலாம்.

யாழ்ப்பாணப் பல்கலைக் கழகத்தில் அரசியல் அறிவியல் இரண்டாம் வருடம் படித்துக்கொண்டிருந்தான் அகரன். அங்கு சிங்கள அரசு நடத்திய துப்பாக்கிச் சூட்டில் மாணவர்கள், பேராசிரியர்கள் எனப் பலரும் காயமடைந்தனர்.

அக்கொடுமையைத் தாங்க முடியாமல், மாணவர்கள் மத்தியில் நடந்த ஒரு கூட்டத்தில் அகரனும் ஐந்து நிமிடம் பேசுகிறான். அந்த ஐந்து நிமிடப் பேச்சுதான், அகரனை ஒரு கிழிந்த காகிதமாக உலக வரைபடங்களிலுள்ள தண்ணீரில் மிதக்கவைத்தது. அந்த ஐந்து நிமிடம் பேசாமல் அந்தக் கொடுமையைக் கடந்து சென்ற இன்னொரு நபர், வாழ்க்கையில் வெற்றியடைந்த மனிதராய்க் கருதப்படலாம். அவர் ஒருவேளை இப்போது கொழும்பிலேயேகூட சகல வசதிகளோடும் இருக்கலாம்.

ஆனால், அகரன் அந்த நேர்க் கோட்டிலிருந்து விலகியவர். சமூகத்தை நேசிப்பவர். அதனால்தான் அந்த ஐந்து நிமிடப் பேச்சு, அந்த உரை அகரனை எல்லோரிடமும் கவனப்படுத்தியது. முக்கியமாக இலங்கை ராணுவத்தை கவனிக்க வைத்தது. புலிகள் இயக்கத்தவரை கவனிக்க வைத்தது. அரசியல் இயக்கங்களையும், போராட்டத்தில் ஈடுபட்டுக்கொண்டிருப்பவர்களையும் கூர்ந்து கவனிக்க வைத்தது. அவர்களுக்கு இன்னொரு தோழன் கிடைத்துவிட்டான்.

ஒரு கட்டத்தில் புலிகள் இயக்கத்தினர் அகரனை அழைத்துச் சென்று, 'நீ எங்களுடனே இருந்துவிடு! உன்னை எப்படியும் இலங்கை ராணுவம் சுட்டுக் கொன்றுவிடும்' எனக்கூறி தங்களுடன் இருத்திக்கொள்கிறார்கள்.

அகரனின் அம்மா ஏதோ ஒரு தொலைதூர கிராமத்திலிருக்கிறார். அப்பா இல்லாத அவனை வளர்த்து ஆளாக்கிய அம்மாச்சிகள் இன்னொரு ஊரில் இருக்கிறார்கள். இவன் வவுனியா காட்டிற்குள் விடுதலைப் புலிகள் இயக்கத் தோழர்களுடன்

இருக்கிறான். வாழ்க்கை எத்தனை விசித்திரமானது?

அம்மாவிடம் மட்டும் இறுதியாகச் சொல்லிவிட்டு வந்துவிடுகிறேன் எனக் கூறி, மூன்று நாள்கள் அவகாசம் வாங்கிக்கொண்டு தன் அம்மாவைப் பார்க்க வருகிறான். மனம் முடிவெடுக்க முடியாமல் அலைவுறுகிறது.

இப்போது அவன் முன்னே இரண்டு வழிகள் இருந்தன. ஒன்று, இலங்கை ராணுவத்திடம் மாட்டிச் செத்துப் போவது அல்லது சிறைக்குப் போவது. மற்றொன்று புலிகளுடன் சேர்ந்து இலங்கை ராணுவத்திற்கு எதிராக சண்டையிடுவது. இரண்டு முடிவுகளிலுமே மையப்புள்ளி மரணம் மட்டுமே.

மூன்றாவதாக இன்னொரு வழி தோன்றுகிறது. அது அவனுடைய சொந்த வாழ்க்கையைப் பற்றிய கனவல்ல, மரணத்தைத் தவிர்த்த ஒரு வாழ்வு.

போலி பாஸ்போர்ட் மூலம் மலேசியாவுக்குச் செல்கிறான். அங்கிருந்து அடர் காட்டுவழி நடைப்பயணத்தால் தாய்லாந்து செல்கிறான். பாங்காக்கில் ஒரு அடைக்கப்பட்ட கதவிற்குள் இரண்டு நாள்கள், செத்துப்போன பிணம்போல் கிடக்கிறான். வாழ்க்கை, ஒரு கல்லூரி மாணவனை ஈவு இரக்கமில்லாமல் சிதைத்துவிடுகிறது. பசியும் பட்டினியுமாக அங்கிருந்து வியட்நாம், வியட்நாமிலிருந்து சீனா, சீனாவிலிருந்து ஒரு சிறு எல்லை வழியாக மூன்று முறை ஐரோப்பிய நாடுகளுக்குத் தப்பிச்செல்ல முயல்கிறான்.

மூன்றாவது முறை சீன ராணுவத்திடம் பிடிபடுகிறான். அப்போது அவனுடன் மேலும் இருவர் பிடிபடுகிறார்கள். மூன்று பேரிடம் தனித்தனியே விசாரணை நடக்கிறது. மூவரும் இலங்கையிலிருந்து தப்பித்தவர்கள் என்ற உண்மை ஊர்ஜிதமாகிறது. அகரனும் அந்த இரண்டு பேரும் சேர்ந்து உடனே அந்த ராணுவ அதிகாரியின் காலில் விழுந்து கதறுகிறார்கள். "ஐயா எங்களுக்கு எதுவுமே தெரியாது. எப்படியாவது உயிர் பிழைத்து ஐரோப்பாவிற்குச் செல்லலாம் என வந்தோம். எங்கள் நாடு எங்களை வாழவிடாமல் துரத்துகிறது'' எனக் கண்ணீருடன் முறையிடுகின்றனர்.

"எல்லை கடந்த இக்குற்றத்திற்காக குறைந்தது 15 வருடம் சிறைத் தண்டனை நிச்சயம்'' என்று அந்தச் சீன ராணுவ அதிகாரி சொல்லும்போது அகரனுக்கு வயது இருபது. எல்லோர் வாழ்விலும் அரிதாக நிகழும் ஓர் அதிசயம் அகரனுக்கு நிகழ்ந்திருக்கிறது.

இறுகிப்போன முகமுடைய அச்சீன ராணுவ அதிகாரியின் முகம் ஏதோ ஒரு கணத்தில் இளகுகிறது. யாருமே எதிர்பார்க்காத ஒரு தருணத்தில் அந்த அதிகாரி அகரனைக் கட்டித்தழுவுகிறான். அந்தச் சீன அதிகாரியின் அளவற்ற கருணையாலும், ஒரு மியான்மர் ராணுவப் பெண் அதிகாரியின் தாய்மையாலும்தான் அகரனால் எங்களை பாரிஸ் விமான நிலையத்திற்கு ரோஜாப்பூக்களோடு வந்து தன் வீட்டிற்குக் கூட்டிப்போக முடிந்தது.

பாரிஸிலிருந்து வெர்சாயிக்கு காரில் போகும்போது அதன் ரம்மியத்தில் குதூகலமுற்ற என் மகன்

வம்சி, "அகரனண்ணா, நான் இங்க வந்து உங்ககூட இருந்திடட்டுமா?" எனக் கேட்டான். அந்த நொடியில் கார் ஓட்டிக்கொண்டிருந்த அகரன் எங்கள் பக்கம் திரும்பி, "ஏன் தம்பி, உனக்குத்தான் சொந்தமாக நாடிருக்கிறதே" என்றான். அதைக் கேட்டபோது எனக்குள் எழுந்த நடுக்கம் இன்னமும் அப்படியேதான் இருக்கிறது.

மாலை ஆறு மணி வாக்கில் வெர்சாயில் அகரன் வீட்டை அடைந்தபோது கண்ட காட்சி எங்களை மேலும் வியப்பூட்டியது. முதல் மாடியில் அகரன் வீடு. வாசலை அடைத்து இருபுறமும் திறந்தவெளி மதுவகமும் உணவகமும், வரிசை வரிசையாய் பிரெஞ்சுக்காரர்கள். ஆண்கள், பெண்கள் என்ற பாகுபாடெல்லாம் இல்லை. மிக நவீனமான உடைகள். இரவெல்லாம் குடிப்பது, உண்பது, புகைப்பது, பேசுவது, குதூகலிப்பது. முதல் மாடியில் அகரன் வீட்டு ஜன்னலைத் திறந்தால் அந்தப் பேரிரைச்சல் சத்தத்தில் இன்னொரு மனிதனால் தூங்கவே முடியாது.

"இதை எப்படித் தாங்கிக் கொள்கிறீர்கள் அகரன்..?"

"எங்கட நாட்டில் ஜன்னலைத் திறந்தால் கேட்கும் வெடிச்சத்தங்களுக்கும், துப்பாக்கி சுடுதலுக்கும் பழக்கப்பட்ட இக்காதுகள் வெள்ளைக்காரர்களின் கொண்டாட்ட சத்தங்களுக்கும் தங்களை ஒப்புக்கொடுத்துவிட்டன பவா அண்ணா..!"

ஆண்கள், பெண்களென அவர்கள் மேலிருந்து எழும் வாசனையும், மதுபான வாசனையும் ஒருமித்து ஒரு வித சொல்லப்படாத போதையை அந்த இடம் முழுக்க வியாபிக்க வைத்திருக்கும். இதற்குப் பத்தடிக்கு மேல்தான் அகதி என்று முத்திரையிடப்பட்டு நாடு நாடாய் துரத்தியடிக்கப்பட்ட அகரனின் வசிப்பிடமிருக்கிறது. இதுவும்கூட தற்காலிகம்தான். ஏதோ ஒரு நள்ளிரவில் அகரனின் வீட்டின் படியேறி ஒரு ராணுவ பூட்ஸ் காலோ, போலீஸ் பூட்ஸ் காலோ ஏதோ காரணத்துக்காகக் கதவைத் தட்டக்கூடும். அதுவரை வாழ்ந்துகொள்ளலாம்.

"மனைவியும் மகளும் எங்கே?"

"இந்தச் சிறுவீட்டில் அவர்களும் இருக்க முடியாதில்லையா? அதனால் பக்கத்துத் தெருவில் உள்ள என் நண்பரின் வீட்டிற்குப் போய்விட்டார்கள். விடியும்போது இங்கிருப்பார்கள்." பலரின் இரவுகள் எப்போது விடிவது?

பல லட்சம் மனிதர்கள் தன் விருப்பமில்லாமலேயே இடம் பெயர்ந்துகொண்டேயிருக்கிறார்கள். அது ஊர் விட்டு ஊரோ, மாநிலம் விட்டு மாநிலமோ, தேசம் விட்டு தேசமோ, தினம் தினம் நிகழ்ந்து கொண்டேதான் இருக்கிறது. இன்றைக்கும் திருவண்ணாமலைப் பேருந்து நிலையத்தை நள்ளிரவில் யாராவது கடந்து போனால், பத்துக் குடும்பங்களைச் சேர்ந்தவர்களாவது பெட்டி படுக்கையுடன் தரையில் படுத்து, வரப்போகும் பேருந்துக்காகக் காத்துக்கொண்டிருப்பதைப் பார்க்கலாம். அவர்களெல்லாம் பெங்களூருக்குத் தற்காலிகமாக இடம்பெயர்கிறவர்கள்.

ஏதோ ஒரு நிலப்பரப்பில் அவர்கள் விரும்பாத ஒரு இடத்தில் ஊன்றப்பட்டு, அதில் துளிர்த்து வர முடியாமல் கருகிப்போகிற மனிதர்கள் எத்தனை எத்தனை பேர். நமக்குக் காட்டப்படுகிற உலகம் ஒன்று. நாம் சுற்றுலாப் பயணிகளாகப் பெற்றுக்கொள்ளும் உலகம் வேறொன்று. அதன் இன்னொரு பக்கத்தில் ஒரு நிஜ வாழ்க்கை, ஒரு நிஜ நகரம், ஒரு நிஜ தேசம் தெரிகிறது. அந்த நிஜம் நம் முகத்தில் அறைகிறது.

காலம் முழுக்க இந்த இடப்பெயர்வு எல்லா இனக் குழுக்களுக்கும், எல்லா மனிதர்களுக்கும் எல்லா நிறம் உள்ளவர்களுக்கும் இருந்துகொண்டே தான் இருக்கிறது. இடம்பெயர்ந்து வாழ்ந்துகொண்டிருக்கும் எல்லா மனிதர்களுக்கும் 'இது நம் சொந்த நிலமில்லை, என்றாவது ஒரு நாள் நாம் இங்கிருந்து துரத்தி அடிக்கப்படுவோம்; அல்லது நாமே புறப்பட்டுவிடுவோம்' என்கிற எண்ணம் மனதில் ஓடிக்கொண்டிருக்கும். கொரோனா பெருந்தொற்றின்போது, பல்லாயிரக் கணக்கான மக்கள் தங்கள் சொந்த ஊரை நோக்கிக் குழந்தைகளுடன் பாதம் வெடிக்க நடந்துபோன காட்சிகள் இன்றும் நிழலாடுகின்றன.

உக்ரைன் போர் நடந்து கொண்டிருக்கையில், நாங்கள் ஜெர்மனியில் ஒரு நண்பர் வீட்டில் இருந்தோம். நாங்கள் தங்கியிருந்த வீட்டு ஜன்னலைத் திறந்தால் எதிரே ஒரு அடுக்குமாடிக் குடியிருப்பு. அந்தக் குடியிருப்பு முழுக்க உக்ரைனிலிருந்து அகதிகளாக்கப்பட்டு வந்திருப்பவர்கள் தங்கியிருந்தார்கள்.

இலங்கையிலிருந்து பல ஆண்டுகளுக்கு முன் ஜெர்மனிக்குப் புலம்பெயர்ந்திருந்த ஒருவர் வீட்டில்தான் நாங்கள் தங்கியிருந்தோம். இன்று அவர்கள் நல்ல நிலையில் உள்ளார்கள். அவர்கள் அந்த அடுக்குமாடிக் குடியிருப்பைப் பார்த்து "பயமாக இருக்கிறது! இவர்களெல்லாம் ஏதோ ஒரு நாட்டிலிருந்து துரத்தியடிக்கப்பட்ட அகதிகள். எங்கள் வீட்டிற்கு முதலில் ஒரு இரும்பு கேட் போட வேண்டும்'' என்றனர். தாங்கள் இனி அகதிகள் இல்லையென அவர்கள் உணரத்தொடங்கியதே ஒரு மகத்துவம்தான். ஆனால், புதிதாக இன்னொரு நாட்டிலிருந்து தற்போது வந்தவன் அகதியாகத் தெரிகிறான்.

எல்லா மனிதர்களும் ஆங்காங்கே சிதறித்தான் கிடக்கிறோம். அதில்

சக மனிதன்மீது ஏன் விழுகிறது நம் குரோதப் பார்வை. தமிழர்கள் மட்டுமல்லாது வட இந்தியாவில் இருந்து வந்தவர்களும் தென்னிந்தியா முழுக்கப் பரவிக் கிடக்கிறார்கள். வட மாநிலத் தொழிலாளர்கள் அனைத்து உணவகங்களிலும் லாட்ஜ்களிலும் வேலை செய்து கொண்டிருக்கிறார்கள்.

இந்த மனிதர்கள் பலர் நெருப்பின் மீதுதான் நின்று கொண்டிருக்கிறார்கள். இவர்கள் யாரும் விரும்பி, சந்தோஷமான வாழ்க்கை வாழ்வதாக எனக்குத் தெரியவில்லை. அவர்களில் ஒற்றை மனிதர் செய்கிற ஒரு தவறு, ஒட்டுமொத்தமாக அந்த இனத்தின் தவறாகக் குற்றச்சாட்டுக்கு ஆளாகும். அவர்களுக்கு எதிரான வெறுப்புணர்வு தூண்டப்பட்டு, பல அப்பாவிகளின் வாழ்க்கை அந்தரத்தில் தவித்து நிற்கும். சமீபத்தில் இப்படி ஒரு பதற்றத்தில் வடமாநிலத்தவர் பலரும் சொந்த ஊர் செல்வதற்காக ரயில் நிலைய பிளாட்பாரங்களில் குவிந்தனர். எவ்வளவு பயம் அந்த மனங்களில் நிறைந்திருக்கும்!

காவிரிப் பிரச்னை சர்ச்சையாகிற போதெல்லாம் கர்நாடகாவில் உள்ள தமிழர்களை நினைத்து ஒரு கணம் மனம் பதறுகிறதுதானே! சென்னையின் பூர்வகுடிகளை நகருக்கு வெளியே அனுப்பும்போதெல்லாம் எழுகிற அழுகுரல் அத்தனை எளிதில் அடங்கிவிடக்கூடியதா? பொருளீட்டுதல் வாழ்வின் அதி முக்கியமான பொழுதிலேயே மனிதன் தேசங்களைக் கடக்கத் துணிகிறான். எல்லையற்ற கடல்போல பிரபஞ்சம் பொதுவானதென நம்புகிறான். மாப்பிள்ளை சிவகங்கை, பொண்ணு மெல்போர்ன் என செய்தித்தாள்களில் இடம்பெறும் புகைப்படப் புன்னகைகள் எல்லோருக்கும் சாத்தியப்பட்டு விடுவதில்லை. ஆனால், ஏதோ ஒரு நம்பிக்கை கொடுக்கிறது.

புதுமைப்பித்தனின் ‘செல்லம்மாள்’ கதையில் செல்லம்மாள் தன் கணவனிடம், “நான் செத்துட்டா என்னை எப்படியாவது கொண்டு போய் தாமிரபரணி ஆற்றங்கரையில் வச்சிருங்க” எனக் கண்ணீர் மல்கக் கோரிக்கை வைப்பார். தன் சொந்த நிலத்தில் வாழவேண்டும், சொந்தக் காற்றை சுவாசிக்க வேண்டும் என்ற எண்ணம் எல்லா மனிதர்களுக்கும் உண்டு. எது சொந்த நிலம், எந்தக் காற்று சொந்தக் காற்று எனக் கேள்வி எழுகையில் ‘யாவரும் கேளிர்’ என்ற சொற்கள்தானே ஆறுதலளிக்கின்றன.

5

என் மனதில் ஒரு சித்திரம் அடிக்கடி நினைவில் வந்து சமநிலை கலைப்பதுண்டு. ஒரு மனிதனின் கால்களை மற்றொருவன் பற்றிக்கொண்டு மன்றாடுகின்ற சித்திரம் அது. உறக்கம் தொலைத்த பின்னிரவுகளில், நெடுந்தொலைவு செல்லும் கார்ப் பயணங்களில், மலைப்பாதையில் நின்று வானத்தைப் பார்க்கும் பொழுதுகளில் என்று பல நேரங்களில் அந்தச் சித்திரம் என்னை இம்சித்திருக்கிறது.

சென்னை எழும்பூரிலிருந்து அடையாறுக்கு ஆட்டோவில் போகும்போது, தன்னிச்சையாக வழியில் கடந்துபோகிற மனிதர்களுடைய கால்களைப் பார்க்கத் தொடங்கினேன். மீண்டும் மனதில் அதே சித்திரம் நிலைகொண்டது. யாராவது ஒரு மனிதன் மற்றொருவருடைய கால்களைப் பற்றிக்கொண்டிருக்கிற காட்சி தென்படுமா எனப் பார்த்தபடியே வந்துகொண்டிருந்தேன். அப்படி எதுவும் தென்படவில்லை. ஆனால் அந்த எண்ணமே வழியெங்கும் நிறைந்திருந்தது.

அந்தச் சித்திரம் தோன்றுவதற்கு ஒரு காரணமும் இருந்தது. ஒரு வாசகனுக்கு ஏதோ ஒரு புத்தகத்தில் வாசித்த ஒரு பகுதி அல்லது ஒரு தருணம் மனதிலேயே தங்கிவிடுகிறது. அது தற்போது எங்கும் நடக்கிறதா என மனம் தன்னிச்சையாகத் தேடத் தொடங்கிவிடுகிறது. மனிதர்களின் முகங்களை நோக்காமல், கால்களைப் பார்த்தபடி இருந்ததற்கான காரணம் எழுத்தாளர் பிரபஞ்சன். 'சிக்கன் பிரியாணியும் ஸ்ரீதேவியின் படமும்' என்ற கதையைப் பிரபஞ்சனும், 'தினம் ஒரு பாண்டியன் எக்ஸ்பிரஸ்' என்ற கதையைக் கந்தர்வனும் ஒரே காலகட்டத்தில் எழுதியிருப்பது ஆச்சர்யமான ஒற்றுமை.

1970, 80-கள்... வேலையில்லாத் திண்டாட்டம் என்கிற ஆக்டோபஸ் தன் அத்தனை கரங்களாலும் மனிதர்களின் கழுத்தை நெரித்துக் கொண்டிருந்த காலகட்டம். ஏதாவது ஒரு வேலை, சொற்ப சம்பளத்திற்காவது ஒரு வேலை எனப் பலரும் ஏங்கிக்கிடந்த நாள்கள் அவை. ஒரு நல்ல வேலையை எப்படியாவது வாங்குவதற்காக பல பேருடைய நிலங்கள் விற்கப்பட்டன. பல குடும்பங்கள் கடன்சுமையில் தள்ளப்பட்டன. அந்தப் பணத்தைக் கொடுத்து வேலை வாங்குகிற கோரங்கள் நடந்தன. 'எப்படியாவது நம்ம பையனை வேலைக்குச் சேர்த்துடணும், நம்ம குடும்பத்துல ஒருத்தருக்காவது அரசாங்க உத்தியோகம் வாங்கிடணும்' எனப் பல பரிதவிப்புகள் இருந்தன.

ஆசையும் தேவையும் ஒன்றை நோக்கிக் குவிகிறபோது அதை வைத்து ஏமாற்றுவதும் வணிகம் செய்வதும் சமூகத்தில் அரங்கேறத் தொடங்கும். அந்தக் காலகட்டத்தில் எழுதப்பட்ட கதை, 'சிக்கன் பிரியாணியும் ஸ்ரீதேவியின் படமும்.' எழும்பூர் ரயில்வே ஸ்டேஷனுக்குப் பக்கத்தில் அறை எடுத்துத் தங்கியிருப்பான் ஒருவன். அண்ணாச்சி என்பார்கள் அவனை! ஏமாற்றிப் பிழைப்பவன். ஒரு நாள் யாரோ அவன் தலையில் தட்டுகிற மாதிரி 'டம்... டம்...' எனச் சத்தம் கேட்கும். இரவு குடித்த போதை தெளியாமல், யாரோ தலையில் தட்டுகிறார்களா அல்லது கதவைத் தட்டுகிறார்களா என்ற குழப்பத்துடன் எழுவான். அவன் எழுந்து போய் "யாரு" என்று கேட்கும்போது, வாசலில் ஒருவன் நிற்பான்.

''அண்ணே, என்னைத் தெரியலையா? ரெண்டு மாசத்துக்கு முன்னாடி என் தங்கச்சிக்கு ஒரு டீச்சர் வேலைக்காக உங்களை வந்து பார்த்தேன். கொஞ்சம் செலவாவும்னு சொல்லியிருந்தீங்க. ஊருக்குப் போய் பணம் தேத்திக்கிட்டு வந்துட்டேன். எங்களிடம் இருந்த அரை ஏக்கர் நிலத்தையும் விற்றுப் பணம் ஏற்பாடு செஞ்சுட்டேன்" என்று பரிதாபமாகச் சொல்வான். அவன் பெயர் மண்ணாங்கட்டி. 'ஒருவன் 400 மைல் கடந்து அழுக்கு மூட்டையுடன் வந்திருக்கிறான் என்று நினைத்தேன். ஆனால் அவன் மஞ்சள் பையில் லக்ஷ்மியுடன் வந்திருந்தான்' என்று அண்ணாச்சி நினைப்பதாக பிரபஞ்சன் எழுதியிருப்பார்.

அவனிடம் "ரெண்டு டீ சொல்லு!" என்பான் அண்ணாச்சி. அதிகாலை 5 மணிக்கு டீயுடன் ஆரம்பிக்கும். ''லாண்ட்ரில என்னுடைய துணி எல்லாம் வாங்கிட்டு வந்துடு'' என்பான். பிறகு டாக்ஸி பிடித்து அவனைத் தலைமைச் செயலகத்துக்குக் கூட்டிப் போவான்.

மண்ணாங்கட்டியின் பிரச்னை, அவனுடைய ஒரே தங்கையின் வாழ்க்கை. அவளுக்குத் திருமணம் செய்து அனுப்பிவைப்பார்கள். ஆனால், மூன்று மாதங்களுக்குள் அவள் வாழாமல் வந்து நிற்பாள். ஆசிரியர் பயிற்சி முடித்த தன் தங்கைக்கு எப்படியாவது ஒரு வேலை வாங்கிக் கொடுத்துக் கரையேற்றிவிடப் போராடுகிறான் அண்ணன். கரை வேட்டி கட்டிக் கொண்டு தன்னை அழைத்துச் செல்லும் அண்ணாச்சியிடம் அந்த மஞ்சள் பையைக் காண்பித்து, ''எப்படியாச்சும் என் தங்கச்சிய கரை சேத்துடணும்ணே'' என்று சொல்லுவான். இறுதிவரை, "சீச்சீ...

பணமா, அதை அப்படி வை!" என்று கூறுவான் அண்ணாச்சி.

காலை உணவும் முடித்து, தலைமைச் செயலகத்துக்குச் சென்று சில பேரிடம் அந்த அண்ணாச்சி அவனை அறிமுகப்படுத்துவான். அதுவே இவனுக்குப் பெருமையாக இருக்கும். மதிய உணவிற்கு புகாரி ஹோட்டல் செல்வார்கள். 917 ரூபாய் பில் வரும். தான் நிலம் விற்ற பணத்திலிருந்து எடுத்துக் கொடுப்பான் மண்ணாங்கட்டி. அடுத்து ஸ்ரீதேவி நடித்த படத்தைப் பார்த்துவிட்டு, மஞ்சள் பையெல்லாம் கை மாறி "கண்டிப்பாக உன் தங்கச்சிக்கு வேலை வாங்கித் தரேன்" என்று வாக்கு கொடுத்துவிட்டு மண்ணாங்கட்டியை பஸ் ஏற்றப் போவான் அண்ணாச்சி. அப்போது திடீரென்று யாரும் எதிர்பார்க்காத விதமாக அண்ணாச்சியின் காலில் விழுவான் மண்ணாங்கட்டி. நெரிசலான ஒரு பேருந்து நிலையத்தில் யாரோ ஒருவரின் காலில் யாரோ ஒருவர் விழுவது எல்லோரையும் திகைக்க வைக்கும். அதை எல்லோரும் பார்ப்பார்கள். காலில் விழுந்த மண்ணாங்கட்டி, "எப்படியாவது என் தங்கச்சிய கரை சேத்துடணும். அது வாழவெட்டியா வந்துடுச்சி" என்று அழுவான். வஞ்சகம் நிறைந்த மனதையும் கசியச் செய்யும் தருணம் அது. அதுவரை துரோகத்தை மட்டுமே செய்துகொண்டிருந்த அண்ணாச்சி, முதல்முறையாக இவன் தங்கைக்கு எப்படியாவது ஒரு வேலை வாங்கிக் கொடுத்துவிட வேண்டும் என்று நினைப்பான்.

இதேபோல்தான் கந்தர்வனின் 'தினம் ஒரு பாண்டியன் எக்ஸ்பிரஸ்' கதை. ஒருவன் பாண்டியன் எக்ஸ்பிரஸில் ஏறுவான். அதிகாலையில் வந்திறங்கி அண்ணாச்சியைச் சந்திப்பான். அன்று முழுவதும் அவருக்குச் செலவு செய்வான். அவன் கேட்கும் வேலையை முடித்துத் தருவதாக அண்ணாச்சி வாக்குறுதி கொடுப்பார். இவனும் அந்த நம்பிக்கையில் திரும்புவான். ஆனால், ஒரு நாளும் அண்ணாச்சி அவனுக்குக் கேட்டதைச் செய்து கொடுத்ததே இல்லை.

நம்பிக்கை என்ற நூலை ஆதாரமாகப் பற்றிக்கொண்டு மனிதர்கள் இயங்குகிறார்கள். நம்பிக்கைத் துரோகம் என்ற புதைகுழி அவர்களைப் பல தருணங்களில் மூழ்கடித்துக்கொண்டிருக்கிறது. துரோகத்தின் நிழலில் பல சாம்ராஜ்ஜியங்கள் வீழ்ந்திருக்கின்றன. பலரின் வெளிச்சங்கள் மீது இருள் கவிந்திருக்கிறது. 'நீயுமா புரூட்டஸ்' என்று அவநம்பிக்கையும் ஆற்றாமையுமாகக் கேட்டது ஒரு குரல் மட்டுமல்ல! வெவ்வேறு மொழிகளில், வெவ்வேறு பெயர்களைச் சொல்லி ஒலித்த குரல்தான் அது. உறவுகளில், நட்பு வட்டத்தில், எதிர்பாராத ஒரு தருணத்தில் துரோகக் குறுங்கத்தி முதுகில் குத்தப்பட்டு வீழ்ந்தவர்கள் எத்தனையோ பேர்.

வெகு நாள்களுக்கு முன்பு 'கலகக்காரனின் கதை!' என்ற இயக்குநர் ஜான் ஆபிரகாமின் கதையைப் புத்தகமாக நண்பர் ஆர்.ஆர்.சீனிவாசன் தொகுத்துக் கொண்டிருந்தார். என்னுடைய வீட்டிலிருந்தபடி சீனிவாசன் இந்தப் பணியைச் செய்துகொண்டிருந்தார். இந்தச் செய்தி தெரிந்த ஒருவர் எனக்கு போன் செய்து, "ஜான் ஆபிரகாம் பத்தி ஒரு புக் போடப்

போறீங்களாமே?" என்று கேட்டார். நானும், "ஆமா சார்" என்றேன். உடனே அவர், "ஜான் ஆபிரகாமை நீங்க பார்த்திருக்கீங்களா?" என்றார். "இல்லை" என்றேன். "பாக்காம ஒருத்தரைப் பத்தி நீங்க எப்படி புக் போடறீங்க?" என்று அவர் விடாமல் கேட்டார். "சார், எத்தனை இலக்கியவாதிகள் இருக்காங்க... எல்லாம் தெரிஞ்சுக்கிட்டா போடுறாங்க" என்றேன்.

இவ்வளவு அக்கறையாகக் கேட்கிறாரே, இவர் யார் என்று விசாரித்தேன். "என் பேரு மொய்தீன். குற்றாலத்துக்குப் பக்கத்துல ஒரு ஊர்ல இருக்கேன். நான்தான் ஜான் ஆபிரகாம் டைரக்ட் செய்த 'வித்யார்த்திகளே இதிலே இதிலே' படத்தை எடுத்த தயாரிப்பாளர். மின்னல் என்ற புனைபெயரில் அதைத் தயாரித்தேன்" என்றார். எனக்கு மிகவும் ஆச்சரியமாக இருந்தது. பிறகு மொய்தீன் சாரும் நானும் நெருக்கமான நட்பானோம். அவர் எழுதிய புத்தகத்தை நாங்கள் பதிப்பித்தோம். அந்தப் புத்தகத்தின் பெயர் 'விலகி ஓடிய கேமிரா.' அதில் அவர் குறிப்பிட்ட ஒரு சம்பவம் வாழ்வில் மறக்க முடியாதது.

மொய்தீனும் அவருடைய ஆத்மார்த்தமான நண்பரும் சென்னையில் ஒரே அறையில் தங்கி யிருக்கிறார்கள். மொய்தீனிடம் அந்த நண்பர் கணிசமான தொகையைக் கடனாகப் பெறுகிறார். இந்தப் பணத்தை மொய்தீனால் திருப்பி வாங்க முடியாது என நினைப்பார். அதோடு கோயம்புத்தூருக்குச் சென்றுவிடுவார். மொய்தீனுக்குப் பணம் போனதைத் தாண்டி, நண்பன் துரோகம் செய்ததைத் தாங்கிக்கொள்ள முடியாமல் போனது. ஒரு வக்கீலை ஏற்பாடு செய்து வழக்கு போடுகிறார். தன் நண்பனைக் கோயம்புத்தூரில் இருந்து சென்னை கோர்ட்டிற்கு வரவழைக்கிறார்.

சுவாரசியமான விஷயம் என்னவென்றால், அந்த நண்பர் சென்னைக்கு வந்து இறங்கி நேராக ஒரு ஆட்டோ பிடித்து மொய்தீன் அறைக்குச் செல்வார். இருவரும் குளித்து முடித்துத் தயாராகி ஒரே ஆட்டோவில் கோர்ட்டுக்குச் செல்வார்கள். வழியில் இரண்டு பேரும் எதுவும் பேசிக்கொள்ள மாட்டார்கள். கோர்ட்டில் வழக்கு தள்ளிவைக்கப்படும். பிறகு இரண்டு பேரும் சேர்ந்து பிரியாணி சாப்பிடுவார்கள். மொய்தீன் தன் நண்பரை ரயிலில் கோவைக்கு வழியனுப்புகிறார். அவரும், 'சரிடா, அடுத்த வாய்தாவுல பார்க்கலாம்' என்று கிளம்புவார். மூன்று ஆண்டுகள் இப்படியே வழக்கு நடக்கிறது. நண்பர்களும் இதேபோல கோர்ட்டுக்கு ஒவ்வொரு முறையும் போகிறார்கள். கடைசியில் அந்த வழக்கு முடிந்து தீர்ப்பு மொய்தீனுக்குச் சாதகமாக வரும். அதாவது 'வட்டியோடு சேர்த்து 20,000 ரூபாய் கொடுக்க வேண்டும். இல்லாவிட்டால் ஆறு மாதம் சிறைத்தண்டனை' என்று தீர்ப்பாகும். அன்றும் அவர்கள் பிரியாணி சாப்பிட்டுவிட்டு மொய்தீன் அறைக்குப் போவார்கள். அப்போது நண்பர் தேம்பித் தேம்பி அழுவார். "என்கிட்ட காசு இருந்தா உனக்கு நான் கொடுக்க மாட்டேனா?" எனப் பரிதவிப்பார். மொய்தீன், "காசு இல்லடா விஷயம். என் ஆத்மார்த்தமான நண்பன் நீயே என்னை ஏமாத்திட்டன்னா, இந்த

உலகம் எனக்கு நம்பிக்கையற்றதாக மாறிப்போகுது. அந்த வலி கொடுமையானது” என்பார்.

துரோகம் என்பது பெரும்பாலும் எதிரிகளிடமோ, முகம் தெரியாதவர்களிடமோ அனுபவிக்கும் ஒன்றல்ல. நாம் நம்பிய, நமக்கு நெருக்கமான மனிதர்களே அந்தக் கசப்பை நமக்குப் பரிசளிக்கிறார்கள். எல்லா மனிதனும் வாழ்க்கையில் ஒருமுறையாவது, “நான் எவ்ளோ நம்பினேன். நீ எனக்கு துரோகம் பண்ணிட்ட'' என்கிற வார்த்தைகளைக் கூறியிருப்பான். அப்படிச் சொல்லாத யாருமே இந்த உலகத்தில் இருக்க முடியாது. துரோகத்தைவிட நம்பிக்கைத் துரோகம் அதிக வலியைக் கொடுக்கும். துரோகம் இழைத்தவனுக்கும் வலி இருக்கும். ‘யாரால நான் இந்த நிலைமையில இருக்கேன், யாருக்கு துரோகம் பண்ணி நான் இந்த இடத்துக்கு வந்தேன்’ என்று நினைத்து நினைத்து ஒவ்வொரு நாளும் குற்ற உணர்ச்சியில் அவனுக்கு வலி அதிகமாக இருக்கும்.

இயேசுவின் சிலுவைப் பாடு அதோடு முடிந்தது. ஆனால், யூதாசின் குற்ற உணர்ச்சி வரலாறு தாண்டி இன்னும் இருந்து கொண்டிருக்கிறது. துரோகங்களைப் பற்றி

எழுதாத எழுத்தாளர்களே இருக்க முடியாது. நிலம், இனம், மொழி, நிறம் என அனைத்தையும் தாண்டி எல்லா இடங்களிலும் இருப்பது இந்தத் துரோகம்தான். யுத்தத்திலும் கலவரத்திலும்தான் துரோகத்தின் உச்சத்துக்கு மனிதர்கள் செல்கிறார்கள். எல்லோரையும் வீழ்த்திவிட்டு தான் மட்டும் இருக்க வேண்டும் என்ற எண்ணம் அவர்களுக்கு இருக்கிறது. அதுதான் துரோகத்தின் துளிர்.

துரோகம் இழைப்பவர்கள் எப்போதும் தாங்கள் செய்த துரோகத்தைத் தோளில் சுமந்து கொண்டுதான் செல்கிறார்கள். துரோகத்தை முழுமையாக ஒழித்துவிட முடியாது. ஆனால் சிறிது குறைக்க முடியும். தோளில் சுமக்காமல் அதை இடுப்பிற்குத் தள்ளிவைக்க முடியும்.

பிரபஞ்சன் கதையில் பார்த்த அந்த அண்ணாச்சியின் கறைபடிந்த பாதங்களைக் கள்ளம் கபடமற்ற நம்பிக்கையுடன் மண்ணாங்கட்டி துடைக்கிறான். அன்று இரவு அண்ணாச்சியால் நிம்மதியாகத் தூங்கியிருக்க முடியாது. அவர் செய்த துரோகங்கள் அவர் முன் சென்றுகொண்டிருக்கும்.

இனி எங்கேயும் யாரும் யார் காலிலும் விழும் தருணத்தை என் கண்களால் பார்க்கக்கூடாது என்றே நினைக்கிறேன். ஒருவருக்குச் சரியாகத் தெரிவது அடுத்தவருக்குத் தவறாகத் தெரியலாம். ஆனால், பொதுவாக மனிதர்களுக்கென்று அறம் ஒன்று இருக்கிறது. அதை நோக்கி மனிதர்கள் செல்ல வேண்டும் என்று ஆசைப்படுகிறேன்.

6

ஒரு திருமணத்துக்காகக் கோயம்புத்தூர் சென்றிருந்தேன். நண்பர்கள் இருவர் திருமணம் செய்துகொண்டனர். குறிப்பாக நண்பர்கள் என்று கூறுகிறேன். ஏனென்றால் அந்தத் திருமணத்தில் எந்தவிதமான சடங்குகளும் சம்பிரதாயங்களும் கடைப்பிடிக்கப்படவில்லை. தாலிகூட கட்டிக்கொள்ளவில்லை. அதை ஒரு பெரிய விஷயமாக நான் கூறவில்லை. ஜெயகாந்தன், ‘புருஷன் பொண்டாட்டியாய் வாழ்வதில் என்ன சிறப்பு இருக்கிறது? நண்பர்களாய் வாழவேண்டும்’ என்பார். அப்படி சத்ரியன் - கிருத்திகா இருவருமே திருமணத்துக்குப் பின் தங்களுடைய வாழ்க்கையை நண்பர்களாக வாழப் போகிறார்கள் என்பது மனதுக்கு அத்தனை மகிழ்ச்சியைக் கொடுத்தது. பலவிதமான திருமணங்கள், வாழ்க்கை முறை, சடங்குகள் என வந்தபோதும் ‘காதல்’ என்கிற ஒற்றைச் சொல்லைத்தான் வாழ்க்கை இறுகப் பற்றிக்கொள்கிறது. ஆணோ, பெண்ணோ தன் வாழ்வின் குறிப்பிட்ட பிராயத்தில் அதிகம் சிந்திப்பது காதலைப் பற்றித்தான்.

திருமணம் முடிந்து மழை தனதாக்கிக் கொண்ட அந்த இரவு, நான் திகட்டத் திகட்டக் காதல்வயப்பட்டிருந்த நாள்களை நினைவுபடுத்தியது. நான் காதலித்துக்கொண்டிருந்த காலத்தில், காதலர்களின் வழக்கமான ரொமான்ஸ், ஒரு நாளைக்கு இரண்டு மூன்று காதல் கடிதங்கள் என கடிகார முட்கள் நகரும். 24 மணி நேரமும் அதே சிந்தனையில் இயங்கிக்கொண்டிருந்தபோது, எனக்கு எழுத்தாளர் ச.தமிழ்ச் செல்வனிடமிருந்து அஞ்சல் அட்டை ஒன்று வந்தது. நண்பர்களின் மூலம்

என் காதலைக் கேள்விப்பட்டிருந்த ச.தமிழ்ச்செல்வன், 'ஒரு லட்சிய வாதத்திற்காகத் தன்னை அர்ப்பணித்துக்கொள்வதாக நம்பவைத்த ஓர் இளைஞன், இப்படி காதல் வயப்பட்டு திசை திரும்புகிறானே' என்கிற வருத்தத்தில் எழுதுவதாக அந்தக் கடிதம் இருந்தது. அதில், 'அன்புள்ள பவா! நீங்கள் இரண்டு பேருமே காதலற்றவர்களாக வாழப்போகிற ஒரு தருணம் உங்கள் திருமண வாழ்க்கையில் கண்டிப்பாக நிகழப்போகிறது. எல்லாவற்றையும் இப்போதே சிந்திவிடாதீர்கள். காதலற்றவர்களாக வாழப் போகிற அந்தக் காலத்திற்காக, காதலைக் கொஞ்சம் சேமித்து வைத்துக்கொள்ளுங்கள்' என எழுதி யிருந்தார்.

அந்த வரிகள் எனக்கு மிகுந்த சிரிப்பையும், 'நாம் காதலற்றவர்களாக வாழப்போகிற ஒரு நாள் வருமா?' என்கிற ஒரு அவநம்பிக்கையும் கொடுத்தன. 'அதெல்லாம் நமது வாழ்க்கையில் வரவே வராது' என என் காதல் நெஞ்சம் ரீங்காரமிட்டது. அந்த வரிகள் நிஜமென்பதை இந்த 28 வருட வாழ்க்கை கற்றுக் கொடுத்திருக்கிறது. மகத்தான காதலர்களும் ஒரு காலத்தில் ஏதோ ஒரு தருணத்தில் காதலற்றவர்களாக வாழ்கிற ஒரு நேரம் வாய்த்துக்கொண்டேதான் இருக்கிறது என்ற நிதர்சனம் புரிந்தது. 'காதலிக்கிறபோது இருக்கிற மனிதன் இல்லை, திருமணம் செய்து கொண்ட பிறகு இருப்பவன்' என்கிற வார்த்தைகளை நாம் தொடர்ந்து எதிர்கொள்கிறோம். நிஜம்தானே! மனிதன் அப்படி இருக்க முடியா தென்பதுதான் உண்மை. காதலை எப்படிப் புறந்தள்ளிவிடக்கூடாதோ, அதேபோல திளைக்கத் திளைக்க சிலாகிக்கவும் கூடாது என்பதுதான் காலத்தின் யதார்த்தம். வெறுமனே அலங்கார உணவர்வெழுச்சிகள் மட்டுமே அல்ல காதல். நமக்குச் சொல்லப்படுகிற, காட்டப்படுகிற பெரும்பான்மையான காதல்கள், மேலோட்டமான மனித உணர்வுகளை அல்லது ஆண், பெண் உணர்வுகளைச் சித்திரிப்பதாக இருக்கின்றன. அந்தக் காதல் நமக்கு எழுகிறபோது, அதன் பயணத்தில் நமக்குள் நிகழ்த்துவது ஒரு மாயப் போர். கொண்டாட்டம், மகிழ்ச்சி, அழுகை, சண்டை, பிரிவு என அந்தப் போரின் வழி அடைவதையெல்லாம் அடைந்த பிறகும் அந்த 'காதல்' நம்மிடம் எஞ்சி நிற்கிறதா என்பது தான் நீடித்த கேள்வி. அக்கறை, பாசம், நேசம் கொள்கிற மனத்தைப் பிரிவு என்கிற ஒன்று ஏன் தகர்க்கிறது.

லைலா மஜ்னு காதலைப் பற்றி எழுத்தாளர் ஜெயந்தன் எழுதுகையில், 'இந்த எழுத்தாளர்கள் தங்களுக்கு சௌகரியப்பட்ட ஓர் இடத்தில், நிறைவேறாத காதலையோ அல்லது நிறைவேறிய காதலையோ முடித்து விடுகிறார்கள். ஆனால் கதை அதோடு முடிவதில்லை, அங்கிருந்துதான் கதை தொடங்குகிறது' என்கிறார். லைலா மஜ்னுவின் காதல், அவர்கள் திருமணத்தில் போய் முடிந்து விட்டதாக ஜெயந்தன் எழுதுகிறார்.

அந்தக் கதையை எழுதுகிறவன் என்கிற முறையில், கல்யாணம் செய்து வைத்த தம்பதிகள் எப்படி வாழ்கிறார்கள் என்பதற்காக, ஒருமுறை அவர்களுடைய வீட்டிற்கு அந்த எழுத்தாளர் போகிறபோது அவர்கள் இருவருக்கும் குடும்பச் சண்டை நடந்துகொண்டிருக்கும். அந்தச் சண்டையின் உச்சமாக

மஜ்னு சொல்வான் லைலாவைப் பார்த்து, 'உன்னைக் கல்யாணம் பண்ணிக்கிட்டதுக்கு, ஒரு அரேபியன் ஒட்டகத்தைக் கல்யாணம் பண்ணி இருந்திருக்கலாம்; எனக்குத் தினமும் அரை லிட்டர் பாலாவது கிடைத்திருக்கும்!' வீட்டுக்குப் போன அந்த எழுத்தாளர் அதைக் கேட்டுக்கொண்டே இருப்பார். உடனே லைலா பதிலுக்கு 'போடா, உன்ன கல்யாணம் பண்ணிக்கிட்டதை விட, ஒரு பேரீச்சம் மரத்தைக் கல்யாணம் பண்ணியிருக்கலாம். தினமும் எனக்கு ஒரு கிலோ பேரீச்சம் பழமாவது கிடைத்திருக்கும்' என்பார். இதுதான் நிதர்சனம் என்பதற்காகத்தான் ஜெயந்தன் இந்தக் கதையை எழுதியிருப்பார்.

ஆகச்சிறந்த காதல் ஜோடிகளாக நமக்குச் சொல்லப்படுகிற லைலா - மஜ்னு திருமணம் செய்திருந்தாலும் சண்டை வரும். நீடித்த அன்பின் ஊடே சிறு சிறு சண்டைகள் இருக்கத்தானே செய்யும். சண்டைகள் பிரிவிற்கான திறவுகோல் அல்லவே. அவை அன்பை அதிகப்படுத்தும் ஊற்றுக்கண்.

தலைமுறைகள் கடந்த பிறகும் காதல் என்ற சொல் கடத்துகிற மின்சாரம் குறைவின்றிக் கிடப்பது ஓர் ஆச்சர்யம். ஆனால், தலைமுறைகளுக்கேற்ப அது புதுப்புதுச் சிக்கலாக நிற்பதும் கவனிக்கவேண்டியதாகிறது.

கௌதம் வாசுதேவ் மேனன் இயக்கிய 'விண்ணைத்தாண்டி வருவாயா' படம் பெண்ணின் பார்வையிலிருந்து காதலை அணுகும் படம். அதில் உள்ள பல விஷயங்கள் இந்தக் காலத்தோடும் நிஜத்தோடும் உண்மையோடும்

அல்லது உண்மைக்கு நெருக்கமாகவும் இருந்ததாக நான் கருதுகிறேன்.

பெரிய எதிர்ப்பு அந்தப் பெண் வீட்டில் இல்லை. ஆனால், அப்பாவின் விருப்பத்துக்கு எதிராக நாம் நடந்துவிடக்கூடாது என்ற எண்ணம் அந்தப் பெண்ணுக்குத் தோன்றிக்கொண்டே இருக்கிறது. ஆனாலும் அது நிஜமான எண்ணம் இல்லை, ஒவ்வொரு நிமிடமும் கார்த்தியிடம் காதல் அதிகமாகிக் கொண்டே இருக்கிறது. இந்தப் பையனிடமும் போக முடியவில்லை, அப்பாவிடமும் சமரசமாக முடிய வில்லை. ஆனால் எந்த நேரத்திலும் இதை உடைத்துவிட்டு அந்தப் பையனுடன் சென்றுவிட்டால், அதற்காக மிகப்பெரிய எதிர்ப்போ, கோபமோ அப்பா காட்டமாட்டார். அவர்களைப் பிரித்து வைக்கிற இடத்திலும் அப்பா இருக்க மாட்டார். அந்தப் பெண்ணிற்கு அதீதமான அன்பும் காதலும் கார்த்தியின் மீது எவ்வளவு இருக்கிறதோ, அதே அளவு அவர் அப்பாவின் மீதும் உள்ளது. அதுதான் படத்தின் மையமான இடம். இந்த மையமான இடத்தை நோக்கிக் கதை நகர்ந்துகொண்டே இருக்கிறபோது, பல இடங்களில் அந்தப் பெண்ணின் மீது நமக்குக் கோபம் வருகிறது. 'இவள் ஏன் தேவையில்லாமல் குழப்பிக்கொள்கிறாள்... இவ்வளவு அன்பாக இருக்கிற பையனிடம் சென்றுவிட வேண்டியதுதானே' என்று தோன்றுகிறது. ஆனால் போக முடியாது. ஏதோ ஒரு மனத்தடை. இதைச் சந்திக்காத பெண்கள் மிகக் குறைவு. அது பெண்கள் மட்டுமே உணரக்கூடிய மன வலி.

காதலைத் திருமணம் நோக்கி நகர்த்தும்போது, அது வெறும் காதலாக மட்டும் இருப்பதில்லை என்பதைத்தான் இந்தச் சமூகக் கட்டமைப்பு நமக்கு உணர்த்தி யிருக்கிறது. பல நேரங்களில் அது பெண்களைக் குற்றவாளிக் கூண்டில் நிறுத்திவைத்துவிடுகிறது. சமூக அந்தஸ்துகளும், குடும்ப நியதிகளும் பெண்களுக்கும் ஆண்களுக்கும் வெவ்வேறாக ஏற்படுத்தி வைத்திருப்பதன் சிக்கல் அது. காதல் நிகழ்வதைப் போலவே பிரிவதற்கும் எந்தக் காரணமும் தேவையில்லை என்பது எளிய உண்மை. பிரிவென்பது பல நேரங்களில் மதிப்பையும் அன்பையும் பறிகொடுத்துவிடாமல் இருப்பதற்கான நல்வழி.

உதயசங்கர், 'ஆனால் இது அவனைப் பற்றி' என்ற குறு நாவலை எழுதியிருக்கிறார். ஒரு மனிதனுக்கு ஒரு வாழ்க்கையில் ஒரு காதல்தான் வரும் என்பதெல்லாம் முழுக்க முழுக்க கற்பனை வாதம். ஒரு மனிதன் தன் வாழ்க்கையில் குறைந்தது நான்கு அல்லது ஐந்து பெண்களைக் கடந்து போகிறான் என்பதுதான் இந்தக் குறுநாவலினுடைய மையமான இடம். நான்கு ஐந்து காதல்கள் அவனுக்கு இருந்தன என்று அதற்கு அர்த்தம் இல்லை. அவன் ஒரு பெண்ணோடு ரொம்பத் தீவிரமாகக் காதல் வயப்பட்டு இருக்கிற அந்தத் தருணத்திலேயே, எதிர்வீட்டில் ஒரு மார்கழியின் காலையில் கோலம் போட்டு, சாணத்தில் ஒரு பூசணிப்பூவை வைத்து மிக மிதமாக அழுத்திவிடுகிற கோமதியை அதிகாலை மென்பனியினூடே பார்க்கிறபோது, 'ச்ச! இவ்வளவு நேர்த்தியான பெண் நம் வாழ்க்கையில் வந்தால் எவ்வளவு நல்லா இருக்கும்' என்று நினைப்பு எழும். 'ஒரு நிமிடம் கடந்துபோகும் அந்த உணர்வும் ஒரு

முக்கியமான காதல்தான்' என்று உதயசங்கர் கூறுகிறார்.

நிறைய ஆண்கள் அதுபோன்று பெண்களைக் கடந்துகொண்டே இருக்கிறார்கள். 'இந்தப் பெண் இவ்வளவு அழகாக இருக்கிறாளே! நேர்த்தியாக இருக்கிறாளே! மென்மையாக இருக்கிறாளே! கம்பீரமாக இருக்கிறாளே! இவளோடு நாம் வாழ்ந்தால் என்ன' என்று அந்த ஒரு நிமிடம் காதல் வயப்படுவதும் ஓர் ஆணின் மனத்தோடு சேர்ந்த விஷயம்தான். இதை ஏற்றுக்கொள்கிற பொது மனம், பெண்களுக்கும் இதுபோலத்தான் என்பதை ஏற்க மறுப்பதில்தான் காதல் சிக்கலான ஒன்றாகிறது. முதல் காதல், முதல் முத்தம், தாஜ்மஹால், வாழ்த்து அட்டை, ஒற்றை ரோஜா எனக் காதலின் சௌந்தர்யமான பக்கங்களைச் சிலாகிக்கிற நாம், எதை விவாதிக்க வேண்டுமோ அதைப் புறந்தள்ளிவிடுகிறோம்.

உலகின் மகத்தான துயரங்களில் ஒன்று தனிமை. அது எல்லாப் பாலினத்தவர்க்கும் பொதுவானது. இந்தத் தனிமையான நேரங்களில் நீங்கள் பேசுவதைக் கேட்பதற்கு ஆளில்லாமல், உங்கள் மொழிகளைக் கேட்பதற்குக் காதுகளில்லாமல், நடுங்கும் உங்கள் கரங்களை இறுகப் பற்றிக்கொள்வதற்கு இன்னொரு கையில்லாமல் தவிக்கின்ற தவிப்பு எந்த மனிதனுக்குமே வாய்க்கக்கூடாத ஒன்று.

உலகம் முழுக்க பல்லாயிரக் கணக்கான ஆண்களும் பெண்களும் இப்படித் தவித்துக்கொண்டே இருக்கிறார்கள். இந்தத் தவிப்பைப் புரிந்துகொள்ள, இந்தத் தவிப்பைத் தன்னுடையதாக ஏற்றுக்கொள்ள அனைவருக்கும் மற்றொருவர் தேவை. சொற்களாலோ, இதயத்தாலோ, உடலாலோ, தன்னுடைய ஒரு ஈர முத்தத்தாலோ தனிமைகளைத் துடைத்தெறிகிற அந்த ஒரு கணம், ஒரு மனிதனுடைய வாழ்க்கையில் உன்னதமான தருணம்.

எல்லா உறவுகளைப்போலவே காதலுக்கும் இந்தச் சமூகம் ஒரு பொது விதியைக் கட்டமைக்கத் தவறவில்லை. அதை ஒரு வடிவத்துக்குள் சுருக்கி, அதற்கெனச் சில உருவங்களைக் கொடுத்து சமநிலை கலைத்திடுகிறது. இனம், மொழி, நிறம் என்ற எந்த வரையறைக்குள்ளும் அடைபடாத வான் பறவையல்லவா காதல். ஆனால் அதை வன்முறைகளின் களமாக அல்லவா நாம் நிறுத்தி வைத்திருக்கிறோம். ஆணவக் கொலைகள், ஆசிட் வீச்சுகள் எனக் காதலின் அத்தனை உன்னதங்களையும் சிதைத்துவிட்டோம். 'நம்ம பேச்சைக் கேக்கலையே!' என ஆணவக் கொலைக்குத் தயாராகிற மனதும், 'நம்மளையே வேணாம்னு சொல்லிட்டாளே!' என ஆசிட் வீச்சுக்கு எத்தனிக்கும் மனதும் வெவ்வேறல்ல. இந்த இரண்டும் வேரோடு அழிக்க வேண்டிய எண்ணங்கள். காதல் இன்னும் ஆண்களின், ஆதிக்கத்தின் பிடியிலிருப்பது முறையற்றது. காதலென்பது ஆழமான நம்பிக்கையளிப்பதும், தீர்க்கமான மரியாதை கொடுப்பதும், உளமார நேசிப்பதும்தான். யார் சொல்வதை யார் கேட்பது என்ற போட்டிக்கு அங்கு என்ன வேலை?

மணமுறிவுக்குப் பிறகான காதல், இணையரின் இறப்புக்குப் பின்பான காதல், திருநங்கைகள் திருநம்பிகளின் காதல், 40 வயதுக்குப் பிறகான காதல் எனப் பொதுப்புத்தியில் எத்தனை

காதல்கள் ஏளனம் செய்யப்படுகின்றன. தங்களுக்கு எழுந்த அதே உணர்வுதான் அது என்பதை ஏன் பலரது மனது ஏற்க மறுக்கிறது. எத்தனை தற்கொலைகள், எத்தனை பிரிவுகள், எத்தனை நிராகரிப்புகள் இந்தச் சமூகத்தின் பேச்சுகளால் நிகழ்ந்திருக்கின்றன. 'அவுகளதான் பிடிச்சிருந்தது. வீட்டுல சொன்னா வெட்டிப் போட்ருப்பாக!' எனத் திருமணமே செய்துகொள்ளாத வயதான பெரியம்மாக்கள் சொல்லக் கேட்டிருக்கிறேன்.

எந்த மனிதனுக்கும் எந்த மனுஷிக்கும் எதிர்காலத்தில் என்ன நடக்கப்போகிறது என்பதைத் தீர்மானிக்கின்ற அல்லது சற்றே உத்தேசிக்கின்ற ஒரு குணம் வேண்டுமானாலும் வாய்க்கலாம். ஆனால் இதுதான் நடக்கும் என்று தீர்மானிக்கின்ற எந்த மனிதர்களும் இந்த உலகில் இல்லை. அப்படியென்றால், எல்லோருமே இந்த வாழ்க்கையில் தாங்கள் போட்டுவைத்திருக்கின்ற இந்தக் கோடுகளுக்குள் அடங்குகின்ற ஆணையோ பெண்ணையோ தேர்ந்தெடுத்து, இப்படித்தான் வாழ வேண்டும் என்கிற நடைமுறையையும் திட்டமிட்டுவிடுவார்கள். ஆனால் உண்மையில் அப்படி நிகழ்வதில்லைதான்.

எவற்றையெல்லாம் ஒன்றாகக் கூடித் திட்டமிட வேண்டுமோ, அவற்றையெல்லாம் தவிர்த்துவிட்டு தனி மனித உணர்வான காதலுக்கு மட்டும் எதிர்ப்பெனக் கிளம்புவது எத்தனை அறிவற்ற செயல். பிரியமாக, உயிராக சிலாகித்தவர் தனக்கானவரில்லை என்றதும் ஏன் இந்த மனம் உடனே வெறுக்கிறது. அதெப்படி சாத்தியம். 'குற்றம் பார்க்கின் சுற்றம் இல்லை' என்பதுதானே நிஜம்.

75 வயதான கன்னியப்பன் பொம்மைகள் செய்து விற்பவர். பாக்கியம் அவர் மனைவி. 40 வயதில் பாக்கியத்தின் முதல் கணவர் விபத்தில் இறந்துவிட, கன்னியப்பனும் பாக்கியமும் திருமணம் செய்துகொண்டனர். கொரோனா உக்கிரத்தில் இருவரும் நோய்வாய்ப்பட்டனர். கன்னியப்பன் மரித்துப்போனார்.

அந்தச் செய்தியை அறிந்த பாக்கியம் கலங்கிய கண்களோடு, 'அந்த மனுஷன் சொல்லிருக்காரு, எது வேணும்னா நடக்கும்... எல்லாத்தையும் கடந்துதான வாழணும்... கண் முன்னாடி இல்லாத யாரும், கூட இல்லாதவங்க ஆக மாட்டாங்கன்னு சொல்லியிருக்காரு!' என கன்னியப்பன் செய்த பொம்மை ஒன்றைக் கையில் வைத்தபடி சொன்னது இன்னும் நெஞ்சில் நிறைந்திருக்கிறது.

எல்லாமற்ற பொழுதும், எல்லாமுமான பொழுதுகளிலும் காதலைக் கரம்பற்றி உடன் நிற்கிறது. அதை எதைக் கொண்டும் அழிக்க வியலாது என்பதுதான் காலம் சொல்லும் செய்தி.

7

சில ஆண்டுகளுக்கு முன்பு 12-ம் வகுப்புத் தேர்வில் ஒரு மாணவன் மாநில அளவிலான இடம்பிடிக்கிறார். மீடியா மைக்குகள் முன்பாக அவர் அதே வழக்கமான லட்சியத்தைச் சொல்கிறார். 'மருத்துவராகி ஏழை மக்களுக்குச் சேவை செய்வேன்.' காலம் கடக்கிறது. ஈரோடு, கோவை, நீலகிரி மாவட்டங்களின் எல்லைகள் சந்திக்கும் புள்ளியில் உள்ள தெங்குமரஹாடா எனப்படும் பழங்குடியின மக்கள் வாழும் பகுதியில் ஓர் ஆரம்ப சுகாதார நிலையம் இருக்கிறது. அங்கு மருத்துவம் பார்ப்பதில் ஒரு சிக்கல் இருக்கிறது. பரிசலில் ஏறி ஆற்றைக் கடக்க வேண்டும். நடந்தே செல்ல வேண்டும். அந்த மக்களிடம் பேசி மருத்துவம் பற்றி விளக்க வேண்டும். இதையெல்லாம் செய்து அந்தத் தொல்குடிகளின் சுகாதாரத்துக்கென பணி செய்கிறார், டாக்டராக மாறிய அந்த மாணவர் ஜெயமோகன். அம்மக்களுக்கென பணி செய்து கொண்டே மேற்படிப்புக்காக நீட் தேர்வுக்கும் தயாராகி வந்தார். சில ஆண்டுகளுக்கு முன்பு இறந்தபோது அவருக்கு வயது 29. அவர் மரணச் செய்தி கேட்டு அவரின் தாயார் தற்கொலைக்கு முயன்றார். டாக்டர் ஆனதும் அவர் வெளிநாடு சென்று பணம் சம்பாதித்து சுக போகமாக வாழ்ந்திருக்கலாம். ஆனால் அவரின் வாழ்வு லட்சியவாத வாழ்வு. தான் என்ற சிந்தனை கடந்து சமூகம், மக்கள் என்று சிந்திக்கும் மனமும், எண்ணமும் வாய்க்கப்பெற்ற தாயுமானவர்கள் அவர்கள். அந்தத் தொல்குடிகளின் கிராமம் காலத்துக்கும் நினைவில் வைத்திருக்கும் பெயர் 'ஜெயமோகன்.'

ஒரு நாளில் பலரால் தம் வாழ்வுக்கான, பிள்ளைகளுக்கான, வேலைக்கான சிந்தனைகளைத் தாண்டவே முடியாத சூழலில் இவர்களுக்கு எப்படி இந்தச் சிந்தனை வருகிறது? எது அவர்களைப் பொது வாழ்வுக்கென தங்களை ஒப்புக்கொடுக்கச் செய்கிறது? இந்த லட்சியவாதிகளை இரண்டு

வகையாகப் பிரித்துவிடலாம். ஒன்று, தன்னளவில் ஒரு முக்கியமான லட்சியவாதியாக இருப்பான். அவன் மிக நேர்மையானவனாக, லஞ்சம் வாங்காதவனாக, யாருக்கும் துரோகம் இழைக்காதவனாக, குறைந்தபட்சம் தன் வாழ்க்கையில் நேர்மையானவனாக இருப்பவன். அவர்கள் என்னைப் பொறுத்த வரையில் சமூகத்தில் இரண்டாம் அடுக்கில் வைத்துப் பார்க்கக் கூடியவர்கள்தான். இதில் முதலிடம், லட்சியவாதத்தை இந்தச் சமூகத்திற்காக மாற்றுபவர்கள். தான் வாழ்கிற சமூகத்திற்கு, தான் ஒரு தனி நபராக இருந்து பங்களிப்பவர்கள் முக்கியமானவர்கள். அவர்கள்தான் இந்த வாழ்க்கையில் பின்பற்றத் தகுந்தவர்கள். இவ்வாறு இருப்பவர்கள் ஊடகத்தின் வெளிச்சம் படாதவர்களாக இருக்கலாம். யாருக்கும் பெரிதாக அறிமுகமாகாதவர்களாகக்கூட இருக்கலாம். அதுபோல் ஒரு நபரை நீங்கள் அடையாளம் கண்டீர்களானால், தொடர்ச்சியாக ஏதோ ஒரு வகையில் இந்தச் சமூகத்திற்குத் தன்னால்இயன்ற பங்கை அளித்துக்கொண்டே இருப்பார். இந்தச் சமூகத்தை ஏற்கெனவே இருக்கின்ற நிலைமையிலிருந்து ஓர் அங்குலமாவது அசைத்து மேலே தூக்கிவிட முடியுமா என முயற்சி செய்வார். 'மக்களுக்கு சேவை செய்வேன்!' என்கிற அரசியல் மேடைப் பேச்சல்ல அது. நிஜமான செயல். அதன் வீரியம் பெரிது. அதற்கான அர்ப்பணிப்பு பெரிது. கொஞ்சம் சிந்தித்துப் பார்த்தால், நம் அனைவரின் பணியும் இந்தச் சமூகத்தோடு தொடர்புடைய ஒன்றுதான். சமூகத்திலிருந்து பிரிந்து நாம் எதையும் செய்திட முடியாது. தொழில், முதலீடு எல்லாமே பிற மனிதர்களோடு பிணைந்ததுதான். ஆனால், எந்தப் பிரதிபலனும் எதிர்பார்க்காமல் சக மனிதர்களுக்காக மட்டுமே வாழ்கிற மனிதர்களை நாம் எளிதாகக் கடந்து போகிறோம்.

அதிகாரத்தால் சுரண்டப்படுகிற எளியவர்களுக்காக கட்டணமில்லாமல் ஆஜராகும் வழக்கறிஞர்கள், வாழ்நாள் முழுக்கச் சுற்றுச்சூழல் விழிப்புணர்வுக்காக சைக்கிள் பயணம் செய்கிறவர்கள், ஏதோ ஒரு சமூகக் காரணத்துக்காக பதாகைகள் ஏந்தித் திரிகிற மனிதர்களை நாம் எவ்வளவு அலட்சியமாகப் பார்த்தபடி நகர்ந்திருப்போம். குடியை ஒழிக்க வேண்டும் என டாஸ்மாக்கிற்கு வெளியே போதை மனிதர்களின் காலில் விழுந்து கெஞ்சுகிற நபர்களைக் கேலிப்பொருளாகப் பார்க்கும் முகங்கள்தானே அதிகம். சாதிச் சான்றிதழ் கிடைக்காத தொல்குடிக் குழந்தைகளின் கல்விக்காக சதா வி.ஏ.ஓ ஆபீஸ்களுக்கு அலைகிற மனிதர்கள் எத்தனை மகத்தானவர்கள். கொரோனா காலத்திலும் ஆதரவற்றோர் பிணங்களை அடக்கம் செய்த தன்னார்வலர்கள் எத்தனை எத்தனை பேர். ஊதியம் உண்டென்றாலும் செவிலியர்கள் செய்கிற வேலைகளில் சம்பளம் மட்டும்தான் பிரதானமா?! இன்று நாம் அனுபவிக்கும் பல அரசின் சலுகைகள் தன்னலமின்றி பலர் நடத்திய போராட்டத்தின் விளைவுதான் என்பதை எத்தனை பேர் அறிவோம். 'சார் குப்பைய பாக்ஸ்ல போடுங்க சார்!' எனக் கடற்கரையில் கெஞ்சுகிற மனிதர்கள் இருக்கிறார்கள்தானே! குழந்தைகளுக்கு இலவச

டியூஷன் எடுக்கிற அக்காக்கள், மாணவர்களுக்கு பீஸ் கட்டுகிற ஆசிரியர்கள் எனச் சிறிதும் பெரிதுமான லட்சிய எண்ணங் கொண்டவர்கள் இருந்தார்கள். இருக்கிறார்கள். 'பொதுநலம்' என்கிற சொல் எவ்வளவு ஆழமானது என்பதை உணர முடியும்.

என் சிறுவயதில் ஜெயகாந்தனின் 'ஒரு வீடு, ஒரு உலகம், ஒரு மனிதன்' கதையில் ஹென்றி என்கிற கதாபாத்திரத்தைப் படிக்கும்போது, அவரைப்போல் வாழவேண்டும் என்று நினைத்தேன். ஜெயகாந்தனே அவ்வாறுதான் நினைத்தார். ஹென்றி மாதிரி தான் வாழ வேண்டும் என்று நினைத்து, ஹென்றியைப்போல் வாழ முடியாமல், அதே கதையில் வருகிற தேவராஜ் என்கிற ஒரு லாரி ஓட்டுநரைப்போலதான் வாழ முடிந்தது என்று ஜெயகாந்தன் கூறுகிறார். ஹென்றி என்பவன், ஜெயகாந்தனால் பின்பற்ற முடியாத அளவிற்கு உயரத்தில் இருப்பவன். நானும் என் வாழ்க்கையில் ஹென்றி போல் இருக்க வேண்டும் என்று நினைத்தேன். நான் மட்டுமல்ல, அந்தக் காலகட்டத்தில் அந்த நாவலை வாசித்த பல பேர், தாங்கள் ஹென்றியைப் போல் வாழ வேண்டும் அல்லது தன்னுடைய மகன் ஹென்றியைப் போல் வாழ வேண்டும் என்று நினைத்திருக்கின்றனர்.

ஒரு லட்சியவாத மனிதனை, ஒரு சமூகம் சுவீகரித்துக்கொள்வது மிக மிக அபூர்வம். ஏனென்றால், இந்த வாழ்க்கையில் நல்ல உணவிற்கு, நல்ல உடைக்கு, நல்ல இருப்பிடத்திற்கு, நல்ல வாழ்க்கைக்கு என்று எல்லோரும் தொடர் ஓட்டம் ஓடியபடி இருக்கின்றனர். இவையெல்லாம் கிடைத்துவிட்டாலும், அதற்கும் மேல், அதற்கும் மேல் என்கிற பேராசை கிளர்கிறது. இந்த மாதிரியான லட்சியவாத மனிதர்களை நின்று கவனிப்பதற்கோ அல்லது அவர்களைப் பொருட்படுத்து வதற்கோகூட நேரமில்லாமல், பரபரப்பான சூழலில் இந்தச் சமூகம் இருக்கின்றது.

'எதற்கு இந்த ஓட்டம்? ஏன் இவ்வளவு அவசரம்? ஒரு நாள் மொட்டை மாடியில் உட்கார்ந்து ஒரு முழு நிலவைப் பார்ப்பதற்கான தருணத்தை, உன்னுடைய மனதில் இருந்து துடைத்தெறிந்தது எது?' என்கிற கேள்விகளுக்கு எந்த மனிதனிடமும் பதில்கள் இல்லை. ஆனால் ஓடிக்கொண்டே இருக்கிறான். இயங்கிக்கொண்டே இருக்கிறான். எதையோ சாதிக்கப் போவதாக நினைக்கிறான். ஆனால் இதில் எந்த ஒரு சாதிப்பும் இல்லை. 'பணம் சம்பாதித்தல், அதைத் தன் பிள்ளைகளுக்குச் சேர்த்து வைத்தல், தன்னுடைய மருத்துவமனைச் செலவிற்கு ஒதுக்கி வைத்தல் என்கிற, லட்சியமே இல்லாத சொந்த வாழ்க்கைக்கான மையத்தில், மனிதர்கள் குவிமயமாக மாறிவிட்டார்களோ' என்கிற பெரிய கவலை இருக்கிறது.

ஆனால் டாக்டர் அம்பேத்கர், மகாத்மா காந்தி மற்றும் பல தன்னலமற்ற மனிதர்களை சரித்திரம் தனக்குள் இறுக்கி வைத்துக்கொண்டு தான் இருக்கிறது. சரித்திரம் தவற விட்ட பல மகத்தான மனிதர்கள் தெருவில், குடும்பத்தில், தேசத்தில் வாழ்ந்து எந்தச் சுவடும் இல்லாமல் மறைந்தும் போயிருக்கிறார்கள். இந்த மாதிரியான மனிதர்களைப் பத்திரிகையாளர்கள், படைப்பாளிகள் தேடிக் கண்டுபிடிக்கிறார்கள். தேடிக்

கண்டுபிடித்து அவர்களுடைய அனுபவத்தை, தங்களுடைய செழுமைகளாக மாற்றி படைப்புகளுக்குள்ளாக நமக்குக் கொடுக்கிறார்கள்.

என்னுடைய 'மேய்ப்பர்கள்' நூலில் 22 நபர்களை மேய்ப்பர்களாகப் பதிவு செய்திருக்கிறேன். அந்த 22 நபர்களுமே என்னுடைய வாழ்க்கையில் ஏதோ ஒரு வகையில் பாதித்தவர்கள். இந்த 22 நபர்களுக்குமே குடும்பங்கள் இல்லையா என்றால், குடும்பம் இருக்கிறது. இவர்களெல்லாம் தங்கள் குடும்பத்திற்குச் சொத்து சேர்த்து வைத்தார்களா என்றால், அது எனக்குத் தெரியாது. ஆனால் இவர்கள் இந்தச் சமூகத்தை அசைத்திருக்கிறார்கள்.

எழுத்தாளர் ஜெயமோகனின் 'அறம்' நூலில் வருகிற டாக்டர் கிருஷ்ணமூர்த்தி என்கிற டாக்டர்.கே, ஒரு வனத்தில் ஒரு யானை இறந்துவிடக்கூடாது என்பதற்காக வாழ்கிறார். ஒரு யானை ஒரு வனத்தில் இருந்து இறக்கிறது என்றால் அந்த வனத்தை நாம் அழிப்பதற்குச் சமம் என்ற உயர்ந்த லட்சியவாதத்தோடு தன் வாழ்நாளெல்லாம் இயங்கிய மனிதர். தன் வாழ்நாளெல்லாம் ஒரு மிக உயர்ந்த லட்சியத்திற்காக இயங்கிக்கொண்டிருந்த மனிதராக அவரைக் காட்டுகிறார், ஜெயமோகன்.

கொங்கு மண்டலத்தில் பவானி என்ற ஊரில் ஒரு செல்வச் செழிப்பான குடும்பத்தில் பிறந்தவர், வி.பி.குணசேகரன். பி.இ படித்து முடிக்கிறார். பொள்ளாச்சி மகாலிங்கம் அவருடைய உறவினர். அப்பா சொல்லி அவருடைய சக்தி சுகர்ஸில் பொறியாளர் வேலை கிடைக்கிறது. ஆனால் ஒரு லட்சியவாத மனிதன் இப்படி அரசு நிறுவனங்களிலோ அல்லது தனியார் நிறுவனங்களிலோ ஒரு முதலாளியின் கீழ் ஒரு நாளும் இயங்கவே முடியாது. மனம் வேறெங்கோ அவர்களுக்குச் செயல்பட்டுக்கொண்டே இருக்கும். அதையும் மீறிப் பல பேர் 'இதுதான் நமக்கு விதித்தது. இது இல்லை என்றால் நம்மால் சாப்பிட முடியாது, பட்டினி கிடந்து சாக வேண்டும்' என்பதற்காக,

லட்சியவாதத்தை இழந்துவிட்டு இந்த தேசத்தின் கோடான கோடி சாதாரண மனிதர்களைப்போல் வாழ்ந்து முடிக்கிறார்கள். ஆனால், குணசேகரன் நான்கைந்து ஆண்டுகள் வேலையில் தாக்குப்பிடிக்க முடியாமல் அதிலிருந்து வெளியேறிவிடுகிறார். இப்போது குணசேகரனுக்கு 75, 76 வயது இருக்கலாம். ஆண்டுக்கு நான்கைந்து முறையாவது அவரை எப்படியாவது சந்தித்துவிடுவேன். 'பர்கூர் காடுகளில், தாமரைக்கரைப் பகுதிகளில், அந்தியூர்ப் பகுதியில் அவருக்குத் தெரியாத ஒரு பழங்குடி மனிதனின் வீடும் இல்லை. அவருக்குத் தெரியாமல் ஒரு

பழங்குடிப் பெண்ணும் இல்லை. ஒரு குழந்தையும் இல்லை' என்கிற அளவிற்குத் தொல்குடி மக்களோடு தன் வாழ்க்கையை முழுக்க முழுக்க இணைத்துக்கொண்டவர். அவர் குடும்பத்திடம் சென்று எவ்வளவு நாள் ஆகிவிட்டது? அவர் குடும்பத்தோடு இருக்கின்ற வாழ்க்கையில் எவ்வளவு நாள்கள் செலவழித்தார்? இதெல்லாம் நமக்குத் தெரியவே தெரியாது. ஆனால், அவருடைய கால்கள் அந்தத் தாமரைக்கரைக் காடுகளில், பர்கூர்க் காடுகளில் நடந்துகொண்டே இருக்கின்றன. அந்தக் கால்கள் அந்த வனப்பகுதியில் நடப்பது வேறு எதற்காகவும் இல்லை, இந்தப் பழங்குடியின மக்களின் வாழ்க்கையை ஓர் அங்குலமாவது நாம் அசைத்து மேலே தூக்கிவிட முடியாதா என்கிற மிக உயர்ந்த லட்சியத்திற்காக!

ஒருமுறை குணசேகரன் அவர்களிடம் பேசிக் கொண்டிருந்த போது சொன்னார், "ஒரு பழங்குடி ஒரு முறத்தில் விதை சாமையையோ, விதை கேழ்வரகையோ, விதை கம்பையோ அந்த மானாவரி நிலத்தில், மலையில் விதைக்கிறபோது கடவுளுக்கு நன்றி செலுத்தி வேண்டுகிறான். 'கடவுள் தின்றது போக, காத்தவன் தின்றது போக, கள்வன் தின்றது போக, கண்டவன் தின்றது போக, பறவைகள் தின்றது போக, எனக்கும் கொஞ்சம் விளையணும் சாமி' என்று வேண்டிக்கொள்கிறான். இந்த மனத்தைத்தான் பொதுச்சமூகம் தவறவிட்டிருக்கிறது. இந்த அர்ப்பணிப்பான மனத்தைத்தான் பொதுச் சமூகம் கவனிக்கத் தவறி யிருக்கிறது."

'கடவுள் தின்றது போக, காத்தவன் தின்றது போக, கள்வன் தின்றது போக, கண்டவன் தின்றது போக, பறவைகள் தின்றது போக, எனக்கும் கொஞ்சம் விளையணும் சாமி' என ஒரு பழங்குடி மனிதனின் வாயிலிருந்து வருகின்ற வார்த்தைகளைவிடப் பெரிய வாழ்க்கை வேதம் எது இருக்க முடியும்!

சில தசாப்தங்களுக்கு முன்பு, பஞ்சத்தால் தேசம் பல உயிர்களை இழந்த நாள்களின் பிறகு ஒரு மாற்றம் நிகழ்ந்தது. கல்வி என்கிற மாபெரும் சக்தியைப் பெற்றிட பலர் எத்தனித்தனர். கிராமப்புறத்திலிருந்து முதல் தலைமுறையாக மருத்துவம் படிக்க, பொறியியல் படிக்க மாணவர்கள் கிளம்பினர். தாய்மார்கள், 'நல்லபடியா போய்ட்டு வாங்க சாமி!' என ஆரத்தி எடுத்து, கண்ணீர் பெருக்க தங்கள் நம்பிக்கையை அனுப்பிவைத்தனர். அவர்கள் அந்தக் கிராமத்தின் நம்பிக்கையாகக் கிளம்பினர். நம் சமூகம் கடந்த 40 ஆண்டுகளில் அடைந்த வளர்ச்சி, அந்த மருத்துவர்கள், பொறியாளர்கள், ஆசிரியர்கள், கலெக்டர்கள் தந்த மகத்தான பங்களிப்புதான்.

பொதுநலத்தோடு இன்றும் பல லட்சியவாதிகள் இயங்குகிறார்கள். இன்றும் மாநகரப் பூங்காக்களிலும், அரசு நூலகங்களிலும் அரசுப் பணிக்கெனப் படிக்கிறவர்களில் ஊதியம் மட்டுமே இலக்காக இல்லாத சிலர் நிச்சயம் இருப்பர். அவர்கள் பரிசலில் ஏறிப் பயணிப்பர். கால்கடுக்க நடப்பர். அவர்களின் நடைகளின் விளைவாக இந்தச் சமூகமும் ஓர் அங்குலம் நகர்ந்து கொண்டே இருக்கும்.

8

எத்தனையோ கதைகள், கவிதைகள், நாவல்களை வாசித்திருக்கிறேன். இந்தப் படைப்புகள் எதுவும் எனக்குத் தராத ஒரு துக்கத்தை கவிஞர் சுகுமாரனின் கவிதை வரி ஒன்று தந்திருக்கிறது. 'தற்கொலையில் தோற்றவனின் மௌனமாக' என்கிற அந்த வரி என் வாழ்வைப் பல நேரங்களில் அசைத்துப் பார்த்திருக்கிறது. தூக்கம் வராத பின்னிரவுகளில், திடீரென்று ஒரு கனவு வந்து எழுகையில் இந்த வரிகள் ஞாபகத்துக்கு வரும். அப்போதெல்லாம் நான் என் சமன் இழந்திருக்கிறேன். 'தற்கொலையில் தோற்றவனின் மௌனம்' என்பது எத்தகையது? யாராலும் யூகிக்க முடியாத ஒன்று. தற்கொலையில் ஈடுபட்டு வெற்றியடைந்துவிட்டால் அது ஒரு வகையான துயரம். அது ஒரு வகையான மௌனம். அது ஒரு வகையான துக்கம். ஆனால், அவ்வாறு ஈடுபட்டுத் தோற்றுப் போகிறவனுடைய மௌனத்தை யார் அறிவார்? ஒருவகையில் அந்தத் தோல்வியானது வாழ்வின் வெற்றிதான்.

என் அப்பா அவரின் 23 வயதில் ஒருமுறை தற்கொலை முயற்சியில் ஈடுபட்டிருக்கிறார். 'கோட்டாங்கல்' என்கிற ஒரு பாறை இடுக்கிற்கு அருகில் முளைத்திருக்கிற ஒரு வெப்பால மரத்தில், கயிற்றோடு அவர் இருட்டுவதற்காகக் காத்திருந்த அந்தக் கணத்தில்தான் சரியாக ஆறு மணிக்கு திருவண்ணாமலைக் கார்த்திகை தீபம் ஏற்றப்படுகிறது. மனிதர்களின் கண்களில் பட்டு விடாமல் இந்தத் தற்கொலையை நிறைவேற்றிக்கொள்ள வேண்டும் என்று அப்பா யோசித்திருக்கிறார். ஆனால், திடீரென மேற்கு திசையில்

வாண வேடிக்கைகளும் அதைத் தொடர்ந்து பல மைல்களுக்கு அப்பால் ஒரு தீப ஒளியும் தெரிந்தது. உடனே, அப்பா அந்தத் தற்கொலை முயற்சியைக் கைவிட்டு வீட்டிற்கு விறுவிறுவென வந்து சேர்ந்தார். அதன்பிறகு சில நாள்கள் கழித்து ஆடு மேய்க்கிற பையன்கள், அப்பா மாட்டி வைத்திருந்த அந்தக் கயிற்றை எடுத்து வந்து வீட்டில் கொடுத்ததாகச் சொல்வார்கள். அப்பா எதற்காகத் தற்கொலை முயற்சியில் ஈடுபட்டார் என்பதைவிட, எது அவரைத் தற்கொலை முயற்சியிலிருந்து தடுத்தது என்ற யோசனை எழுந்திருக்கிறது. எங்கோ ஏற்றப்பட்ட ஒளி, அவர் மனதின் சிடுக்குகளைக் கலைத்துப்போட்டிருக்கிறது. அவர் தற்கொலையில் தோற்றுப்போனாரா? கயிற்றை அங்கேயே விட்டுவிட்டு வந்தவரின் மௌனம் எத்தகையது?

அப்பா எந்தக் கோயிலுக்கும் சென்றவரில்லை. கடவுள் நம்பிக்கை இல்லாதவர். எங்கள் குடும்பத்திற்கே தெரியாமல் ஒரு ரகசியத்தைக் காப்பாற்றிவந்தார். அவருடைய இறப்பின்போதுதான், அந்த ரகசியம் எங்களுக்குத் தெரிவிக்கப்பட்டது. ஒவ்வொரு தீபத்தன்றும் மேலே மலையில் தீபம் ஏற்றுவதற்காக நெய்க்கூடம் கட்டுவார்கள். அப்பாவின் பெயரில் ஒரு கிலோவோ, அரைக் கிலோவோ நெய்க்கான காசு கட்டி ரசீதை வாங்கிக்கொண்டு வருவார். ஒரு கடுமையான நாத்திகவாதியிடம், இத்தகைய ரகசியம் வாழ்நாளெல்லாம் தொடர்ந்திருக்கிறது.

வாழ்க்கை மட்டுமல்ல, மனிதர்களும் விசித்திரமானவர்கள் என்பதை நான் உணர்ந்துகொண்ட தருணம் அது. தற்கொலை என்பது உலகின் மிகப்பெரிய கோழைத்தனம். எனக்குத் தெரிந்த பெரும்பாலான தற்கொலைகள் திட்டமிடப்படுவதல்ல, கண நேர முடிவுதான். பெரிய சதவிகிதத்தில் பார்த்தால் சக மனிதனிடமிருந்து வருகின்ற சொற்களின் கணநேரம்தான். பிரியப்பட்டவர்களின் கடுஞ் சொற்கள், அவமானம், தோல்வி எனப் பலவும் இதன் காரணமாக இருக்கின்றன என்பது நிஜம். அதைவிடப் பெரிய நிஜம், இவற்றையெல்லாம் தாங்கிக் கொண்டும், துடைத்துப் போட்டும், அதைக் கடந்து வென்று கொண்டும்தான் பல லட்சம் மனிதர்கள் வாழ்கிறார்கள்.

தற்கொலை செய்து மரித்தவரைவிட, அவரின் உடனிருக்கிற மனிதர்களின் மௌனம்தான் கொடுமையானது. 'இன்னும் கொஞ்சம் அவர்களைக் கவனித்திருக்கலாமோ' என சதா சிந்தித்து வாழ்க்கை ரணமாகிவிடும். மனைவி தூக்கில் தொங்கி இறந்த சில தினங்களுக்குப் பிறகு, டீக்கடைக்குப் போகிற கணவனோ... கணவனின் தற்கொலைக்குப் பிறகு, தன்னுடைய குழந்தைகளுக்காக தான் வாழ்ந்தாக வேண்டும் என்று ஒரு டிபன் பாக்ஸில் சாப்பாட்டை அடைத்துத் தன் கைப்பையில் வைத்துக்கொண்டு அலுவலகத்திற்கோ, கூலி வேலைக்கோ போகின்ற மனைவியோ... அவர்களின் மனம் எத்தனை கேள்விகளால் துளைக்கப்பட்டுக்கொண்டிருக்கும்!

இவர்கள் தங்கள் இணையரிடம் உபயோகித்த சொற்களைப் போன்று ஆயிரம் மடங்கு விஷமேறிய, அமிலம் தடவிய சொற்களைத் தங்களுடைய நாக்கிலேயே வைத்துக்கொண்டு இந்தச் சமூகம் விஷப்பாம்புகளைப் போன்று சாலையெங்கும் காத்துக்

கொண்டிருக்கும். தற்கொலை செய்து கொள்பவர்கள், தாங்கள் மட்டும் இந்த உலகத்தில் மரணித்துப்போவதில்லை, உயிரோடு இருப்பவர்களையும் சேர்த்து மரணிக்க வைக்கிறார்கள். எதை நிரூபிக்க அவை நடக்கின்றன? யாருக்கு விடுக்கிற கேள்வி அல்லது சவால் அது?

ஒரு வகையில் இந்த இடத்தில் குழந்தைகள்தான் பாக்கிய சாலிகளாக இருக்கிறார்கள். குழந்தைகள்தான் எப்பொழுதும் கடவுளுக்கு சவால் விடுகிறார்கள். அவர்கள்தான் இந்தத் தற்கொலை எனும் எண்ணமற்றவர்களாக இருக்கிறார்கள். ஆனால், பருவம் செல்லச் செல்ல 'உயிர் என்ற ஒன்றே ஆதாரமானது. தோல்வியுற்றால் அதை நாம் பறித்துக்கொள்ள வேண்டும்'' என்பதை அவர்கள் எப்படி அறிகிறார்கள் என்பது அதிர்ச்சியளிக்கக்கூடியது. குழந்தைகளிடம் நாம் எதைக் கொண்டு சேர்க்கவேண்டும், எவ்வளவு கவனமாக இருக்க வேண்டும் என்பதற்கு இது ஓர் உதாரணம். தோல்வி நிலையையும் அவமான உணர்வையும் துச்சமெனக் கடந்து செல்ல வேண்டும் என்பது அவர்கள் மனதில் பதிய வேண்டுமே அன்றி, வெற்றியின் ஆர்ப்பரிப்பு அல்ல.

மனோஜ் எழுதிய 'சுகுணாவின் காலைப் பொழுது' என்கிற ஒரு கதை. சுகுணா ஒரு நடுத்தர வர்க்கத்தில் எல்லாக் குடும்பத்தையும்போல, ஒரு அப்பார்ட்மென்ட்டில் இரண்டு குழந்தைகள், கணவனோடு வசிக்கின்ற ஒரு சராசரியான பெண். ஏழு நாற்பதுக்கு ஸ்கூல் ஆட்டோ வந்து நிற்கும் என்பதிலிருந்து கதை தொடங்கும். சுகுணா தன் ஒரு மகளை அதற்குள்ளாகக் குளிக்க வைத்து, அவளுக்கு காலையில் டிபன் ஊட்டி விட்டு, ரைம்ஸ் சொல்லிக் கொடுத்து, 'ஸ்கூலுக்குப் போன உடனே மறக்காம எக்ஸாமுக்கு முன்னாடி இந்த ரைம்சை ஒரு தடவை சொல்லிப் பார்த்துக்கோ!' என்று சொல்வாள். தன்னுடைய பையனை அவள் அதே மாதிரி ஒவ்வொன்றாகச் சொல்லிக் கொடுத்து தயார்படுத்துவாள். அவன் ஐ.டி கார்டை மறந்து வைத்துவிடுவான், அதை பீரோவிலிருந்து எடுத்து வந்து கொடுப்பாள். அதற்குள் ஆட்டோக்காரர் சலித்துக்கொள்வார் என இயல்பாகக் கதை நகரும்.

"ஐ.டி கார்டு எங்கடா..?" என்று பையனைக் கேட்கின்றபோது, ''உங்க அப்பனை மாதிரியே உனக்கு மறதி இருக்கிறது'' என்று சொல்வார். இந்த 'அப்பனை மாதிரியே' என்கிற வார்த்தைகளை ரொம்ப சன்னமான குரலில்தான் சொல்வார். ஏனென்றால், அந்த அப்பா பக்கத்து அறையில் ஆபீஸிற்கு ரெடியாகிக்கொண்டிருப்பார். அந்த வார்த்தைகள் அவரது காதில் கேட்டு விடும்.

குழந்தைகள் சென்ற பிறகு சுகுணா சோபாவில் உட்கார்கிறாள். அவளுக்கு என்னென்னவோ ஞாபகங்கள் வருகின்றன. டி.வி ரிமோட்டை எடுத்து சேனல்களை மாற்றுகிறாள். அதில் ஒரு கணவன், அவன் மனைவியைத் திட்டுகிறான். இவள் கணவன் ஞாபகம் வருகிறது, உடனே டி.வி-யை நிறுத்துகிறாள். அடுத்து செய்ய வேண்டிய வேலைகளுக்குப் போகிறாள். மாப் போட்டு வீட்டைத் துடைக்கிறாள்.

தெருவில் காய்கறி வாங்குகிறாள். மதிய சாப்பாட்டிற்கான பாகற்காயை

வட்ட வட்டமாக ரசனையோடு அரிந்து பார்க்கிறாள். முள்ளங்கியை சாம்பாருக்காக அரிகிறாள். இவளுக்கு நிறைய ஞாபகங்கள் வருகின்றன. 'பூண்டு... பூண்டு...' என விற்றுக்கொண்டு ஒரு வியாபாரி தெருவில் வருகிறான். தெருவிற்கு வந்து பூண்டு வியாபாரியை அழைக்கிறாள். தன்னுடைய பையனுக்குப் பூண்டு ரசம் ரொம்பப் பிடிக்கும். சாயங்காலம் பள்ளியில் இருந்து திரும்பி வருவதற்குள் ரசம் வைக்க வேண்டும் என்பதற்காக 'பூண்டு ஒரு கிலோ எவ்ளோ?' என்று கேட்கிறாள். அவளுக்கு ஒரு இறுகிய முகமோ அல்லது ஒரு நிதானம் இல்லாத மன நிலையோ வாய்க்கவே வாய்க்காது. ரசித்து ரசித்து ஒவ்வொரு சின்னச்சின்ன விஷயத்தையும் செய்துகொண்டே இருப்பாள். 'சாயங்காலம் தம்பி, பாப்பா வரும்பொழுது அவர்களுக்குப் பசிக்கும். அவர்களுக்காக என்ன செய்துவைக்கலாம்' என்று யோசிப்பாள்.

ஒவ்வொன்றாக யோசித்துக் கொண்டே வரும்போது, அவளுக்கு ஒரு ஞாபகம் வரும். தன் அப்பா வீட்டிற்குச் சென்று திரும்புகையில், பூச்சி மருந்து டப்பாவை எடுத்து வந்தது ஞாபகம் வரும். அது வயலுக்கு அடிப்பதற்காக வைத்திருந்த ஒரு மருந்து. அதை வீட்டில் ஒரு இடத்தில் மறைத்து வைத்திருப்பாள். ரொம்ப கேஷுவலாக எதையோ தேடுகின்ற அல்லது தண்ணீர் எடுத்துக் குடிக்கின்ற இயல்போடு போய் அதை எடுத்து வருவாள். அதை எடுத்து வந்து சுடுநீரைக் காய்ச்சி, அதற்குள்ளே மருந்தைக் கொட்டிக் காய்ச்சினால் ஒரு குமட்டுகின்ற நாற்றம் வரும்.

ரொம்ப இயல்பாக ஒரு காபி டிகாக்ஷன் போட்டு எடுத்து வருவது போல் அதை எடுத்து வருவாள். அவள் எந்தத் தயக்கமும் இல்லாமல் காலை ஆறு மணி அல்லது ஐந்து மணிக்கு எழுந்து, தன்னுடைய குழந்தைகளைக் குளிப்பாட்டி ஒவ்வொன்றாகச் செய்த இந்த எந்தச் செயலிலுமே இவளுடைய தற்கொலையின் வாசனையோ, சாயலோ, எதுவுமே இருக்காது. மிக இயல்பாக ஒரு காபி அருந்துவதுபோல் அந்த விஷத்தை அருந்தி முடிப்பாள், முடிந்தது. கொஞ்ச நேரத்தில் அவளுக்கு, தன்னுடைய மூக்கிலும் வாயிலும் ஏதோ திரவம் வழிவதை உணர்வாள். கொஞ்ச நேரத்தில் அவளுடைய கை கால்கள் வெட்டி வெட்டி இழுக்கப்படும். அவளுடைய காலைப்பொழுது எவ்வளவு வசீகரமானது என்று வெளியில் இருந்து பார்ப்பவர்களால் சொல்ல முடியும். எவ்வளவு இனிமையானது என்று பக்கத்து வீட்டுக்காரர்கள் உணரலாம். எவ்வளவு வலி நிறைந்தது என்பதை சுகுணா மட்டுமே உணர்ந்திருக்கக்கூடும்.

வயது, பாலினம், பொருளாதார நிலை என எந்த பேதமும் இல்லாமல் எத்தனை எத்தனை தற்கொலைகள் நிகழ்கின்றன! சில்க் ஸ்மிதா என்கிற எல்லோராலும் விரும்பப்பட்ட ஒரு பேரழகியின் மரணம் சமூகத்தை உலுக்கியது. இந்தச் சமூகத்தின் எல்லா அந்தஸ்தையும் அடைந்த மனிதன், எல்லாச் செல்வங்களையும் பெற்ற மனிதன், ஒரு நாள் அனாதரவாக ஒரு மரத்தில் தூக்கில் தொங்குவதை, ஒரு உத்திரத்தில் தூக்கில் தொங்குவதை நாம் பார்த்திருக்கிறோம். 'தற்கொலை செய்துகொண்டார்' என்ற சொற்கள் நமக்குக் கேட்கிறபோதே, 'அவரா

இப்படிப் பண்ணிக்கிட்டார். நம்பவே முடியலையே!' என்கிற சொற்களும் நமக்குக் கேட்கும்.

தற்கொலை எண்ணம் வராமலிருக்க பாதுகாப்பு அழைப்பு எண்கள் எத்தனை பகிரப்படுகின்றன. எத்தனை தரவுகளைச் செய்திகளில் பார்க்கிறோம். ஒவ்வொரு முறை தேர்வு முடிவுகள் வருகிறபோதும் அது எந்த மாணவரின் உயிரையும் பலி கேட்கக்கூடாது என மனம் பதைபதைக்கிறது. அனிதா, பிரதீபா இன்னும் நம்முடைய எத்தனை குழந்தைகளை நாம் இழந்திருக்கிறோம். கொள்கைக்காகவென உயிர்நீத்த பலரும் நமக்குத் தியாகிகள். அதையும் தாண்டி நம் உறவுகள் அல்லவா? அவர்களுக்கு ஏன் இந்த வாழ்க்கையை நீட்டிக்க மனமற்றுப் போனது. 'இன்னும் கொஞ்ச தூரம்தான்!' என அவர்களுக்கு நம்பிக்கை அளிக்கத் தவறியது யார்? மரண தண்டனையே கூடாதென்ப் போராட்டங்கள் நடக்கும் தேசத்தில் ஏன் இத்தனை தற்கொலைகள்!

இந்தக் கேள்விகள் நம்மை உறங்க விடுமா? மரணச் செய்திகள் போல அத்தனை எளிதாக நினைவை விட்டு அகல்வதில்லை தற்கொலைச் செய்திகள். கைவிடப்பட்டவர்கள், பிரியங்கள் அற்றுப்போனவர்கள், தோற்றுப்போனவர்கள் வாழக் கூடாதென யார் சொல்லிச் சென்றது? அது இந்தச் சமூகத்துக்கானது. சக மனிதர்கள் அத்தனை பேருக்குமானது. அந்தப் பிணைப்பை விடுவித்துப் போதல் எப்படிச் சரியாகும். முடியாதென்ற சொல், தோல்வி என்ற சொல் அத்தனை வலிமையானதல்ல.

தற்கொலைச் செய்திகள் போலவே இன்னும் சில செய்திகள் உள்ளன. நடக்கவே முடியாத ஸ்டீபன் ஹாக்கிங் வானில் பறந்த செய்தி, கால் இழந்து நடக்க முடியாதெனச் சொன்னவர்கள் பாரா ஒலிம்பிக்கில் பதக்கம் வாங்கிப் புன்னகைக்கும் செய்தி, அசையவே முடியாத பலர் சிந்தித்த செய்தி, விழித்திறனற்ற பல நூறு ஆசிரியர்கள் பல லட்சக்கணக்கான மாணவர்களை உருவாக்கிய செய்தி, தற்கொலை கணத்தைக் கடந்து இன்று தொழிலதிபர்களாக உயர்ந்த செய்தி என எத்தனை எத்தனை மனிதர்கள் நம் முன் இருக்கிறார்கள். அவர்கள் நமக்களித்த நம்பிக்கை ஒளியும் என் அப்பாவின் தற்கொலை எண்ணத்தைத் தகர்த்த தீப ஒளியும் வெவ்வேறல்ல. இந்த உலகம் தோல்விகளால் நிறைந்ததல்ல, சுடர்களால் நிறைந்தது. ஒளியால் நிறைந்தது. வெற்றி, தோல்வி, மானம், அவமானம் இவற்றால் அழிக்க முடியாத தன்னியல்பானது அந்த ஒளி. அது எல்லோருக்குமானது.

9

காலம் எல்லாவற்றுக்கும் ஒரு கணக்குவைத்திருக்கிறது. ஒரு மனிதன் தன் இறந்த காலங்களில் எவ்வளவு இழக்கிறானோ, அதனைப் பன்மடங்கு அதிகமாக்கி அவனுடைய நிகழ்காலத்திற்கும், எதிர்காலத்திற்கும் காலம் கொடுத்துக்கொண்டிருக்கிறது. இந்த நம்பிக்கை நிறைந்த சொற்கள்தாம் நம் வாழ்வை நகர்த்திக்கொண்டு செல்கின்றன. பல நேரங்களில், பலரும் பிறருக்கு ஆறுதலாகவும் இதைச் சொல்லி நான் கேட்டிருக்கிறேன். 'இழப்பு' என்கிற சொல் எல்லோருடைய வாழ்விலும் நம் அனுமதியின்றியே பங்கெடுத்துக்கொள்கிறது. பலருக்கும் அந்த இழப்பு அவர்கள் வாழ்வில் ஒரு வடுவாகவே தங்கிவிடுகிறது. சிலருக்கு தம் இழப்பைக் கடந்து செல்கிற மனம் வாய்த்திருக்கிறது. உண்மையில் அவர்கள் பாக்கியவான்கள்.

இழப்பென்பது நம் பால்யத்தின் நதியில்தான் நமக்குத் தென்படத் தொடங்குகிறது. சிறு வயதில் இழந்தது எதுவுமே நமக்கு இழப்பெனத் தெரிவதில்லை. குழந்தைமையை இழக்கிற தினமொன்றில்தான், வாழ்வு நாம் இழந்தவற்றை நமக்கு அறிமுகப்படுத்தத் தொடங்குகிறது. சிறியது, பெரியது என மகிழ்ச்சி, துக்கம், கஷ்டம் என எதிலும் தராசு வைத்து அளவிட முடியாது. ஆனால், நாம் தொடர்ச்சியாக இவற்றையெல்லாம் சிறிது பெரிதென அளவிட்டுப் பார்க்கிற மனதைத் தொலைக்க முடியாமல் அல்லாடுகிறோம். உறவா, பொருளா, மனமா, இப்படி எதை இழப்பது இழப்பாகிறது என்பதைப் பல நேரங்களில் யோசித்துத் தவித்திருக்கிறேன். தொலைத்ததைத் தேடிப் பெறுகிறோம். இழப்பதை எப்படி மீட்டெடுக்கிறோம், ஈடு செய்யவே முடியாத இழப்புகளிலிருந்து எப்படித் தப்பிப்பது என்ற கேள்விகள் சதா இம்சிக்கின்றன. இழந்துவிட்டோம் என்ற நினைப்பே வாழ்வின் வெகு நாள்களைத் தின்று செரிப்பதை எப்படித் தவிர்ப்பது? விடை தெரியாத புதிர் இது.

"எனக்கு 2 தங்கச்சி மாப்ள... அவங்களுக்குக் கல்யாணம் பண்ணி வச்சி, 40 வயசுலதான் கல்யாணம் பண்ணினேன். ரிட்டயர் ஆகுறதுக்குள்ள பசங்களுக்கு எதையாவது சேத்து வச்சிடணும். பாதி வயசு குடும்பத்துக்கு உழைச்சே போயிருச்சுடா" என ஆற்றாமையில் உழல்கிற நண்பர்களுக்கு சம்பிரதாய ஆறுதலைத் தவிர எதைச் சொல்வது? "நான் ஸ்கூல் ஃபர்ஸ்டண்ணா. சிவில் சர்வீஸ் எக்ஸாம்க்கும் படிச்சேன். வேலைக்கெல்லாம் போக வேணாம்னு அவர் சொல்லிட்டாரு. அதான் அப்படியே விட்டாச்சு. இப்ப என்னைவிட கம்மியா படிச்ச பொண்ணுங்க எல்லாம் அமெரிக்கால இருந்து இன்ஸ்டால போட்டோ போடுறாங்க" என்கிற சகோதரிகளின் இழப்பு அவர்களுக்குத் திரும்பக் கிடைக்குமா?

"மன்னார்குடில இருந்து ஒரு சம்பந்தம் வந்திருக்கு, கேஸ் ஜெயிச்சா மகளுக்குப் பேசி முடிச்சிடலாம்" என விபத்தில் கணவனை இழந்துவிட்டு, வழக்கு நடத்தி இழப்பீட்டுத் தொகை வாங்க அல்லல்படும் பல தாய்மார்களின் கண்ணீரைக் கண்டிருக்கிறேன். மலக்குழிகள், மரணக்குழிகளாகிப் போன தேசத்தில் உறவுகளை இழந்துவிட்டு, "வரேன்னு சொல்லிட்டுத்தானே போனான்" என்று ஆற்றாமையுடன் 'மடேர் மடேரெ'ன நெஞ்சில் அடித்துக்கொள்ளும் கேவல் சத்தம் என்றுதான் அடங்கும்? "15 வருஷமா மனு குடுத்து அலைஞ்சிட்டு இருக்கேன் தோழர். எப்படியும் மணல் அள்ளுறதைத் தடுத்து நிறுத்திடலாம். அறம் வெல்லும் தோழர்!" என லட்சியத்துடன் புன்னகைக்கிறார் மணல் கொள்ளையைத் தடுக்கச் சென்று, கை உடைபட்ட தோழர் ஒருவர். தொடர்பே இல்லாத வழக்கொன்றில் விசாரணைக்காக அழைத்துச் செல்லப்பட்டுச் சிறைவாசம் அனுபவித்து வாழ்வையே இழக்கிற எத்தனை பேரின் கதைகளைக் கேட்டிருக்கிறோம். இழப்பு வெவ்வேறு ஆயுதங்களுடன் வந்து நமக்கு வேண்டியதை எல்லாம் அறுத்து வீசிச் செல்கிறது.

சமீபத்தில் உதயசங்கரின் 'கடவுளின் காதுகள்' என்ற கதையைப் படித்தேன். சிவகாசியிலிருந்து கோவில்பட்டிக்குத் திருமணத்தின் காரணத்தால் இடம்பெயர்ந்துபோன சுப்புத்தாய் என்கிற ஒரு பெண்ணைப் பற்றிய கதை. அந்தப் பெண்ணின் பால்யத்திலிருந்து கதை தொடங்குகிறது. அந்த அம்மாவின் முதுமைப் பருவத்தில் மகன் சொல்வதைப்போல கதை நகரும். சிறு வயதில் சிவகாசி, சாத்தூர், விருதுநகர், கோவில்பட்டி ஆகிய பகுதிகளில் எளிய பெண்களுக்கு விதிக்கப்பட்ட வாழ்க்கை சுப்புத் தாய்க்கும் விதிக்கப்படுகிறது. நூற்றுக்கணக்கான, அவள் வயது சேர்ந்த பெண்களுக்கு மத்தியில் தீப்பெட்டி ஒட்டுகிற வேலைக்குச் செல்கிறாள். பால்யம் முழுவதும் அவள் பேசிக்கொண்டே இருக்கிறாள். அவள் இருக்கிற இடம் எப்போதும் கலகலப்பாக இருக்கும். அவளுடைய பேச்சைக் கேட்பதற்காகவே சக தோழிகள் சுப்புத்தாய்க்கு அருகில் அமர்ந்து தீப்பெட்டி ஒட்டுவதை வழக்கமாகக் கொண்டிருந்தார்கள்.

சுப்புத்தாய்க்கு அந்தப் பேச்சு ஊற்றுபோல எங்கிருந்துதான் கிளம்பிவருமோ தெரியாது, பேசிக்கொண்டே இருப்பாள்.

தீப்பெட்டி அலுவலகத்திலிருந்து பேருந்து வழியாக வீடு சென்றடையும் வரை பேசிக்கொண்டே இருப்பாள். வீட்டை அடைந்த பின்பும் அவள் பேச்சை நிறுத்தியதாகச் சரித்திரமே இல்லை. வீட்டிலிருந்தவர்களோடு பேசிக்கொண்டே இருப்பாள். சுப்புத்தாய் பேசப் பிறந்தவள். காதுகளைவிட அவளது வாய் அதிகம் ஆசீர்வதிக்கப்பட்டதாக இருக்கும்.

அவளுக்குத் திருமணம் முடித்து வைத்து சிவகாசியிலிருந்து கோவில்பட்டிக்கு அனுப்பி வைக்கிறார்கள். அவள் பேசும் இடம் சிவகாசியிலிருந்து கோவில்பட்டிக்கு மாற்றம்தான் பெற்றுள்ளது. அங்கும் அவள் பேசிக்கொண்டே இருக்கிறாள். முதல் இரண்டு, மூன்று நாள்கள் புதுக்கல்யாண மயக்கத்தில் அதைத் தாங்கிக்கொண்ட அவள் கணவன், அதன்பின் அவள் மீது எரிந்துவிழுகிறான். 'ஏன் நீ எப்போதும் பேசிக்கொண்டே இருக்கிறாய்' என்று கேட்கிறான். அது சுப்புத்தாய்க்குக் கன்னத்தில் அறைந்தது போல் இருக்கிறது. சுப்புத்தாயை மாற்றிய பிறகு அவனுக்கு ஆண் என்கிற அதிகாரம் எழுகிறது. பேசிக்கொண்டே இருக்கிற ஒரு பெண்ணுக்கு, 'பேசாதே!' என்று கூறுகிற கணவன் கிடைத்திருக்கிறான்.

சுப்புத்தாய் பேசாமல் இருப்பதற்கு முயற்சி செய்கிறாள். கணவன் அவளைக் கடிந்து பேசிய பிறகும் அவளால் பேசாமல் இருக்கமுடிய வில்லை. அவள் பேச்சைத் தன் கணவனுக்காக நிறுத்திவிட முடியாது அல்லவா? அதனால் அவள் அதிகம் யோசித்து ஒரு கிளியை வாங்கி வருகிறாள். அந்தக் கிளி சுப்புத்தாய்க்குப் பேச்சுத்துணையாக இருக்கிறது. தன் கணவன் வெளியில் சென்ற பிறகு, தான் பேச நினைத்த அனைத்தையும் அந்தக் கிளியோடு பேசுகிறாள். கிளியும் அவளது பேச்சு மொழியை மெல்லப் புரிந்துகொண்டு மறுமொழியைத் தனது கீச் குரலால் பேசத் தொடங்கியது. தனக்கான ஆசீர்வதிக்கப்பட்ட வாழ்க்கையை சுப்புத்தாயே தேர்ந்தெடுத்துக் கொள்கிறாள். கணவன் அயர்ந்து வீடு திரும்பி உறங்கிய பிறகு அந்தக் கிளி வேப்ப மரத்திலிருந்து பறந்து வந்து பேசத்தொடங்கும். அது ஓர் அற்புதமான தோழமை. கணவனைவிட ஒரு நெருங்கிய தோழமை சுப்புத்தாய்க்குக் கிடைத்தது.

ஒரு நாள் அந்தக் கிளி பறந்து அவளது கணவனின் காதருகில் சென்று கீச்சிட்டது. மனிதர்கள் பேசினாலே கடிந்து விழும் அவன் எரிச்சலடைந்து, அந்தக் கிளியைத் தனது பலம் கொண்ட கைகளால் சுவரில் தூக்கி எறிகிறான். அந்த இடத்திலேயே அந்தக் கிளி மாண்டது. கிளி கொலை செய்யப்பட்டதைக் கண்ட சுப்புத்தாய் மனச்சோர்வு அடைந்து, 'இனி இவனுடன் வாழ முடியாது' என உணர்ந்து தன் அம்மா வீட்டிற்குத் திரும்பிவிட்டாள். வழக்கமான அறிவுரைகளைக் கூறி மீண்டும் அவள் கணவன் வீட்டிற்கு அனுப்பிவைக்கிறார்கள். 'பெண்களுக்கு விதிக்கப்பட்ட வாழ்க்கை இவ்வளவுதான்' என மீண்டும் கணவன் வீட்டிற்குத் திரும்பி வாழ்க்கையைத் தொடங்கினாள். இந்தச் சமயத்தில் அவளுக்கு ஒரு ஆண் குழந்தை, ஒரு பெண் குழந்தை என இரண்டு குழந்தைகள் பிறந்தன. மகளைத் திருமணம் முடித்து அனுப்பிவிடுகிறார்கள். மகனின் நடவடிக்கைகள் எதுவும் தந்தைக்குப்

பிடிக்காமல் இருந்தது. அவன் ஏஞ்சல் என்கிற ஒரு கிறிஸ்தவப் பெண்ணைத் திருமணம் முடித்து வந்தான். அது அவனது தந்தையை நிரந்தமாக வெறுக்கவைக்கிறது. சுப்புத்தாயின் கணவன் ஒருநாள் இறந்துவிடுகிறான்.

அவன் இறந்த பின்பு சுப்புத் தாயின் வாழ்க்கையில் வேறு ஒரு பிரச்னை தொடங்கியது. சுப்புத்தாய் அவள் மகள் வீட்டில் தங்கினாள். மகள் வீட்டிலும் சுப்புத்தாயால் பேசாமல் இருக்க முடியாமல், பேசிக்கொண்டே இருந்தாள். இதனால் மகளுக்கு அம்மா மீது வெறுப்பு ஏற்படுகிறது. பேரன், பேத்திகள் சுப்புத்தாய் பாட்டியிடம் பேசிக்கொண்டே இருக்கிறார்கள். சுப்புத்தாயின் பால்ய காலத் தோழிகள்போல பேரன், பேத்திகள் கிடைத்தார்கள். ஒருநாள் பேரக் குழந்தைகள்

பாட்டியிடம் பேசுவதையும், பேசுவதைக் கேட்பதையும் நிறுத்திவிட்டார்கள். ஏனென்றால், அவர்கள் பள்ளிக்குச் சென்றுவிடுகிறார்கள். பள்ளியில் குழந்தைகளுக்கு முதலில் கற்றுக்கொடுப்பது 'பேசாதே, அமைதியாக இரு' என்பதுதான். பள்ளியில் கற்றுக்கொண்டதைக் குழந்தைகள் பாட்டியிடம் நடைமுறைப்படுத்தினார்கள்.

சுப்புத்தாயின் மகன் அம்மாவைத் தனது வீட்டிற்கு அழைத்துச் செல்கிறான். சுப்புத்தாயின் நடவடிக்கைகளை மெல்ல மெல்ல ரசித்தாள் சுப்புத்தாயின் மருமகள் ஏஞ்சல். தன் மாமியாருக்கு ஒரு பூஜை அறையை ஏற்படுத்திக் கொடுக்கிறாள். ஏஞ்சல் இயேசு கிறிஸ்துவின் புகைப்படத்தை வெளியே மாட்டி வைத்தாள். ஒரு நாள் சுப்புத்தாய் அந்தப் புகைப்படத்தை எடுத்து உள்ளே வைத்தாள். சில நாள்களுக்குப் பிறகுதான் 'அம்மா இரவெல்லாம் உறங்குவதே இல்லை' என்பது மகனுக்குத் தெரியவருகிறது. இது ஒரு நோய் போன்றும், மருத்துவரைப் பார்க்காவிட்டால் இது இன்னும் தீவிரமாகிவிடும் என்றும் மகன் எண்ணுகிறான். ஒரு நாள் இரவில் அம்மா யாருடனோ பேசிக்கொண்டிருக்கிறாள் என்பதை அறைக்கு வெளியே இருந்து அறிந்துகொள்கிறான்.

மறுநாள் அம்மாவிடம், "அம்மா, நீ யாரோடு பேசிக் கொண்டிருக்கிறாய்" என மகன் கேட்கிறான். அதற்கு சுப்புத்தாய் எந்தச் சலனமுமின்றி, "கடவுளிடம்" என்று கூறுகிறாள். அம்மாவுக்குப் புரியவைப்பதற்காக, "இரவில் நம்மைப் போன்றுதான் கடவுளும் உறங்குவார்கள். அவர்களைத் தொந்தரவு செய்ய வேண்டாம்" எனக்கூறுகிறான். அதற்கு சுப்புத்தாய், "நான் தொந்தரவு செய்யவில்லை, கடவுள்தான் தூக்கம் வரவில்லை என என்னை எழுப்பிப் பேசச் சொல்கிறார்கள், கடவுளுக்குக் காது இருக்கிறது. அவர்களாவது எனது பேச்சைக் கேட்கட்டும்" எனக் கூறுவதோடு கதை முடியும்.

இழப்பென்பது நம் உறவுகளால், நம்மை அற்ற வேறொருவரால் நிகழ்கிறபோது ஏற்படுகிற ரணம் சொல்லி மாளாதது. அதே நேரத்தில், நாம் எவ்வளவு இழந்தாலும், இழப்போடு நம் வாழ்க்கை நின்றுவிடுவதில்லை. வாழ்க்கை நம்மை அதன் போக்கில் கரம் பற்றி அழைத்துச் சென்றுகொண்டே இருக்கிறது. உறவுகளை, நம்பிக்கைகளை, பற்றை என இழந்தபோதும் புதிதாக ஒன்றை இட்டு நிரப்பிக்கொண்டே இருக்கிறது இவ்வாழ்வு. இழந்த ஞாபகங்களை எல்லாம் மறக்கடிக்கச் செய்கின்ற கனவுகள் வரும் என்பதுதான் இயற்கையின் நியதியாக இருக்கிறது.

2008-ம் ஆண்டு ஹிதேந்திரன் என்ற இளைஞனுக்கு விபத்து ஏற்படுகிறது. இரண்டு நாள்கள் கழித்து அவன் மூளைச்சாவு அடைந்ததாக மருத்துவர்கள் கூற, நொறுங்கிப் போகிறார்கள் பெற்றோர். மகனைப் பறிகொடுத்த வலி அவர்களை மீளாத்துயரில் ஆழ்த்துகிறது. அந்தக் கொடுந்துயரிலும் அவர்கள் ஒரு மகத்துவம் செய்கிறார்கள். இழந்து புதிதாக ஒன்றைப் பெற்றுக் கொள்கிறார்கள்.

ஆனால், அனைத்து மனிதர்களுக்கும் புதிதாகக் கற்றுக்கொண்டபோதிலும், மேன்மையான வாழ்க்கைக்குச் சென்றபோதிலும், உயரங்களைத் தொட்டபோதிலும், இழந்த ஞாபகங்கள் இருந்துகொண்டே இருக்கின்றன. ஏதோ ஒரு நேரத்தில் படித்த கல்யாண்ஜியின் கவிதைதான் இப்போது ஞாபகத்திற்கு வருகிறது. ஒரு பள்ளியில் நிகழும் ஒரு கால் பந்தாட்டப் போட்டியை, அந்தப் பள்ளிக்கு வெளியே இருந்து எட்டிப் பார்க்கிற, ஒரு கரி படிந்த சட்டையை அணிந்திருக்கும் மெக்கானிக் கடைப் பையன் குறித்து ஒரு கவிதை எழுதியிருப்பார். அந்தக் கால்பந்தாட்ட லட்சியம், அந்தக் கால்பந்தாட்டத்தின் வெறி, அந்த மைதானத்துடனான பந்தம்... எல்லாவற்றையும் அந்தப் பள்ளிக்குள்ளே இழந்துவிட்டு அந்த மெக்கானிக் கடையில் வேறு ஒரு மனிதனாக இருக்கிறான்.

இழப்பு என்பது இந்த வாழ்க்கையின் சொல்லப்படாத, மௌனமாக்கப்பட்ட விஷயமாக ஒவ்வொரு குடும்பத்துக்கும் இருந்து கொண்டே இருக்கிறது. இழப்பை மீறி மனிதர்கள் ஏதோவொரு வகையில் சமநிலை அடைந்து மௌனமாக வாழக்கற்றுக்கொள்கிறார்கள். ஆனால் மௌனித்து, பயணித்து மனிதனின் மனங்களுக்குள் கவிஞனோ, எழுத்தாளனோ சென்று பார்க்கும்போது, இந்த இழப்பின் வலி எவ்வளவு என்றும், ரணம் எவ்வளவு என்றும் அவர்களால் புரிந்துகொள்ள முடிகிறது.

உதயசங்கரும் கல்யாண்ஜியும் தங்கள் கதையிலும் கவிதையிலும் கண்டுபிடித்த இந்த வலியும் ரணமும் எல்லாக் குடும்பங்களிலும், எல்லாப் பெண்களிடமும் ஆண்களிடமும் ஒரு வகையில் அப்படியேதான் தங்கி யிருக்கின்றன.

அவன் உயிர்தானே பிரிந்தது, அவன் உடல் உறுப்புகளை வேறு மனிதர்களுக்குத் தானம் கொடுப்பதன் மூலம் அவர்களுக்கு உயிர்கொடுக்க முடியும் என்கிற செய்தி கேட்டு ஹிதேந்திரனின் உடல் உறுப்புகளை தானம் செய்தனர் அவரின் பெற்றோர். 'எம் மகன் இறந்துட்டான். மத்த புள்ளைங்க வாழட்டும்' என்றனர். அதன் காரணமாக சிலர் உயிர்பெறுகிறார்கள். உடல் உறுப்பு தானம் குறித்த விழிப்புணர்வை ஏற்படுத்தத் தொடங்குகிறார்கள். அதன்பிறகு கிட்டத்தட்ட 1,500 பேர் ஹிதேந்திரன் பெற்றோர்போல உடலுறுப்பு தானம் செய்கிறார்கள். பெரும் மாற்றத்துக்கான புள்ளி அங்கு தொடங்குகிறது. தமிழக அரசு அவரின் நினைவு தினத்தை உடல் உறுப்பு தான நினைவு நாளாக அறிவித்தது. மகனின் நினைவு நாளில் 'என் புள்ளையோட கல்லீரல் தானம் பெற்ற கேரளப் பெண்ணுக்கு ஆண் குழந்தைப் பிறந்திருக்கு!' என அந்தத் தாய் பூரிக்கிறாள்.

'இழப்பு' என்ற சொல்லை இந்தத் தாய்மார்கள்தான் இல்லாமல் செய்து கொண்டிருக்கிறார்கள்.

தனக்கு மிகவும் பிடித்த இளம்பச்சை நிறப் புடவையைக் கட்டிக்கொண்டு எதுவும் பேசாமல் புறப்பட்டுப் போகிறாள். எங்கே போகிறேன் என்றுகூட தன் கணவனிடம் சொல்லவில்லை. அவள் பாதித் தெரு கடந்த பிறகு கணவன் கூப்பிட்டு, 'நான் வேணும்னா, வண்டில வந்து பஸ் ஸ்டாண்ட்ல விடட்டுமா?' என்கிறான். அந்தக்குரல் இவள் காதில் விழுகிறது. ஆனால் அவள் அதைக் கேட்காததுபோல விறுவிறுவென்று நடந்துகொண்டே இருக்கிறாள். ஒரு வகையில் இது மௌன மீறல்தான். 'இது அவனுக்கும் எனக்குமான ஒரு சிறிய பந்தம். தயவு செய்து சாதி ஜனமோ, கணவனோ அல்லது குழந்தைகளோ உள்ளே வந்து இந்தப் பரிசுத்தமான மௌனத்தைக் கலைத்துவிடாதீர்கள்' என்று அதற்கு அர்த்தம். அவள் போய்க்கொண்டே இருக்கிறாள். விருத்தாசலத்தில் இருக்கின்ற ஒரு மிகப்பெரிய பூக்கடையில் ஒரு பெரிய மாலையாக வாங்கிக்கொண்டு ஆட்டோவில் ஏறுகிறாள். அந்தப் பூ மாலையை ஆட்டோவின் குலுங்கலுக்கு ஏற்ப தன்னோடு அணைத்துப் பிடித்துக் கொள்கிறாள். ஒரு வகையில் அது, அவள் பன்னீரை அணைத்துக்கொள்வதுபோலத்தான். பன்னீரின் நினைவுகள் மேலெழுந்து ஓடுகின்றன.

பன்னீரும் மல்லிகாவும் காதலர்கள். இரண்டு பேரும் ஒரு நாள் ஊமச்சிக் குளத்தைத் தாண்டுகிறபோது, ஊரில் உள்ள பங்காளிகள் எல்லாம் திரண்டு வந்து அவர்களை மறித்து, அடித்து, உதைத்துப் பிரிப்பார்கள். 15 நாள்களில் மல்லிகாவுக்குத் திருமணம் நடந்துவிடும். கணவனுக்கோ குழந்தைகளுக்கோ ஒரு சிறிய குறையும் இல்லாமல், அவள் அந்தக் குடும்பத்தைக் கட்டுசெட்டாக நகர்த்திக்கொண்டு போவாள். அவளிடம், இழந்த அந்தக் காதல்மீது வருத்தம் இருப்பதாகத் தெரியாது. கணவனுக்கு அவள்மீது மிகுந்த பிரியமும் மிகுந்த மரியாதையும் ஏற்படும். ஆனால் ஒருமுறை கணவன் ஊருக்குச் சென்றிருந்தபோது, அவனுடைய உறவினர்கள் அவளுக்கும் பன்னீருக்கும் இருந்த காதலைப் பற்றி அவனிடம் சொல்வார்கள். ஆனால் அதை அவன் மிகச் சுலபமாகக் கடந்துவிடுவான். அதைப்பற்றி அவன் கவலைப்படவே மாட்டான்.

இதையெல்லாம் நினைத்துக் கொண்டே மல்லிகா அந்த இறப்பிற்குச் செல்வாள். நிறைய வெடிச் சத்தங்கள் கேட்கும், உறுமி மேளங்கள் கேட்கும். இவளைப் பார்த்தவுடன், அதிரும் இசைச் சத்தங்கள் எல்லாம் ஒரு நிமிடத்தில் அடங்கிப்போகும். இவள் மௌனமாக பன்னீரின் பிரேதம் வைக்கப்பட்டிருக்கின்ற ஐஸ் பெட்டியை நோக்கி நடப்பாள். பன்னீரின் மனைவி மீனாட்சி, 'அக்கா! நம்மள எல்லாம் விட்டுட்டுப் போயிட்டாரு!' என்று ஒரு நிமிடம் கதறுவாள். அவளைத் தன்னுடைய கையால் தள்ளிவிட்டு, பன்னீருக்கு அந்த ஆள் உயர மாலையைச் சாற்றுவாள். கொஞ்ச நேரம் அவனையே பார்த்துக் கொண்டிருந்துவிட்டு அவள் திரும்புவதாக கண்மணி குணசேகரன் அந்தக் கதையை முடித்திருப்பார்.

மிகவும் அபூர்வமான கதை இது. நான் குறிப்பிட்ட இரு கதைகளுமே மீறல் என்கிற பதம் கொண்டது. 'மீறல்' என்கிற சொல் புதிரானது. 'தவறான ஒன்றோ' என ஐயம்கொள்ளச்

செய்திடக்கூடியது. அதன் நியாயத்தை உணரத்தான் முடியும். அதை உணராமல், சரியாகக் கையாளத் தெரியாமல், பல பிரிவுகள், கடக்க முடியாத துயரங்கள் இம்மண்ணில் தொடர்ச்சியாக நிகழ்ந்துகொண்டே இருக்கின்றன. பெண்களின் மனம் முழுக்க இத்தகைய நிறைவேறாத காதல்கள், நிறைவேறாத ஆசைகள், நிறைவேறாத லட்சியங்கள், மீற முடியாத கட்டுப்பாடுகள் நிறைந்து கிடக்கின்றன. மனதில் குவிந்து கிடக்கும் இவையெல்லாம் ஒருநாள் பாரம் தாங்காமல் வெடிக்கையில் சிலர் உடைந்துபோகிறார்கள். சிலர் கொதித்தெழுகிறார்கள். இரண்டிலும் அதிகம் பெண்களே பாதிப்படைகிறார்கள்.

அறமற்ற அத்துமீறல்கள் தொடர்ச்சியாக இந்தச் சமூகத்தில் எளியவர்களின் மீதும், பெண்கள் மீதும் கட்டவிழ்க்கப்படுகின்றன. அந்த அத்துமீறல்களுக்கெதிரான கலகமே அவர்களின் அடிப்படை உரிமை. ஏகாத்திபத்தியங்களுக்கு எதிரான தொழிலாளர்களின் மீறல்தானே தொழிற்புரட்சி. சாதியும் பிரிவினையும் புரையோடிப்போன இந்தத் தேசத்தில் மனங்களின் மீறல்தானே 'காதல்.'

மனதுக்கு சரியெனப் படும் அறத்தை, பலர் வேண்டாமெனத் தடுத்த லட்சியத்தை எனப் பல மீறல்களைச் செய்துதானே பலரும் நம்மை இந்தச் சமூகத்திற்கு நிரூபித்திருக்கிறோம். காலத்துக்கேற்ப கேள்விகளாய் எழுந்த மீறல்கள்தான் அறிவியலில், கலையில் பல புதிய திறப்புகளைத் திறந்திருக்கின்றன. எல்லாவற்றுக்கும் பிரதானமாக நிற்கும் ஆண் - பெண் உறவில் மட்டும் மீறலில் ஏன் இந்தப் பாகுபாடு தொடர்கிறது. எழுகிற மீறல்களைத் தனக்குள்ளே புதைத்துவிடுகிற மனங்கள் வாழ்நாளெல்லாம் ஒளியிழந்த விண்மீன்களென இயல்பை இழந்து நிற்கின்றன. ஒளிகூடிய விண்மீன்களாகப் பிரகாசிப்போம்.

11

பெரும்பாலான மனிதர்களுக்குப் பொதுவானதென சிலவற்றை நாம் சொல்வோம் அல்லவா, அவற்றில் குறிப்பிடத்தக்க ஒன்று புன்னகை. குழந்தையை எதிர்கொள்கையில் அனிச்சைச் செயலாக நமக்குள் உதிக்கும் புன்னகை. குழந்தைகளைப் பார்க்கிற, குழந்தைகளோடு நேரம் செலவிடுகிற பொழுதுகளில் நாமும் குழந்தையாகவே மாறிவிடுகிறோம். நாம் நமக்குள்ளேயே தொலைத்து விட்ட குழந்தைமை அந்த நேரங்களில் வெளிப்படுகிறது. ஆனால், அந்த உணர்வை ஏன் நம்மால் தொடர்ந்து வைத்திருக்க முடிவதில்லை. அது ஏன் தொலைந்துபோனது.

இந்தக் குழந்தைமையைத் தங்களின் ஆயுள் முழுக்க நீட்டித்து வைத்துக்கொண்டிருப்பவர்களாக கலைஞர்களைச் சொல்ல முடியும். மகா கலைஞர்கள் எப்போதும் அந்தக் குழந்தைமையுடன் இருப்பதைப் பார்க்கலாம். ஒருமுறை எழுத்தாளர் சா.கந்தசாமியிடம் பேசிக்கொண்டிருந்தபோது, ‘எழுத்தாளன் என்பவன் பெரிய அறிவாளியாக இருக்க வேண்டுமென அவசியமே இல்லை. பெரிய முட்டாளாக இருக்க வேண்டும்’ என்று சொன்னார். குழந்தைமைத்தனத்தையே முட்டாள்தனம் என்று சொல்கிறார் கந்தசாமி. சதா நம் மனத்தில் ஓடிக்கொண்டிருக்கும், பரபரப்பு, பதற்றம் இவற்றுக்கு மத்தியில் நாம் குழந்தைமையைத் தொலைக்கிறோம். நாமே அறியாமல் அந்தக் குழந்தைமை உணர்வைத் தேடிக்கொண்டே இருக்கிறோம்.

‘புத்தகத்தின் பக்கங்களில் மறைத்து வைத்திருக்கின்ற மயிலிறகு, குட்டி போடாது என்று எப்போது ஒரு

குழந்தை கற்றுக்கொள்கிறதோ அல்லது நம்புகிறதோ அப்போது அந்தக் குழந்தை தன் குழந்தைமையை இழந்துவிடுகிறது' என்பார் பிரபஞ்சன். மயிலிறகுகள் குட்டி போடுவதற்காகக் காத்திருக்கிற குழந்தைகளின் உலகம் மிக அபூர்வமானது.

குழந்தைமை ஒருவரை விட்டு வெளியேறுகிற தருணங்களில், கள்ளம், கபடம், துரோகம், வன்மம், மூர்க்கம் போன்ற உணர்வுகள் மனத்தில் ஊறத் தொடங்குகின்றன. ஆனாலும், மனத்தின் அடி ஆழத்தில் குழந்தைமையின் சுவடு எஞ்சி நிற்கிறது. மகா திருடனாக, மகா போக்கிரியாக இருக்கிற ஒரு மனிதன்கூட ஏதோ ஒரு தருணத்தில் அந்தக் குழந்தைமைத்தனத்திற்கு பயணப்பட்டுக்கொண்டே இருக்கின்றான். தன் மனத்தளவில் பயணப்பட்டுவிட்டு, உடனே தன்னுடைய மூர்க்கத்தனத்துக்குத் திரும்புகிறான்.

குழந்தைமை என்கிற சொல்லில், எந்த பேதங்களும் அற்ற ஒன்றாகப் பார்க்கிற பார்வை என்பதையும் காணலாம். குழந்தைகளின் உலகில் எல்லாம் ஒன்றுதானே! குழந்தைமை மனத்தில் எந்தப் பாகுபாடுகளும் இருப்பதில்லை. அந்த மனது 'இவருடன் பழகினால் ஆதாயம் கிடைக்கும், இவரால் எந்தப் பயனும் இல்லை' என்பது போன்ற எந்தத் திட்டமிடலுக்கும் உட்படாது. 'அவருக்குக் குழந்தை மனசு சார், ரொம்ப நல்லவரு!' என அடையாளப்படுத்தப்படுகிற மனிதர்கள் நம் எல்லோர் வட்டத்திலும் இருக்கிறார்கள். வாஞ்சையாக சக மனிதர்களிடம் பழகுகிற அவர்களிடம் பேசுகையில் நாமும் வாஞ்சையாக மாறிவிடுகிறோம். ஆனால், மற்ற நேரங்களில் நாம் ஏன் ஏதோ கணக்கீடுகளோடு, யோசனையோடு அலைகிறோம். நமக்கே பிடித்த ஒரு குணம், நம்மிடம் இருந்தே அது எங்கே போனது என்ற கேள்வி இருந்துகொண்டே இருக்கிறது. நாம் தொலைத்துவிட்டதாக எண்ணுகிற ஒரு மனது எங்கே போனது?!

கி.ராஜநாராயணனின் 'கன்னிமை' என்கிற கதை உண்டு. அந்தக் கதையில், எட்டு அண்ணன் தம்பிகள் கொண்ட பெண் குழந்தை இல்லாத ஒரு பெரிய குடும்பம் இருக்கும். அம்மா ஒரு பெண் குழந்தையைத் தத்தெடுத்து வளர்ப்பாள். இருட்டில் ஒரு தீப ஒளி எரிவதுபோல் அவள் பிரகாசிப்பாள். அந்தப் பெண்ணுக்கு நாச்சியம்மை என்று பெயர். அழகும் அவ்வளவு பொலிவும் அவ்வளவு அறிவும் அவ்வளவு அன்புமாக அந்த வீட்டுக்குள் பிரகாசிப்பாள். அவள்,ஒரு வகையில் அந்த அண்ணன்மார்கள் எல்லோரையும் தன் அன்பினால் கட்டுப்படுத்திக்கொண்டு வருவாள். இந்த உலகம் பெண்களுக்கானது, நம்முடைய வாழ்க்கையே நம் குழந்தைகளுக்கானது, நம் குடும்பத்துக்கானது என்ற எல்லைகளை நாச்சியாரம்மாள் தன்னுடைய சிறிய வயதிலேயே மீறுவாள்.

அவளுடைய உலகத்தில் யாசகம் செய்பவர்கள் இருப்பார்கள்; அவளுடைய உலகத்தில் குடுகுடுப்பைக்காரர்கள் இருப்பார்கள்; அவளுடைய உலகத்தில் பூம்பூம் மாட்டுக்காரர்கள் இருப்பார்கள்; அவர்களுக்கு சாப்பாடு கொடுத்து அவர்கள் சாப்பிடுவதைப் பார்த்துத் தான் இன்புறுவதை ஓர் அபூர்வமான நிமிடமாகத் தனக்குள்

தேக்கி வைத்துக்கொள்வாள். வேலைக்காரர்கள்கூட நாச்சியம்மை கையால் ஒரு சொம்பு கம்மங்கூழோ, ஒரு கோப்பை தண்ணீரோ வாங்கிக் குடிக்க வேண்டும் என்று ஆசைப்படுவார்கள். சிறுவன் ஒருவன், திருடியதற்காகக் கட்டி வைக்கப்பட்டுப் பலரும் அடித்ததில் ரத்தம் சொட்டச் சொட்ட உயிருக்குப் போராடிக்கொண்டிருப்பான். அவன் தகப்பன் அவனை அடித்தவர்களை வெட்டுவதற்காகத் தயாராவார். இவள் அந்தச் சிறுவனிடம் சென்று அவன் ரத்தக் காயங்களைத் துடைப்பாள். அவனை அக்கறையுடன் பார்த்துக்கொள்வாள். இதனால், சிறுவனின் அப்பாவே இவளை வணங்குவான். இப்படி ஒரு தேவதைபோல இருப்பாள். இந்தத் தன்மைக்குக் காரணம் அவளின் அந்தக் குழந்தைமை மனம்தான்.

பின்னாள்களில் அவள் திருமணமாகிச் சென்றுவிடுவாள். அவளுக்குக் குழந்தை பிறக்கும். காலச் சக்கரத்தின் ஓட்டத்தில், அவள் தன் குழந்தைமையை மெல்ல இழந்துகொண்டே வருவாள். பூம்பூம் மாட்டுக்காரர்கள் சாப்பாடு கேட்டால் எரிந்துவிழுவாள். சாப்பாடில்லை என்பாள். வரவு செலவுக் கணக்குகளை கவனமாகப் பார்ப்பாள். 5 ரூபாய் குறைகிறதே எனத் திரும்பத் திரும்ப எண்ணுவாள். இத்தனை நாள்கள் அவளிடமிருந்த குழந்தைமை தொலைந்துபோனதில் அவள் கணவனுக்கு அதிர்ச்சியாக இருக்கும். ‘குழந்தைமையை இழந்து விட்டால் அவள் எங்கே’ என்பதாகக் கதை முடியும்.

ஒரு வகையில், நாச்சியம்மைகளைக் குடும்பங்கள் விழுங்கிவிடுகின்றன. ஒரு வகையில் கருணையே உருவான, உலகத்திற்கே முலைப்பால் ஊட்டின நாச்சியம்மைகள் குடும்பத்துக்குள் அடங்கிவிடுகிறார்கள். அவர்கள் இப்போது மிகுந்த சுயநலமிக்கவர்களாக, குடும்பத்துக்கு உரியவர்களாக மாறிப்போய், இந்த உலகத்தில் உள்ள சக மனிதர்கள்மீது வைத்திருந்த அன்பையும் பிரியத்தையும் அப்படியே மூட்டை கட்டி வைத்துவிடுகிறார்கள்.

குழந்தைமையை இழக்கின்ற ஒவ்வொரு மனிதரும் கருணையையும் அன்பையும் நிராகரிக்கிறார்கள். சுயநலமும் சொந்தக் குடும்பத்தினுடைய பொறுப்புகளும் அவர்களை அடைத்துக்கொள்கிறது. இதைத்தான் ‘பூப்பறித்தல்’ என்கிற ஒரு கவிதையில் மறுபடியும் முகுந்த் நாகராஜன் சொல்கிறார்.

வழியில் அழுது அடம்பிடிக்கும்
குழந்தையை மிரட்ட
இருப்பதிலேயே சின்னக் கிளையை
சாலையோர மரத்தில்
தேடுகிறாள் அம்மா
அழுகையை நிறுத்திய குழந்தை
அதே மரத்தின்
பூ வேண்டும் என்கிறது

இந்தக் குழந்தைமையை உலகத்தில் உள்ள எல்லாப் பெரியவர்களும் ஏதோ ஓர் அபூர்வமான நிமிடத்தில் தேட ஆரம்பிக்கிறார்கள். அந்தத் தேடுதலில் அவர்கள் கண்டடைகின்ற உலகம், பூ மாதிரியானது. ஒரு செம்பருத்திப் பூவின், ஒரு ரோஜாப் பூவின் மென்மையை ஒத்தது. ஆனால் வாழ்க்கை, ‘திரும்பத் திரும்ப குழந்தைமையின் மீது நீர் தெளித்தது போதும். நீ உன்னுடைய சமகாலப் பருவத்துக்குத் திரும்பு!’ என்று அவர்களைத் திருப்பி அனுப்பிக்

கொண்டே இருக்கிறது. இதைப் பல கலைஞர்கள் தங்களுடைய பல எழுத்துகளில் சொல்லிக்கொண்டே இருக்கிறார்கள்.

குழந்தைகளாக இருந்து பெரியவர்களாக மாறுவதே பரிணாமத்தின் இயல்பு. ஆனால், அந்தக் காலகட்டத்தில் நாம் தொலைக்கிற அந்தக் குழந்தைமை, நாம் தகப்பனாகவோ, தாயாகவோ மாறுகிறபோது காணாமல் சென்று எங்கோ ஒளிந்துகொள்கிறது. பொறுப்பு என்கிற ஒற்றைச் சொல்லைக் காரணம் காட்டி நம் மனத்தில் அன்பின் சுனையாக இருக்கிற குழந்தைமையைத் திட்டமிட்டோ, திட்டமிடாமலோ தொலைக்கிறோம். சில நேரங்களில் இயல்பை மீறி குழந்தையாக மாறிவிட நடிக்கிறோம்.

கு.அழகிரிசாமியின் 'அன்பளிப்பு' என்கின்ற கதை... ஒரு பத்திரிகை அலுவலகத்தில் வேலை பார்க்கும் ஒரு பெரியவர், மனத்தளவில் எப்போதும் குழந்தையாகவே இருப்பார். பெரியவர்கள் குழந்தைகளாக மாற ஆசைப்படுகிறபோது, அவர்கள் எவ்வளவு முயன்றாலும் அதில் ஒரு நாடகத்தன்மை வந்துவிடும். அவர்கள் வலிந்து குழந்தைகளாக மாற முயற்சி செய்வார்கள். குழந்தைகளின் கதையைப் பெரியவர்கள் சொல்லும்போது 'குழந்தைகளாக மாறி தாங்கள் சொல்ல வேண்டும்' என்று ஆசைப்படுகிறபோதே அதில் ஒரு நடிப்பு அவர்கள் உடல்மொழியில் வந்துவிடுவதைப் பார்க்கலாம். 'அன்பளிப்பு' என்கிற அந்தக் கதையில், அவரைச் சுற்றி எப்போதுமே குழந்தைகள் மொய்த்துக் கொண்டே இருப்பார்கள். அவரைத் தூக்கத்திலிருந்து குழந்தைகள்தான் எழுப்புவார்கள்.

இவ்வாறு எழுப்புகின்ற குழந்தை களில், லலிதா என்கின்ற குழந்தை சமீப காலங்களில் வரவே மாட்டாள். அந்த லலிதாவைப் பார்ப்பதற்காக ஒருமுறை அவர் தன் மேன்மையான இடத்தை விட்டுவிட்டு வருவார். தாம் உயர்ந்த இடத்தில் இருக்கிறோம், பத்திரிகையின் ஆசிரியராக இருக்கிறோம் என்பதை எல்லாம் விட்டுவிட்டு அந்தக் குழந்தையை வந்து பார்த்துவிட்டுத் திரும்புவார். வருகின்ற வழியில் சாரங்கராஜன் என்ற ஒரு பையன், 'சார், எங்க வீட்டுக்கு வந்துட்டுப் போங்க!' என்று கூப்பிடுவான். அவருக்கு ஒரு அந்நிய வீட்டுக்குச் செல்வது மிகவும் கஷ்டமாக இருக்கும். ஆனால், காய்ச்சல் வந்து படுத்துக்கொண்டிருந்த லலிதா தன்னைப் பார்த்தவுடன்

எழுந்து உட்கார்ந்துவிட்டதையும், அவளுக்கு இனிமேல் காய்ச்சல் வராது என்பதை அவளின் அப்பா அம்மா நம்பியதையும் நினைத்துப் பெருமிதமாக இருப்பார். சாரங்க ராஜனிடம், 'உங்கள் வீட்டுக்கு ஞாயிற்றுக்கிழமை வருகிறேன்' என்று கூறிவிட்டுச் செல்வார்.

குழந்தைகள் மனத்தில் ஞாயிற்றுக்கிழமைகள் அப்படியே பதிந்துபோகும். பெரியவர்கள் தங்களுடைய எத்தனையோ பரபரப்புகளில் அதனைக் கடந்து சென்றுவிடுவார்கள். ஞாயிற்றுக் கிழமை இவர் செல்லமாட்டார். 3 மணிக்கு சாரங்கராஜனே வந்து, 'எங்க வீட்டுக்கு வரேன்னு சொன்னீங்கல்ல சார், வாங்க!' என்று அழைத்துச் செல்வான்.

முன்பு, ஒரு புத்தாண்டில் அந்த எட்டுக் குழந்தைகளில் இவருக்குப் பிரியமான இரண்டு குழந்தைகளுக்கு ஒரே மாதிரியான இரண்டு சிறிய பாக்கெட் டைரிகள் வாங்கி 'அன்பளிப்பு' என இவருடைய பெயரை எழுதிக் கொடுத்திருப்பார். அதுதான் கதையின் பிரமாதமான இடம். தனக்கு ஒரு டைரி கிடைக்கும் என சாரங்கராஜன் ஆசையாகப் பார்ப்பான். 'நீ வளர்ந்துட்ட, பெரிய பையன் ஆகிட்ட, அதனால உனக்கு டைரி இல்லை!' இது எல்லாம் மௌனமாக அந்தக் கதையில் கடந்து போகும்.

அவ்வாறு இவர் சாரங்கராஜனின் வீட்டுக்குச் சென்ற பிறகு, முன் அறையில் அவரை உட்கார வைத்து விட்டு, உள்ளே சென்று உப்புமா எடுத்து வந்து கொடுத்துவிட்டு, 'சாப்பிடுங்க! சாப்பிடுங்க சார்!' எனக் கூறுவான். இவருக்கு மிகவும் சங்கடமாக ஆகிவிடும். 'ஒரு அந்நிய வீட்டில், யாரோ ஒரு பையன் கூப்பிட்டான் என்பதற்காக நாம வந்திருக்கக்கூடாது. அவங்க அப்பா அம்மா வந்துகூட நம்மள பார்க்க முடியாம கூச்சத்தால உள்ள இருந்து உப்புமா கொடுக்குறாங்க!' என நினைக்கிறார். சாப்பிட வைத்து விட்டு, எல்லாம் முடிந்த பிறகு அந்தப் பையன், அவர் அந்த இரண்டு குழந்தைகளுக்குப் பரிசாக அளித்த அதேபோன்ற டைரியை எடுத்து வந்து, 'சார்' என்று நீட்டுகின்றான். இந்த இடம், உலகின் மகத்தான இடம். ஒரு பெரிய மனிதன் குழந்தையாக மாறவே முடியாது என்பதை சாரங்கராஜன் அவரிடம் உணர்த்துவான். அவர் உடனே பதறி 'என்ன இது?' என்று கேட்பார் 'டைரி சார்!' என்று சொல்வான். 'எனக்கு எதுக்குக் கொடுக்கிற?' என்று அவர் கேட்பார். சாரங்கராஜன் உடனே, 'உங்களுக்கு இல்ல சார், எனக்கு' என்று சொல்வான். தான் இரண்டு குழந்தைகளுக்கு டைரி பரிசாக அளித்தது அவருக்கு ஞாபகம் வரும். அப்பொழுது சாரங்க ராஜன், 'எழுதுங்க சார்' என்று சொல்வான். 'என்ன எழுதணும்' என்று கேட்பார். பல நேரங்களில் குழந்தைகள் ஆசிரியர்களுக்கும், பல நேரங்களில் குழந்தைகள் பெரியவர்களுக்கும் பாடமாக மாறுவார்கள். சாரங்கராஜன் இன்று இந்தப் பெரியவருக்குப் பாடம் எடுப்பான். 'எழுதுங்க சார், அன்பளிப்பு சாரங்கராஜனுக்கு என்று எழுதுங்கள்!' என்று அவரிடம் சொல்வான். இதோடு கு.அழகிரிசாமியின் புகழ்பெற்ற 'அன்பளிப்பு' என்ற கதை முடிகிறது.

இதுதான் இந்த உலகில் அனுதினமும் நடந்து கொண்டிருக்கிறது.

குழந்தைகள் நம்முடைய குழந்தைமையைக் கண்டடைய நமக்கு வழிசொல்கிறார்கள். நாமே குழந்தைகளைப் பொறுப்பானவர்களாக்குகிறோம் என்பதாக நினைத்து அவர்களின் குழந்தைமையை இழக்கச் செய்கிறோம். இந்த உலகில் குழந்தைகளிடமிருந்து கற்றுக்கொள்வதற்கு ஏராளமாக இருக்கின்றன. அவர்களே கடவுளையும், மனிதனையும், பூனையையும் சமமாகப் பார்க்கத் தெரிந்தவர்கள். ஒருவகையில் நாம் எல்லோருமே அப்படித்தான் பார்த்திருக்கிறோம். காலத்தின் ஓட்டத்தில் நாம் பத்திரப்படுத்தி வைக்க வேண்டிய குழந்தைமையைத் தொலைத்துவிட்டு நிற்கிறோம்.

'யார் என்ன சொல்வார்கள், நம்மை எப்படிக் கட்டமைக்க வேண்டும்' என்பதெல்லாம் எல்லா நேரங்களிலும் தேவைப்படுகிறதா என்ன? மனத்தின் சாளரங்களைத் திறந்துவிட்டு, உள்நோக்கம், திட்டமிடல், போட்டி, பகைமை கடந்து நாம் கடைசியாகச் சிந்தித்தது எப்போது என யோசித்துப் பாருங்கள். 'இதையும் நீயே வச்சுக்கோ!' என எதிர்பார்ப்பின்றி நாம் எதையோ கொடுத்த நண்பர் இப்போது எங்கிருக்கிறார். அந்தத் தருணம் எங்கிருக்கிறது. அந்த இடத்திலேயே மறந்து வைத்துவிட்டோம் நம் குழந்தைமையை!

12

கடந்த வருடங்களின் பெருந் தொற்றுக் காலத்தில் நாமெல்லாம் வீடுகளுக்குள்ளேயே முடங்கிக்கிடந்தோம். இறுக்கம், தனிமை, நோய் பயம் நம்மைச் சூழ்ந்துகிடந்தது. அந்தச் சமயத்தில் பலருக்கும் இளைப்பாறுதலாக, நம்பிக்கையாக இருந்தவை இசை, பாடல்கள், திரைப்படங்கள்தான். இதைப் பலர் என்னிடம் கூறியிருக்கின்றனர். மனிதர்களோடு சேர்ந்து கதைத்து வாழ்ந்து பழகிய நமக்கு, மனிதர்களைச் சந்தித்திடாத அந்தக் காலகட்டத்தில் துணை நின்றது கலைதான். கலை, கைவிடப்பட்ட நேரங்களில் மனிதர்களும் உடனில்லாத கொடுங்கணங்களில் நமக்கு உறுதுணையாக நிற்கிறது. கலையால் மட்டுமே பல நேரங்களில் மனிதர்களை அரவணைத்துச் செல்ல முடிகிறது.

ஆனால் ஒரு முரணாக, கலைஞர்கள் அப்படி இருப்பதில்லை. கலைஞர்கள் ஏதோ ஒரு வகையில் எல்லோராலும் கைவிடப்பட்டவர்கள்தான். குடும்பத்தாரால் அல்லது தங்கள் சக படைப்பாளிகளால் அல்லது ஒட்டுமொத்தமாக சமூகத்தால் கைவிடப்பட்ட அநாதைத்துவம் வாய்ந்தவர்களாகத்தான் கலைஞர்கள் தனித்துவிடப்படுகிறார்கள். ஆனாலும், தங்களின் இறுதிக்காலம் வரையிலும் அவர்கள் கலையோடு மல்லுக்கட்டிக்கொண்டேதான் இருக்கிறார்கள். கற்பனைக்கும் யதார்த்தத்துக்கும் இடையே சதா நடக்கிற சமர்தான் அவர்களின் வாழ்வு.

தன் 50 ஆண்டுக்கால வாழ்வை, கலைக்காகவும் இலக்கியத்துக்காகவும், இலக்கியக் கலை விமர்சனங்களுக்காகவும்

அர்ப்பணித்த சி.மோகனுக்கு, நண்பர்களுடன் சேர்ந்து விழா நடத்தினோம். விழாவில் பேசிய எஸ்.ராமகிருஷ்ணன், ‘சூரிய வெளிச்சம் படாத ஊற்றுத் தண்ணீரைப் போன்றது கலைஞனுடைய வாழ்க்கை’ என்று குறிப்பிட்டார். அந்த வரி மறுபடியும் மறுபடியும் என்னை அலைக்கழித்துக் கொண்டே இருந்தது.

ஒரு வகையில் தனித்துவிடப்பட்ட கலைஞர்கள், பொதுச் சமூகத்தில் கலந்துவிட முடியாதவர்களாக இருக்கிறார்கள். அவர்கள் விரும்பாத அல்லது அவர்களுக்கு விருப்பமில்லாத அன்றாடங்களில் வாழ்க்கை அவர்களை நுழைத்து விடுகிறது. கிராம நிர்வாக அலுவலர்களாக, சிப்பந்திகளாக, இரவுக் காப்பாளர்களாக, சினிமா கம்பெனிகளின் வாயிற்காப்பாளனாகப் பணிசெய்து கிடக்கிறார்கள். வாழ்க்கையை நடத்துவதற்காக இந்தப் பணிகளில் உழன்றுகிடந்தாலும், தங்கள் கலையைக் காப்பாற்றிக்கொள்வதற்காக தொடர்ந்து இயங்குபவர்களாக இருக்கிறார்கள். வாரம் முழுக்க வேலை செய்துவிட்டு வார இறுதி நாள்களில் ஏதோ ஓர் ஊரில் நடக்கும் இலக்கியக் கூட்டங்களுக்குச் சென்று பங்கேற்பர். அந்தத் தருணங்களில் அவர்கள் பெறும் ஆசுவாசத்துக்கு அளவிருக்காது. தங்கள் பணியிடங்களில் அவர்கள் சாதாரணமானவர்கள். எதிர்த்துக்கூடப் பேசாதவர்கள். மேலதிகாரிகளுக்குக் கீழ்படிந்தவர் களாகக்கூட இருக்கலாம். ஆனால், வார இறுதி நாள்களில் அவர்கள் வேறு மனிதர்கள். உலகின் அத்தனை மனிதர்களையும் எதிர்கொள்கிற திறன் கொண்டவர்களாக ரூபமெடுப்பார்கள். ஆம், அவர்களின் கலை மனம் அவர்கள் விரும்பும் மணத்தைக் கொடுக்கிறது.

“நண்பா, கதை நல்லா வந்திருக்கு. இதே மாதிரி கதைகள மட்டுமே புத்தகமா கொண்டுவரலாம்னு இருக்கேன்” என வங்கியில் பணி புரியும் நண்பன் அதிகாலையில் அழைப்பான். “அண்ணே, தூங்கவே விடாம பாடுபடுத்துன மனசை மொத்தமா இறக்கி சில கவிதைகள் எழுதியிருக்கேன். படிச்சுப் பாத்துட்டு சொல்லுங்கண்ணே!” என கத்தாரில் சிவில் இன்ஜினீயராக இருக்கும் தம்பி ஒருவன் பேசுகிறான். “ஊர்ல நான்தான் டி.எம்.எஸ். மாதிரி. என் பாட்டைக் கேக்குறதுக்காகவே கூட்டம் அலைமோதும். பாடகராகலாம்னு வந்தேன். ஜவுளிக்கடைல துணி எடுத்துப் போட்டே வாழ்க்கை முடிஞ்சுரும்போல. நம்ம வயித்துக்கு பாட்டு போதும். வூட்ல நாலு வயிறு இருக்கே!” என மனம் நொந்து போகிற அண்ணன், கடைகள் மூடிய நள்ளிரவு ரங்கநாதன் தெருவில் பெருங்குரலெடுத்துப் பாடிச் செல்கிறார். ‘ஆறு நாளா வரைஞ்சது சார். அதுமேலயே ஸ்பான்சர் லோகோ வச்சிட்டானுக; அந்தக் கைகள்தான் அந்த பெயின்ட்டிங்கோட ஜீவனே!’ - ஒரு மழைப் பொழுதில் சுவர் ஓவியக் கலைஞன் அரற்றியது இன்றும் நினைவிருக்கிறது. வங்கிப் பணியில் ஓய்வுபெற்ற பிறகு, வருகிற தொகையில் கேமராவும் லென்ஸும் வாங்கிக்கொண்டு வட இந்தியக் காடுகளில் வைல்டுலைஃப் புகைப்படக்காரர்களாகப் படமெடுக்கிறவர்களை ரிட்டயர் ஆகச் சொல்ல முடியுமா என்ன?!

தங்களுடைய கலை மனத்தைப் பணியிடங்களில் பறிகொடுத்து

விடாமல், தொடர்ந்து அதைத் தங்கள் கலைக்காக அர்ப்பணித்து, அதற்காக வாழ்ந்தே மரித்துப்போகிறார்கள். அவர்களில் அங்கீகாரம் கிடைத்தவர்கள், தாங்கள் நினைத்ததை அடைந்தவர்கள், புகழ்பெற்றவர்கள் என்றால் வெகு சிலர்தான். ஆனால், அந்த இலக்கை அடைய வாழ்வின் இறுதிவரை முயன்றுகொண்டே இருந்தவர்கள். வெற்றி, தோல்வி என்ற வரையறைகள் அவர்களைச் சோர்வடையச் செய்யுமளவுக்கு வலு கொண்டிருக்கவில்லை.

ஏறக்குறைய என் வாசிப்பில், தமிழில், கலைஞர்களைப் பற்றியும் கலையைப் பற்றியும் எழுதாத எழுத்தாளர்களே இல்லை என்று சொல்லலாம். தங்கள் கலையில் வெல்பவர்கள் பலர் பொதுச் சமூகத்தில் இயங்க முடியாதவர்களாக, குடும்பத்துடன் ஒட்ட முடியாதவர்களாக, தனித்து விடப்படுபவர்களாக இருக்கிறார்கள் என்பதை ஏறக்குறைய ஏராளமான எழுத்தாளர்கள் எழுதியிருக்கிறார்கள்.

சுந்தர ராமசாமியினுடைய 'ஆத்மாராம் சோயித்ராம்' என்கிற கதையை மிகவும் முக்கியமானதாக நான் பார்க்கிறேன். கலையின் மீதும் நவீன சினிமாவின் மீதும் எழுத்தின் மீதும் ஆர்வம்கொண்ட ஒரு பையன், விற்பனைப் பிரதிநிதியாக ஒரு ஜவுளிக்கடையில் வடநாட்டு சேட்டிடம் வேலை பார்க்கிறான். அந்த சேட்டின் மனைவிக்குக் கலையின் மீது அப்படியொரு ஆர்வம் இருக்கிறது. ஒரு வகையில் இவனுடைய ஆர்வமும் இவனுடைய ரசனைகளும் சேட்டின் மனைவியின் ரசனையோடு ஒத்துப்போகிறது. ஆனால் தொடர்ந்து வாழ்க்கை, அவனை ஊர் ஊராக விற்பனைப் பிரதிநிதியாக அனுப்பும். அங்கிருந்து சாம்பிள்களைக் கொண்டு போய் ஒவ்வொரு ஜவுளிக்கடையிலும் நீட்டி எப்படியாவது அவர்களிடமிருந்து ஆர்டர் வாங்கிக்கொள்பவனாக அவனை அலைக்கழிக்கும். இந்தக் கதையை சுந்தர ராமசாமி, தமிழின் மிக முக்கிய கவிஞரான சுகுமாரன் அவர்களை முன்வைத்து எழுதியதாக நிறைய பேர் சொல்வார்கள். நான் பலமுறை கேட்டிருக்கிறேன், சுந்தர ராமசாமி தன்னை முன்வைத்து, தன்னுடைய வாழ்க்கையை முன்வைத்து, தன்னுடைய கலைக்கு சம்பந்தமில்லாத வியாபார வாழ்க்கை தனக்கு விதிக்கப்பட்டதை முன்வைத்து, ஏதாவது ஒரு கதை எழுதியிருக்கிறாரா என்று.

ஒருமுறை சி.மோகன் எனக்கு அந்த விஷயத்தை, அந்த ரகசியத்தின் முடிச்சை அவிழ்த்துக் காட்டினார். 'ரத்னாபாயின் ஆங்கிலம்' என்கிற கதையில் வருகின்ற ரத்னா பாய் வேறு யாரும் இல்லை, சுந்தர ராமசாமிதான் என்றார். ஆங்கிலத்தின் மீது மோகம் கொண்ட, ஆங்கில மொழியின் மீது வெறிகொண்ட ரத்னா பாய்க்கு வாழ்க்கை, அவள் விரும்பியபடி அமையாமல் டெல்லியில் யாரோ ஒரு பல் டாக்டரோடு வாழ நிர்பந்திக்கிறது. ஆனால் அவள் தன்னுடைய கலை மேதமையை, தன்னுடைய மொழியின் வசீகரத்தை, தன்னுடைய சினேகிதிகளுக்கு எழுதுகின்ற தொடர்ச்சியான கடிதங்களின் மூலமாகத் தீர்த்துக்கொள்பவளாக இருப்பாள். அவ்வாறு வருகின்ற ஒரு கடிதம்தான், இத்தனைக்கும் காரணமாக அமைந்துவிட்டது என்று சுந்தர ராமசாமி, 'ரத்னாபாயின் ஆங்கில'த்தில் எழுதியிருப்பார்.

'கனவையும் பளிங்கையும் உழைத்துச் செய்த பட்டுப்புடவை

இது..!' என்ற ஒரு பட்டுப் புடவையைப் பற்றிய வர்ணிப்பில் அந்தக் கதை ஆரம்பிக்கிறது. இவ்வளவு அழகான பட்டுப்புடவையை எங்களுக்கும் வாங்கி அனுப்பு என்று சினேகிதிகள் எல்லோரும் பணம் சேர்த்து அவளுக்கு அனுப்பிவிடுவார்கள். அவள் தன்னுடைய கணவனை அழைத்துக்கொண்டு, டெல்லியின் எல்லா வீதிகளிலும் அப்படி ஒரு பட்டுப் புடவைக்காக அலைவாள். உண்மையில் அவள், அப்படியொரு பட்டுப் புடவையை வாங்கவே இல்லை. கனவையும் பளிங்கையும் குழைத்து உலகத்தில் ஒரு பட்டுப் புடவை நெய்யப்பட்டதே இல்லை. தன்னுடைய மொழியின் வசீகரம் தெரிய வேண்டும் என்பதற்காக மட்டுமே, அவள் அந்தக் கடிதத்தை எழுதியிருப்பாள். அதை எந்தக் கடையில் வாங்கிவிட முடியும். எந்த நெசவாளி அப்படி நெய்துவிட முடியும்?!

இந்தப் பெரும் மானுட சமுத்திரத்திலிருந்து ஒரு கலைஞனை, எழுத்தாளனை எப்படி அடையாளப்படுத்துவது என்ற பெரும் குழப்பம், பெரும்பான்மையான மனிதர்களுக்கு எப்போதுமே உண்டு. ஆனால் ஒரு கலைஞன், துடித்துக்கொண்டு 'நான் கலைஞன்தான்' என்று எங்கேயுமே சொல்வதில்லை. ஆனால் அவன் வேறு வகையானவன் என்பதை, அவனுடைய தொடர் நடவடிக்கையின் மூலமாக நாம் அனுமானித்துவிட முடியும். எழுத்தாளர்கள் இந்த நுட்பத்தைத்தான் கதையாக்குகிறார்கள். இங்கிருந்துதான் ஒரு கதாபாத்திரத்தையோ அல்லது தன்னையே ஒரு கதாபாத்திரமாக மாற்றியோ எழுதத் தொடங்குகிறார்கள்.

அசோகமித்திரனின் 'புலிக் கலைஞன்' என்கிற கதையை அதற்கொரு மிகச்சிறந்த உதாரணமாகச் சொல்ல முடியும். அந்தக் காதர் பாய், 'நான் நல்லா புலி வேஷம் போடுவேன் சார்' என்று தயாரிப்பாளர் அறையில், மேஜையில் ஏறி நின்று, ஒரு புலியாக மாறி கர்ஜித்ததை, அவர்கள் மிகவும் ஆச்சர்யத்துடன் பார்த்தார்கள். ஆனால் ஒரு நிமிடம் அந்த உக்கிரத்திலிருந்து விடுபட்டு, அவன் சாதாரண காதர் பாயாக மாறுகின்ற போது 'வீட்டுக்குப் பணம் அனுப்ப வேண்டும், பொண்டாட்டிக்கு வாழ்க்கை கொடுக்க

வேண்டும்' என்கிற பல்வேறு வகையான யதார்த்த சிக்கல்களால் அலையுறுவதைப் பார்க்கலாம். நான் 25, 30 வருடங்களுக்கு முன்னால் எழுதிய 'ஏழுமலை ஜமா' என்கிற ஒரு கதையும்கூட, இப்படி ஒரு கலைஞனை முன்வைத்ததுதான். தெருக்கூத்தில் 20, 30 பேர் பங்கேற்பார்கள். இசைக் கலைஞர்களாக, ஹார்மோனியம் வாசிப்பவர்களாக, தவில் வாசிப்பவர்களாக என்று நிறைய பேர் இருப்பார்கள். ஆனால் அதில் ஒருவன் மிகப்பெரிய கலைஞனாக எப்போதுமே அந்தக் குழுவை முன்னகர்த்திச் செல்கிறான்.

அப்படித்தான், நான் எழுதிய கோணலூர் ஏழுமலை என்கின்ற அந்த மகா கலைஞன் இருப்பான். ஆனால் நவீன தொழில்நுட்பங்களின் வருகையால் வாய்ப்பிழந்து, அவர்கள் எல்லோரும் தங்களுடைய தெருக்கூத்து என்கிற கலையை இழந்து, எங்கெங்கோ வேலைக்குப் போய் விடுவார்கள். ஒருவகையில் லௌகீக வாழ்க்கையில் வெற்றிபெறாத கலைஞர்களை, சமூகம் தன்னால் எவ்வளவு முடியுமோ அவ்வளவு புறக்கணிக்கிறது. எவ்வளவு முடியுமோ அவ்வளவு உதாசீனப்படுத்துகிறது. எவ்வளவு முடியுமோ அவ்வளவு காலில் போட்டு நசுக்குகிறது.

பீமனாக, துரியோதனனாக, தருமனாக வேஷம் கட்டி வட ஆற்காடு மாவட்டத்தின் பல கிராமங்களைத் தன்னுடைய ஆடலாலும் தன்னுடைய குரலாலும் கட்டிப்போட்டவன் ஏழுமலை. பெங்களூர் சிட்டி மார்க்கெட்டில் காய்கறிக் கூடையைத் தூக்குபவனாகவும், பழக்கூடைகளைச் சுமந்து திரிபவனாகவும் தன்னுடைய வளர்ந்த முடியைக் கொண்டை போட்டுக்கொண்டு, அன்றாடத்தில் சிக்கிச் சிதறுண்டுபோகின்ற அவனை, எப்போதுமே வாழ்க்கை வேடிக்கைக்காக அழைத்துக் கொண்டே இருக்கும். 'அந்தப் பழக்கூடையோடு துரியோதனன் போன்று ஒரு ஆட்டம் போடு!' என்று அவனை நிர்பந்திக்கும். கலைஞர்கள் இந்த அவமானங்களை அப்போதைக்குப் பொறுத்துக் கொள்கிறார்கள். ஆனால் அதன் பிறகு ஏதோ ஒரு தனிமையில், அவர்களுக்குக் கிடைக்கின்ற ஒரு பின்னிரவில் அல்லது வேலையற்ற நேரங்களில், அதற்காக மனம் கசந்து அழுகிறார்கள். 'நம் வாழ்க்கை இப்படி ஆகிவிட்டதே' என்கிற துயரம் அவர்களைச் சூழ்ந்துகொள்கிறது.

அந்த மனப்போராட்டத்தால் ஏற்படுகிற மல்லுக்கட்டலில் 'ஏதாவது ஒன்றிலிருந்து விலகிவிட வேண்டும்' என்கிற பெரும் மனத்துயரம் ஏற்படு கின்றபோது, பல பேர் கலை வாழ்வைத் துறந்துவிட்டு அன்றாட வாழ்வுக்குச் செல்கிறார்கள். மாத வாடகை செலுத்த வாழ்வில் போராடுகிறவர்களாக, இ.எம்.ஐ கட்ட வேண்டியதை நினைத்து அவமானங்களைச் சகித்துக் கொள்பவர்களாக, மகன் மகளைப் படிக்கவைத்து செட்டில் செய்பவர்களாக, பேரக் குழந்தைகளை கான்வென்ட் பள்ளிகளுக்கு அனுப்பி வைக்கும் முதியவர்களாக மாறிப் போகிறார்கள். கடைசி வரையிலும் கலைக்காகவே நிற்பவர்களும் உண்டு. சி.மோகன், பிரபஞ்சன், கோணங்கி என்கின்ற ஒரு பெரும் வரிசையை என்னால் இந்த நேரத்தில் நினைவுக்குக் கொண்டு வர முடிகிறது.

ஒருவகையில், நிறைய கலைஞர்கள் ஏதேதோ காரணங்களால்,

லௌகீகத்தில் ஏதேதோ வேலை பார்த்துக்கொண்டு இருக்கிறார்கள். அப்படியென்றால், ஒரு பெரிய கேள்வி எழலாம். கலைஞர்கள் என்பவர்கள் ஏதாவது வேலை பார்க்க வேண்டாமா என்று! அப்படியில்லை. அந்த வேலை இவர்களுடைய மன இயல்புகளுக்குப் பெரும்பாலும் ஒத்துப்போவதில்லை. இவர்களைப் போன்ற கலைநுட்பமும், பணத்தைத் தன்னுடைய இடதுகையால் தள்ளி விடுகின்ற மேன்மையும் அற்ற மேலதிகாரிகள், இவர்களை ஏதோ ஒரு வகையில் அவமதித்துவிடக்கூடும். குடும்பம், உறவினர்கள் எனப் பலரும் கலையின் உன்னதம் புரியாமல் சதா காயப்படுத்திக்கொண்டே இருப்பர். 'பணம் இருக்கா?' என்கிற கேள்வி விடாமல் துரத்தும். ஆனால், கலை மனம் இந்த எல்லாவற்றையும் தூக்கி வீசி எறியச் சொல்லும்.

கலைஞன் ஒரு வகையில், இந்த அவமானங்களைத் தாங்கிக் கொண்டே, தன்னுடைய ஆகச்சிறந்த பயணத்தை நோக்கி முன்னகர்ந்து கொண்டே இருக்கிறான். ஆனால் அவனுக்குத் தெரியும், வரலாறு எப்போதுமே மேலதிகாரிகளை மேலதிகாரத்தின் உச்சத்தில் இருந்தவர்களை நினைவில் வைத்துக் கொள்ளப்போவதில்லை. அவன் ஏதோ ஒரு வகையில், வரலாற்றில் ஏதோ ஒரு பக்கத்தில் அவன் நிலைநிறுத்தப்படப்போகிறான். ஏனென்றால் கலைஞர்களைச் சமூகம் கைவிடலாம். கலைஞன் இந்தச் சமூகத்தைக் கைவிடுவதேயில்லை. அவன் கலை மனது சமூகத்துக்காகவே இயங்கும்.

13

மனிதர்களைச் சார்ந்து மட்டுமே நம்மால் வாழ முடியாது. மாடு, ஆடு, நாய், பூனை என்று பல ஜீவ ராசிகளோடு இணைந்ததுதான் மனித வாழ்வு. ஜீவராசிகளின்மீது பெரும் காதல்கொண்டவர்களாகவும் அன்புகொண்டவர்களாகவும் பல மனிதர்கள் இருக்கிறார்கள். பல நேரங்களில் அவற்றுடன் பேசுகிறார்கள். மனிதனுக்கும் அவனின் வளர்ப்புப் பிராணிக்கும் இடையில் இருக்கிற சங்கேத மொழி யாராலும் புரிந்துகொள்ள முடியாதது. பல தருணங்களில் பிள்ளைகளால் கைவிடப்படுகின்ற முதியோர்கள் அல்லது குடும்பத்தில் நிராகரிக்கப்படுகின்ற மனிதர்களுக்கு இந்த வளர்ப்புப் பிராணிகளே பெருந்துணையாக இருக்கின்றன. கொரோனா தொற்றுக் காலத்தில், கோவிட் தாக்கிய என் எழுத்தாள நண்பர் ஒருவர், தனது கோடி ரூபாய் சொத்துகளை தான் ஆசை ஆசையாக வளர்த்து வந்த வளர்ப்பு நாய்களுக்கு உயில் எழுதி வைத்தார் என்கிற செய்தி ஆச்சரியப்பட வைத்தது. ஈடுசெய்ய முடியாத நேசத்தைத் தரவல்லவை பிராணிகள். நம் எல்லோரின் வாழ்விலும் மணி, ஜிம்மி, டைகர் எனப் பெயரிட்ட வாலாட்டும் உறவு ஒன்று இருந்ததுதானே!

என் அம்மா ஜிம்மி என்கிற நாயையும், மீனாம்மா என்கிற எருமை மாட்டையும் மிகவும் பிரியமாக வளர்த்தார். ஜிம்மி நீண்ட நாள்கள் எங்கள் வீட்டில் இருந்தது. அதற்குப் பிறகு இன்று வரையிலும் அந்தந்தக் காலங்களில் சில வளர்ப்பு நாய்கள் எங்கள் வீட்டுக்கு வருவதும், அகாலத்தில் இறந்துபோவதும், நோய்வாய்ப்பட்டு இறந்துபோவதும் அல்லது விபத்தில் இறந்துபோவதும் அல்லது காணாமல்போய்விடுவதும் தொடர்ச்சியாக நிகழும். நான்

பார்த்து, நீண்ட நாள்கள் என் வீட்டில் இருந்தது ஜிம்மி நாய்தான். அதை ஒரு காவல் தெய்வம்போல அம்மா நம்பினாள்.

அப்பா ஊரில் இல்லாத நாள்களில் ஜிம்மி எங்களைப் பார்த்துக்கொள்ளும் என்ற நம்பிக்கை எனக்கும் அம்மாவுக்கும் இருந்தது. ஒரு அபூர்வமான சம்பவம். எங்கள் வயலில் நெல் அறுவடைக்குத் தயாராக இருந்தது. இன்னும் இரண்டொரு நாளில் அறுவடையை முடித்துவிடலாம் என்கிற நிலையில் ஒரு பின்னிரவில் ஜிம்மி அம்மாவின் காலைச் சுரண்டி எழுப்பி அழைத்தது. அம்மா என்னையும் எழுப்பினாள். நாங்கள் டார்ச் லைட்டுடன் ஜிம்மியைப் பின்தொடர்ந்து சென்றோம். ஜிம்மி சத்தமெழுப்பாமல் முன்னால் போய்க்கொண்டே இருந்தது.

சரியாக எங்களுடைய நெல் வயலில் ஜிம்மி நிற்கிற தருணத்தில், அம்மா டார்ச் லைட்டை வயலில் அடிக்கிறாள். ஆறு அல்லது ஏழு ஆண்கள் இருப்பர். வயலில் அமர்ந்து பக்கத்தில் மூட்டைகளில், நெல்லை நிரப்பிக்கொண்டிருந்தனர். அரை மூட்டை,முக்கால்மூட்டை என நிரம்பி நிற்கிறது. எங்களைப் பார்த்ததும் எழுந்து ஓட ஆரம்பிக்கிறார்கள். அவர்கள் எல்லோருமே உள்ளூர் ஆட்கள். அம்மாவுக்கு அடையாளம் தெரிந்தவர்கள். அம்மா சத்தமாக "யாரும் ஓடாதீங்க! வாத்தியார் ஊரில் இல்ல. நான் திரும்பிப் போறேன், வயித்துக்கு இல்லாமதானே திருடறீங்க... எவ்வளவு முடியுதோ எடுத்துட்டுப் போங்க!'' என்று சொல்லிவிட்டு பெரும் துக்கத்தோடு எங்கள் ஜிம்மி நாயைத் தடவிக் கொடுத்துவிட்டு வீட்டுக்குத் திரும்பி நடந்தார்.

எங்கள் வீட்டில் இருந்த மீனாம்மாவும் அம்மாவும் பல தருணங்களில் பேசிக் கொண்டிருப்பதை நான் பார்த்திருக்கிறேன். மனிதர்களோடு பேசுவதைப் போன்று, அம்மா மீனாம்மாவுடன் பேசுவாள். ஒரு வகையில் அம்மாவின் துயரங்களையும் தனிமையையும் மீனாம்மாவும் ஜிம்மியும் எங்களைவிட அதிகமாகப் போக்கியிருக்கிறார்கள்.

என் மகளை இளம்வயதில் திருவண்ணாமலை கார்த்திகை தீப சந்தையை வேடிக்கை பார்க்க அழைத்துச் சென்றபோது, அவளுக்கு அங்கு இருக்கிற ஆயிரக்கணக்கான மாடுகளைவிட ஒரு குதிரைக்குட்டியை மிகவும் பிடித்திருந்தது. ''இந்தக் குதிரைக் குட்டியை வாங்கிக் கொடுங்கப்பா'' என்று கேட்டாள். அவளுக்காக வாங்கித் தந்தேன். அதற்கு நாங்கள் 'புல்ஸாரி' என்ற பெயரிட்டோம். கிட்டத்தட்ட ஒரு வருடம் அதை வளர்த்தோம். குதிரை வளர்ப்பதில் பல சிரமங்கள் இருப்பதை நாங்கள் உணர்ந்துகொண்டபோது அந்தக் குதிரைக்குட்டியை நாங்கள் கைவிட வேண்டியதாகிவிட்டது.

குழந்தைகளின் உலகத்தில் விலங்குகள் பெறுகிற இடத்தை மனிதர்களால் ஒருபோதும் பெற முடியாது. பிராணிகள் குழந்தைகளுக்கு ஏற்படுத்துகிற அபூர்வத்தை, பரவசத்தை, மகிழ்ச்சியை மனிதர்கள் தர முடியாது. அணிலைப் பார்க்கிறபோது, கிளிகள் பேசுகிறபோது குழந்தைகள் அடையும் மகிழ்ச்சியை, உற்சாகத்தை நாம் மற்ற

நேரங்களில் பார்க்கவே முடியாது. பேசிப் பேசி நாம் கொடுக்கிற அன்பை, பிராணிகள் சின்னச்சின்ன அசைவுகளில் குழந்தைகளுக்கு உணர்த்திவிடுகின்றன. பூனைகளும் நாய்க்குட்டிகளும் மீன்களும் ஒவ்வொரு வீட்டிலும் குழந்தைகளின் வாழ்வை மிகுந்த பிரியத்தோடு நிரப்புவையாக இருக்கின்றன. ஓவியர் பாஸ்கரன், பூனைகளை விதவிதமாக வரைந்து பார்த்திருக்கிறார். அவருக்குப் பூனை பாஸ்கரன் என்றே அதனால் பெயர் வந்தது. இன்னும்கூட ஓவியர் பாஸ்கரனின் மனதில் வரையப்படாத பூனைகள் வரிசை கட்டி நின்றிருக்கும். அவருடைய காதுகளில் அந்தப் பூனைகளின் 'மியாவ்' சத்தம் எப்பொழுதும் கேட்டிருக்கக்கூடும் என்று தோன்றுகிறது. சமகாலத்தில், நாய்களிலேயே நல்ல ஜாதி நாய்கள் என்று தரம் பிரிக்கப்பட்டதையும், அவை வீட்டின் காம்பவுண்டுக்கு வெளியே இருக்கின்ற மனிதர்களைவிட பிரத்யேகமாக கவனிக்கப்படுகின்றன என்பதையும் பார்க்கும்போதெல்லாம் என்னவோ மனம் ஒப்ப மறுக்கிறது.

கு.அழகிரிசாமியின் 'வெறும் நாய்' என்கிற கதை உண்டு. ஒரு டாக்டர் வீட்டுக்குப் பக்கத்தில் இருக்கின்ற ஒரு தென்னந்தோப்பை காவல் காக்கிற முனுசாமி, தோப்பின் அருகிலேயே குடிசை போட்டு வாழ்வான். அவன் ஒரு நாய் வளர்ப்பான். சாதாரணத் தெரு நாய். ரேஷன் கார்டுகளில் அந்த அற்புதமான தோழமையின் பெயர் இடம்பெற சட்டம் அனுமதிக்காமல் இருக்கலாம். ஆனால், முனுசாமியின் வீட்டில் 'நான்கு பேர் இருக்கிறோம்' என்றுதான் முனுசாமி, அவன் மனைவி, மகள் மூவருமே சொல்வார்கள். அருகில் வசிக்கும் டாக்டரோடு தோழமைகொள்ள வேண்டும் என்கிற விருப்பம் முனுசாமிக்கு இருக்கும். அந்த டாக்டர், அவனை சாதாரண தென்னந்தோப்புக் காவலாளி என்பதற்காகத் தவிர்ப்பார். டாக்டர் காலையில் தன் உயர் ஜாதி நாயை சங்கிலியில் கட்டி நடைப்பயிற்சிக்கு அழைத்துச் செல்வார். அந்த டாக்டரையும் அவரின் நாயையும் முனுசாமியின் நாய்க்குப் பிடிக்காது. அந்த நாயைப் பார்க்கும்போதெல்லாம் இரண்டு குரை குரைத்துவிட்டுப் போகும். அது அந்த டாக்டருக்கும் சேர்த்துதான்.

முனுசாமி டாக்டர்மீது வைத்திருக்கின்ற நட்பைக் காட்டுவதற்கு ஒரு சந்தர்ப்பம் ஏற்படும். டாக்டருடைய வீடு ஒருநாள் தீப்பற்றிக்கொள்ளும். தெருவிலுள்ள மனிதர்கள் எல்லாம் சேர்ந்து தீப்பற்றி எரிகின்ற வீட்டைப் பார்த்து, 'அடடா, எவ்வளவு கொடூரமா கொழுந்துவிட்டு எரியுது... பக்கத்து ரூமுக்குப் பரவிருச்சு. இன்னும் கொஞ்ச நேரத்துல அவ்ளோதான் டாக்டர்!' என காம்பவுண்டைக்கூடத் தாண்டாமல் பேசிக் கொண்டிருப்பர். முனுசாமி முதுகெல்லாம் கரியாக, அனல் பரவிய அந்த வீட்டில் நுழைந்து பல பொருள்களை வெளியில் எடுத்துப் போட்டுக் காப்பாற்றித் தருவான். 'டாக்டர் மிகுந்த பிரியத்தோடு தன்னைக் கட்டி அணைத்துக்கொள்ளவிருக்கிறார். இதுதான் தருணம்' என்று முனுசாமி எதிர்பார்த்துக்கொண்டிருப்பான். டாக்டர் அவனுக்கு 100 ரூபாய் கொடுப்பார். 'நீ எரியும் வீட்டிலிருந்து பொருள்களைக் காப்பாற்றினாய். அதற்கு உனக்கு 100 ரூபாய் கூலி' என்று அந்த அன்பு விலை பேசப்படும்.

மனிதர்களை நாம் தொடர்ந்து விலை பேசிக்கொண்டே இருக்கிறோம். மனிதர்களிடமிருந்து கிடைக்கிற தோழமையைப் பணம் கொடுத்து, பொருள் கொடுத்து சமன் செய்துவிட முடியும் என்று நினைக்கிறோம்.

டாக்டர் கொடுத்த பணத்தை வாங்காமல் முனுசாமி மிகுந்த ஏமாற்றத்தோடு தன்னுடைய குடிசைக்குத் திரும்புவான். அவன் மனைவிக்கு உடம்பு சரியில்லாமல்போனபோது அந்த டாக்டர் வீட்டுக்குச் செல்வான். ''நான் வந்திருக்கிறேன் என்று டாக்டர்கிட்ட சொல்லுங்க!'' என்பான். 'பலர் தயங்கியபோது, தான் மட்டுமே தீயில் குதித்து இந்த வீட்டை அன்று காப்பாற்றினோம்' என்கிற நம்பிக்கையோடு அவன் சொல்லி அனுப்புவான். இவனுடைய பெயர் அந்த டாக்டரின் காதில் ஏறவே ஏறாது. இவனுடைய குரல் அந்த டாக்டருக்குக் கேட்கவே கேட்காது. எல்லா நோயாளிகளையும் போல நடத்தப்பட்டு, எல்லா நோயாளிகளிடமும் காசு வாங்குவதைப் போன்று இவனிடமும் காசு வாங்கிக் கொண்டு அனுப்புவார். 'நீ தென்னந் தோப்பைக் காவல் காக்கின்ற காவலாளி, நான் ஒரு டாக்டர். உனக்கும் எனக்கும் வேறு என்ன உறவு இருக்க முடியும்' என்று சொல்லாமல் சொல்கிற பல செய்திகள் அவர் நடத்தையில் இருப்பதை அவன் கவனிப்பான். ஏமாற்றத்துடன் குடிசைக்குத் திரும்புவான்.

ஒருநாள் முனுசாமியின் நாய்க்கும், டாக்டருடைய நாய்க்கும் பிரச்னை ஏற்பட்டு பெரிய சண்டையாக மாறும். அப்போது, முனுசாமியினுடைய நாய் அந்த டாக்டரையே கடித்து விடும். இந்த அதிர்ச்சியைத் தாங்கிக்கொள்ள முடியாதவனாக முனுசாமி இருப்பான். 'எப்போதும் மீந்துபோன கஞ்சியையோ கூழையோ எடுத்து அந்த நாய்க்கு ஊட்டுகிற அவன் மனைவி, அன்றைக்கு ஒரு நாள் மட்டும் அந்த நாய்க்கு நல்ல சோறு சமைத்துப் போட்டாள்' என்று அழகிரிசாமி அந்தக் கதையை முடிக்கிறார்.

அந்தக் கதைக்கு 'வெறும் நாய்' என்று பெயரிட்டிருப்பார். ஒருவகையில் அழகிரிசாமியினுடைய மனித நெருக்கம் என்பதும், விலங்குகள் மனிதர்கள்மீது வைத்திருக்கின்ற நெருக்கமும் இந்தக் கதையின் மூலம் வெளிப்படும். தங்களுக்கு மேலான அந்தஸ்தில் இருக்கிற மனிதர்களிடம் எப்படியாவது உறவுவைத்துக்கொள்ள வேண்டும் என்று பலர் தங்களுடைய கைகளை நீட்டிக்கொண்டே இருக்கிறார்கள். ஆனால் உயரத்தில் இருக்கின்ற மனிதர்கள், அந்த நட்பை, அந்தத் தோழமையை ஏற்றுக்கொள்ள மறுத்து அவர்கள் நீட்டிய கரங்களைத் தட்டிவிடுபவர்களாக இருக்கிறார்கள். ஆனால், பிராணிகள் ஏதோ ஒரு வகையில், இதைக் கவனித்துக் கொண்டே இருக்கின்றன. அவை கைவிடப்பட்டவர்களுக்காகக் கரம் நீட்டிக்கொண்டே இருக்கின்றன.

'திருடன் மணியன் பிள்ளை' நூலில் வருகிற மணியன் பிள்ளையை நான் நான்கைந்து முறை சந்தித்திருக்கிறேன். அந்தப் புத்தகத்திலேயே எனக்கு மிகவும் பிடித்தமான ஒரு பகுதியைப் பற்றி அவரிடம் உரையாடியிருக்கிறேன். கொல்லத்தில் ஒரு பெரிய பணக்காரர் வீட்டில் திருட வேண்டும் என்று மணியன் பிள்ளை முடிவெடுத்து, ஒரு

நள்ளிரவில் கச்சிதமாகத் தன்னுடைய திருட்டை முடித்து வீடு திரும்புவார். இரவு நடந்த அந்தத் திருட்டை மணியன் பிள்ளைதான் செய்திருக்க வேண்டும் என உறுதியாக நம்புவார் அந்தப் பணக்காரர். அவர் மிகவும் சாதாரணமாக, 'நேத்து நம்ம வீட்டுக்கு ராத்திரி வந்தீங்கபோல இருக்குது' என்று மணியன் பிள்ளையிடம் வந்து கேட்பார். முதலில் உறுதியாக மறுத்துக்கொண்டே இருப்பார் மணியன் பிள்ளை. 'நான் வரவில்லை. நான் திருடவில்லை!' என சமாளிப்பார்.

இறுதியாக அந்தப் பணக்காரர், "நீங்கள் வந்ததோ, திருடியதோ எனக்குப் பெரிய விஷயமில்லை. ஒரே ஒரு விஷயத்தை மட்டும் தெரிந்து கொள்ளத்தான் நான் இவ்வளவு தூரம் வந்தேன். நான் கிட்டத்தட்ட சிங்கங்களுக்கு இணையான இரண்டு நாய்களை வீட்டில் வளர்க்கிறேன். என்னுடைய வயதான காலத்தில் இந்த இரண்டு நாய்களும் என்னைப் பாதுகாக்கும், காப்பாற்றிவிடும் என நேற்று இரவு வரையிலும் நம்பிக்கொண்டு இருந்தேன். அந்த நம்பிக்கை பொய்த்துவிட்டது. அந்த நாய்களை எப்படி வசியப்படுத்தினீர்கள், எப்படி ஏமாற்றினீர்கள் என்று மட்டும் என்னிடம் சொல்லுங்கள்" எனக் கேட்பார்.

முதலில் உறுதியாக மறுத்து வந்த மணியம் பிள்ளை, கொஞ்சம் கொஞ்சமாக அந்தப் பெரியவருக்குத்

தன்னுடைய களவின் நுட்பங்களைச் சொல்கிறார். அப்போது, அந்த நாய்களை ஏமாற்றிய விதத்தைச் சொல்கிறார் மணியன் பிள்ளை.

‘‘வீட்டுக்குள் நுழைந்தேன். உங்கள் ஃபிரிட்ஜில் மத்தி மீன்கள் சுத்தம் செய்துவைக்கப்பட்டிருந்தன. அவற்றை எடுத்து லேசாக சமைத்து நீங்கள் கொடுப்பது போன்று சாதத்தில் கலந்து உள்ளிருந்து தட்டுகளை அந்த நாய்களை நோக்கி நகர்த்தினேன். தங்கள் வீட்டிலிருந்துதான் யாரோ உணவு அளிக்கிறார்கள், தங்களின் எஜமானருக்குத் தெரிந்தவர்தான் யாரோ உணவு அளிக்கிறார்கள் என்று அவை ஏமாந்தன. அதன்பின் களவை வெற்றிகரமாகச் செய்து முடித்தேன்” என்கிறார்.

அந்தப் பணக்காரர் நிதானமாகக் கேட்டுவிட்டு கனத்த இதயத்தோடு வீட்டுக்குத் திரும்புகிறார். வீட்டுக்கு வந்து அந்த இரண்டு நாய்களையும் பார்க்கிறார். ‘இவை நம்மைக் கைவிட்டுவிட்டன. குடும்பம் கைவிட்டதுபோல, இந்த நாய்களும் தன்னை நிராதரவாளனாக மாற்றிவிட்டன’ என அவருக்குத் துக்கம் மேலெழுகிறது. அவர் அந்த நாய்களின் முன்னால் கிட்டத்தட்ட மண்டியிட்டு உட்கார்ந்து, அந்த நாய்களோடு பேசுகிறார். ‘‘இந்த முதுமைக் காலத்தில் நீங்கள் என்னைக் காப்பாற்றிவிடுவீர்கள், என்னைப் பாதுகாப்பீர்கள் என்று நான் எவ்வளவு நம்பிக்கையோடு இருந்தேன். ஆனால், நீங்கள் கேவலம் ஒரு மத்தி மீனுக்காக இப்படிச் சோரம் போய்விட்டீர்களே!” என்று அந்த நாய்களிடம் பேசுகிறார்.

அந்த நாய்கள் இரண்டும் தம் எஜமானன், தமக்கு முன்னால் மண்டியிடுவதையும் கண்ணீர் விடுவதையும் கருணையோடு கேட்கின்றன. அந்த இரண்டு நாய்களும் உணவே சாப்பிடாமல் பத்து நாள்கள் பட்டினியாக இருந்து ஒன்றன்பின் ஒன்றாக இறந்துபோயின. இதை என்னிடம் மணியன் பிள்ளை துக்கத்தோடு சொன்னார்.

பிராணிகள் கடத்துகிற தன்னலமற்ற அன்பை, சதா நமக்காக நிரூபிக்கிற அவற்றின் நேசத்தை குழந்தைகள் போலவே நாமும் புரிந்துகொள்கிற நாளில் அன்பெனும் சொல்லை நம்மால் உணர முடியும்.

14

புது வருடம் பிறந்திருக்கிறது. பனி பொழிகிற இரவொன்றில் மனிதர்களின் வாழ்த்துகள் நட்சத்திரங்களென ஒளிர உற்சாகத்துடன் பிறக்கிறது புது வருடம். சக மனிதர்கள் வாழ்த்துகிற, அணைத்துக்கொள்கிற, உடன்நிற்கிற பொழுதுகள் தருகிற நம்பிக்கை வேறு எதனாலும் கிடைக்காதது. பனி நிறைந்த இந்த மார்கழியில் புத்தாண்டு வருவது மனதுக்கு நெருக்கமான ஒன்று.

கண்ணதாசன், 'மாதங்களில் அவள் மார்கழி' என்று ஒரு பெண்ணைப் பற்றிச் சொல்கிறார். அந்த ஒப்பீடே சிலிர்க்க வைப்பதாக இருந்தது. லேசான குளிர், உறுத்தாத வெயில், எங்கு பார்த்தாலும் பச்சைப்பசேலென்ற வயல்கள். அந்த நிலப்பரப்பு முழுக்க பூத்துக் குலுங்குகிற, பச்சைத்தாள் ததும்பி நிற்கின்ற, கொக்குகள் உதித்திருக்கிற இந்தக் காலம் சௌந்தர்யமான ஒன்று. கடவுளால் ஆசீர்வதிக்கப்பட்டதுபோல இந்தக் காலத்தில்தான் கிறிஸ்துமஸும், புத்தாண்டும் வருகின்றன. இந்த மார்கழியில்தான், கர்ம சிரத்தையாக அதிகாலையிலேயே குளிரில் குளித்து 'சாமியே... ஐயப்பா!' என அடிநாதத்திலிருந்து வருகிற குரல்கள் காற்று வெளியை நிரப்புகின்றன.

திருவண்ணாமலை மாட வீதியை ஒருமுறை சுற்றி வரலாம் என பைக்கில் கிளம்புகிறபோது, மனித நெரிசலால் அந்தச் சாலை அடைந்திருந்தது. மனிதர்கள் மகிழ்ச்சியுடன் கூட்டமாக ஓரிடத்தில் குவிந்து தங்களுக்குப் பிடித்தமானவற்றை வாங்குகிறதை இந்த வீதிகள் சில நாள்களாக இழந்திருந்தன. முகத்தில் நிறைந்திருந்த நம்பிக்கையுடன் மலையைச் சுற்றிக்கொண்டும், கோயிலுக்குச் சென்றுகொண்டும்

மக்கள் பிரார்த்தனைகளை நோக்கி நகர்கிறார்கள். இன்னொரு பக்கம் ஆங்காங்கே இருக்கிற கிறிஸ்தவக் குடியிருப்புகளில் டிசம்பர் ஒன்றாம் தேதியில் ஆரம்பிக்கின்ற துதிகள், ஆரவாரமாக கிறிஸ்துவின் பிறப்பை இந்த உலகத்திற்குச் சொல்லிக் கொண்டே இருக்கின்றன. சகோதரர்கள் இருவர் தங்களின் தெய்வங்களைக் கூட்டாக வழிபடுகிற இந்த நாள்கள் எப்போதும் நிறைவானவையாகவே இருக்கின்றன.

ஒவ்வொரு புத்தாண்டின்போதும் மனிதர்கள் புதுப்புது சபதங்களை எடுக்கிறார்கள். ‘இந்த ஒண்ணாம் தேதில இருந்து சிகரெட் பிடிக்கிறத விட்றலாம்னு இருக்கேன்டா!’ என ஒவ்வொரு ஜனவரி 1-ம் தேதிக்கும் சபதம் எடுக்கிற சிகரெட் பிடிப்பவர்கள் இருக்கிறார்கள். ‘இதுதான் நண்பா கடைசி பெக்!’ எனப் பலரும் டம்ளர்கள் மோதிக்கொள்ள சியர்ஸ் சொல்லிக்கொண்டே இருக்கிறார்கள்.

புத்தாண்டுகளில் தொடர்ச்சியாக இதுபோன்ற சபதங்கள் எடுக்கப்படுவதும், பின்பு அது மீறப்படுவதும் தொடர்ச்சியாக நிகழ்ந்துகொண்டே இருக்கின்றன. பலரும் இதற்கெனக் கவலைப்படுவதை நான் பார்த்திருக்கிறேன். இது குறித்தெல்லாம் மனச்சோர்வு கொள்ளத் தேவையில்லை. மனித மனங்கள் உலோகத்தால் செய்யப்பட்டவை அல்ல. முழுக்க முழுக்க ரத்தத்தாலும் சதையினாலும் ஆனது. ஆனால், நம் மனத்துக்கு ஒரு ஆற்றல் இருக்கிறது. ‘போதும், நிறுத்திக்கொள்!’ என்கிற உள்ளுணர்வை அது தரும். உறவோ, செயலோ, எதுவாயினும் நிறுத்த வேண்டிய நேரத்தில் அதுவே நிறுத்திக்கொள்ளும்.

என்னுடைய பெரும்பான்மையான படைப்புகளை இந்தக் குளிர் காலத்தில்தான், இந்த மார்கழி மாதத்தில்தான் எழுதியிருக்கிறேன். வாசிப்பதற்குக்கூட ஒரு கோடைக் காலத்தைவிட மிக இலகுவான மன நிலையை வாசிப்பாளனுக்கு மார்கழிகள் உருவாக்குகின்றன. யாராவது ஒரு மனிதனை நிறுத்தி, ‘இந்த மொத்த நாள்களில் உனக்குப் பிடித்தமான மாதம் எது?’ என்று கேட்டால், ‘மே மாதம்’ அல்லது ‘சித்திரை மாதம்’ என்று சுட்டெரிக்கும் வெயில் மாதம் ஒன்றைச் சொல்லவே மாட்டான். வெயில் என்ற உணர்வை மனிதன் அனுபவிப்பனாக இருந்தாலும்கூட, ஏதோ ஒரு வகையில் அந்தச் சூடு அவனுடைய மனநிலையை மாற்றுகின்றது. ஆல்பெர் காம்யுவின் ஒரு கதையில், கடற்கரையில் ஒருவனைத் தன் வாளால் வெட்டி வீழ்த்திய ஒரு குற்றவாளியை கோர்ட்டில் விசாரிப்பர். “நீ எதற்காக அவனை வெட்டினாய்?” என்று கேட்பார்கள். “ஒன்றுமே காரணம் இல்லை. அவன் யாரென்றே எனக்குத் தெரியாது. ஆனால், தாங்க முடியாத வெயிலில் நான் தவித்துக் கொண்டிருந்தபோது, இவன் ஒரு வாளைச் சுழற்றிக்கொண்டு வந்தான். அந்த எரிச்சல் தாங்க முடியாமல் அவனைக் கொலைசெய்துவிட்டேன்” என்று பதில் சொல்வான். வெயிலின் உஷ்ணத்தைக் குறைத்திட கிராமங்களில் திருவிழாக்கள் நடத்தி மழை வேண்டுவது நம் மரபார்ந்த வழக்கமாக இருக்கிறது.

இந்த இனிமையான பருவ நிலை தமிழர்களுக்கு தீபாவளியில் இருந்து தொடங்கிவிடுகிறது. மார்கழி மாதத்தில் ஒவ்வொரு வீட்டு வாசலிலும் சாணம் தெளித்து, சின்ன

சாண உருண்டை ஒன்றில், மஞ்சள் நிறத்தில் மினுமினுக்கும் அழகான பூசணிப்பூவை வைத்துச் செல்கிற அந்தக் காட்சியே ரம்மியமான உணர்வைத் தரும்.

நான் இந்தப் பருவ நிலைகளை வைத்து இரண்டு கதைகளை எழுதியிருக்கிறேன். ஒன்று, 'சத்ரு' என்கிற கதை. அது, மழையே இல்லாமல் பஞ்சத்தால் இறுகி வெடிப்புற்ற ஒரு நிலத்தின் கதை. அப்போது கடும் பஞ்சம். தாய்மார்கள் தங்கள் சிசுக்களுக்குப் பாலூட்ட முடியாத அளவுக்கான வறட்சி. 'அம்மனுக்குக் கூழ்வார்த்து ஒரு பண்டிகையைக் கொண்டாடினால், மாரியம்மன் கண் திறந்து நம் நிலத்துக்கு மழை பெய்யும். இந்தப் பஞ்சமெல்லாம் போய்விடும்' என அவர்கள் நம்புகிறார்கள்.

எங்கள் கிராமத்துக்குப் பக்கத்தில் சின்னச்சின்னப் பாறைகளைக் கல் உரல்களாகக் குடைந்திருப்பார்கள். ஊர்ப் பெண்கள் எல்லாரும் அரிசி, உளுத்தம் பருப்போடு சென்று தங்களுக்கு ஒதுக்கப்பட்ட அந்தக் கல் அருகே உட்கார்ந்து மாவாட்டுவார்கள். அந்தக் காட்சியே கவிதையாக இருக்கும். எல்லாப் பெண்களும் ஒரே இடத்தில் கூடி நின்று, தங்கள் ஊர்க்கதையை, தாங்கள் வாழ்ந்த கதையை, தாங்கள் வாழப்போகிற கதையை, பேசிக்கொண்டே மாவாட்டி முடிப்பார்கள். அதுபோன்றதொரு மதிய நேரத்தில் மாவாட்டுகிற ஒரு

பெண்ணின் முன் ஒரு நிழல் விழுகிறது. அந்த நிழல் யாருக்குச் சொந்தமென அவள் அண்ணாந்து பார்க்கிறபோது, தனது இரண்டு குழந்தைகளுடன் கறுத்த நிறத்தில் ஒரு பெண் வந்து நிற்கிறாள். அந்தப் பெண்ணின் கண்களில் ஒரு கைப்பிடி அரிசியை அள்ளிக் கொட்டலாம். அவ்வளவு பள்ளம் விழுந்த கண்களைக் கொண்டவளாக அவள் இருக்கிறாள். அந்தக் குழந்தைகள் சாப்பிட்டுப் பல நாள்கள் ஆகியிருக்கும் என்பது அவர்களின் வெறித்த பார்வையின் மூலம் தெரிகிறது. அந்தப் பெண் தன் கையில் ஒரு கறுப்புச் சட்டியை வைத்திருக்கிறாள். ‘‘எனக்குக் கொஞ்சம் மாவு கடன் கொடு. நாளைக்குத் திருப்பி தந்துடுறேன்’’ என்கிறாள். அதற்கு அந்தப் பெண் ஒரு வறட்டுச் சிரிப்பை உதிர்த்துவிட்டு, ‘‘மாவு கடன் கேட்பதைக்கூட ஒத்துக்கொள்வேன். அது எப்படி நாளைக்குத் தந்துருவேன்னு சொல்ற?’’ என்பாள்.

அவள் கண்களில் மிகுந்த நம்பிக்கையோடு ‘‘நாளை கட்டாயம் தந்துடுவேன். இப்போ கடன் கொடு’’ என்கிறாள். எந்த நம்பிக்கையும் இல்லாமல் இவள் ஆட்டிக்கொண்டிருக்கும் மாவிலிருந்து இரண்டு கை மாவை அள்ளி அள்ளி அவளுடைய அந்தக் கறுப்புச் சட்டியில் போட்டுக் கொண்டே இருக்கிறாள். போடப் போட மாவு அப்படியே பொங்கிப் பெருக்கெடுத்து வந்துகொண்டே இருக்கிறது. இந்தக் கருணையான தருணத்தை மாரியம்மன் பார்க்கிறாள். திடீரென மாரியம்மனின் கண்ணிலிருந்து ஒரு சொட்டு நீர் வழிகிறது.

இதே நேரத்தில் அந்த மாரியம்மனுக்குக் கூழ் வார்ப்பதற்காக வைத்திருந்த தானியங்களை ஒரு திருடன் திருடிவிடுகிறான். ஊர் மக்கள் எல்லாரும், ‘பஞ்சத்தாலதான் நாங்களே இந்தக் கூழை வார்க்கிறோம். இதுக்காக வச்சிருந்ததைத் திருடப் பார்க்கிறாயே’’ என திருடனைப் பிடித்துக்கட்டி வைத்து மரண தண்டனை வழங்க முடிவெடுப்பார்கள்.

ஊருக்கு ஒதுக்குப்புறமாக இருக்கிற ஒரு கட்டிலில் அவனைக் கட்டிப்போடுவர். அதிகாலையில் ஒட்டந்தழையைப் பறித்துக்கொண்டு வருகிற கிழவியிடம் தண்டனைப் பொறுப்பு ஒப்படைக்கப்படும். ஒட்டந்தழையை அரைத்து அவனுடைய கைகளில் ஊற வைத்தால், அவன் உடல் விறைத்துச் செத்துப்போவான் என ஊர் மொத்தமும் நம்பிக்கொண்டு போகிறது. இரவு முழுக்கவும் திருடன் தனிமையில் மரண பயத்தோடு கிடக்கிறான்.

பஞ்சத்தில் கேட்ட பெண்ணுக்கு மாவை அங்கே அந்தப் பெண் அள்ளி அள்ளிக் கொடுத்த பொழுதில் மாரியம்மனின் கண்ணிலிருந்து துளிர்த்த கண்ணீர், பெருக்கெடுத்து மழையாக மாறி ஜகமே அழிந்துபோகிற அளவுக்குப் பெருமழை பெய்கிறது. அந்த மழையின் வீரியத்தில் விஷத்தழையைப் பறித்துக்கொண்டிருந்த ரங்கநாயகிக் கிழவி செத்துப்போய் மல்லாந்து கிடக்கிறாள். மழை வெள்ளத்துடனே அதிகாலையில் நடந்து வருகிற அந்த ஊர் மனிதர்களிடம் கொலை வெறி அகன்றுவிடுகிறது. நேற்றிரவு திருடவந்து கட்டிப் போடப்பட்டவனை, எல்லாரும் மிகுந்த அன்போடு பார்க்கிறார்கள்.

அவன் இப்போது தன்னைக் கொல்ல வருகிறவர்களை ஏறெடுத்துப் பார்க்கிறான். அவன் கண்களில், 'என்னை மன்னித்து விட்டுவிடுங்கள்' என்ற கெஞ்சல் இருக்கிறது. இவன் சொல்லாமலே எல்லா மனிதர்களும் இவனுடைய கட்டுகளை அவிழ்த்து விடுகிறார்கள். "போ... மாரியாத்தா கண்ணத் திறந்துட்டா. மழை பெய்ஞ்சிருச்சு, போய் உழைச்சுச் சாப்பிடு" என்று அவனை விடுதலை செய்கிறார்கள். அவன் ஒரு மேடேறிச் சென்று திரும்பிப் பார்க்கிறான். ஊர் ஈரத்தில் நனைந்திருந்தது என்று அந்தக் கதை முடிகிறது.

பருவ நிலைகளுக்கும் மனித மனங்களுக்கும் ஒரு சம்பந்தம் இருக்கிறது. இந்தப் பருவ நிலைகள் மனிதரின் மனங்களை பாதிக்கின்றன. பருவ நிலைகள் மனித மனங்களில் கருணையை ஊற்றெடுக்கவும் செய்கிறது. மனித மனங்களில் ஊறிக்கிடக்கிற வன்மத்தையும் வக்கிரத்தையும் அது பெருவாரியாகக் குறைக்கிறது. காலமும் சூழலும் மனதை திசைதிருப்பக்கூடிய வழிகாட்டிகள் என்பதைப் பல நேரங்களில் உணர்ந்திருக்கிறேன். நீங்கள் கொடுக்கிற மன்னிப்பும், காட்டுகிற கருணையும் நிச்சயம் ஒரு நாள் கொடிய மனதையும் மாற்றும். வெறுப்பை வெல்கிற வல்லமை கருணைக்கு உண்டு.

கிறிஸ்துமஸ் தினங்களில் தெருவில் பிரார்த்தனைப் பாடல்களைப் பாடியபடி வருவோரின் குரல்கள் பெரும் நம்பிக்கையைத் தரக்கூடியவை. மேரி வில்லியம்ஸ் என்பவருக்கு இரண்டு குழந்தைகள் இறந்து மூன்றாவதாக அவள் கருவுற்றிருப்பாள். குறி சொல்கிற ஒருவர், இந்தக் கருவும் தங்காது எனக் குறி சொல்லிச் செல்வார். அந்தக் குறி சொல்கிறவர் வாய் பேச முடியாதவர். இருந்தாலும் அவர் குறி சொல்வதைப் பலரும் குறிப்பால் உணர்ந்துகொள்வார்கள். அவர் சொன்ன அந்த வார்த்தைகளால் மேரி வில்லியம்ஸ் துடிதுடித்து நம்பிக்கையற்று உழன்றுபோவாள். அவள் வானத்து நட்சத்திரங்களைப் பார்ப்பாள். அந்த நட்சத்திரங்கள் தன் வீட்டைக் கடந்துபோய்விட்டால் தன் குழந்தை பிழைத்துக்கொள்ளும் என்று அவள் நினைத்துக்கொள்வாள். ஆனால், அந்த நட்சத்திரங்கள் நகர்ந்தே போகாது.

தன் நம்பிக்கைகளை எல்லாம் அவள் இழந்துவிட்ட ஒரு கிறிஸ்துமஸ் காலத்தின் பகலில் தெருவில் பஜனை வருவார்கள். பஜனையில் வருகிற கிறிஸ்துமஸ் தாத்தாக்களுக்கு அனைத்து வீடுகளிலும் இனிப்புகளையும், மிட்டாய்களையும் கொடுப்பார்கள். தன் குழந்தை இறந்துவிடும் என நம்பிக்கொண்டிருக்கிற மேரி வில்லியம்ஸின் வீட்டு வாசலில் அவர்கள் வந்து நிற்பார்கள். அவள், 'எதற்காக இந்தக் குதூகலம்' எனக் கேட்பாள். அவர்கள், 'கன்னி மரியாளுக்குக் குழந்தை ஏசு பிறந்திருக்கிறார்!' என்பார்கள். அந்த ஒரு வார்த்தையில் மேரி வில்லியம்ஸ் உயிர் பெற்றவளாக மாறுவாள். அளவற்ற குதூகலம் அவள் மனதில் நிறையும். வீட்டுக்குள் நுழைந்து கேக், இனிப்பு வகைகள் அனைத்தையும் எடுத்துக்கொண்டு வந்து அந்தக் குழுவுக்கு அள்ளிக்கொடுப்பாள்.

கன்னி மரியாளுக்குக் குழந்தை பிறந்திருக்கிறது என்ற வார்த்தையைக் கேட்டவுடன், 'எந்தச் சேதாரமும் இல்லையா?' எனக் கிறிஸ்துமஸ்

தாத்தாவிடம் மேரி வில்லியம்ஸ் கேட்பாள். 'இல்லை' என அவர்கள் சொல்வார்கள். அப்படியானால் என் குழந்தைக்கும் எந்தச் சேதாரமும் இருக்காது என அவள் நம்புவாள்.

இந்தக் காலத்துக்கும், இந்தப் பருவ நிலைக்கும், இந்தப் பனிக்கும், இந்த மனநிலைக்கும் பொதுவான ஒன்றிருக்கிறது. அது, சக மனிதனிடம் நாம் காட்டவேண்டிய கருணை. அந்தக் கருணை வழியாக அவனுக்குக் கிடைக்கும் நம்பிக்கை.

'யாருக்கோ குழந்தை பிறந்திருக்கிறது' என்கிற அந்த வார்த்தை மேரி வில்லியம்ஸுக்குப் பெரும் உற்சாகத்தைக் கொடுத்தது. ஒரு பெண்ணின் கருணை பெரு மழையாகப் பொழிந்து வறட்சியைப் போக்குகிறது. இந்த உலகத்தில் நிகழ்ந்த அத்தனை வன்முறை, கலகங்களின் முடிவிலும் கருணையும் நம்பிக்கையும் மட்டுமே எஞ்சி நிற்கும். பெருந்திரளான இந்த மனிதர்களில் பலரும் தனித்தே கிடக்கிறோம். பற்றுவதற்கான நம்பிக்கையற்று நாம் நிற்கிற இந்தப் பொழுதுகளில் யாருக்கோ நிகழ்ந்த ஒரு நன்மை, யாருக்கோ கிடைத்த ஒரு மன்னிப்பு, நமக்கு உத்வேகத்தை ஏற்படுத்தும். மனிதன் தன்மீதான கருணைக்காகவும், தனக்கு நம்பிக்கை தரவேண்டியும் இந்தப் பனிக்காலத்தில் அத்தனை பிரார்த்தனைகளை நிகழ்த்துகிறான். அந்தப் பிரார்த்தனைகளின் பலன் சக மனிதர்களாலேயே அவனுக்கு நிகழும். கலங்கி நிற்கிற நேரங்களிலெல்லாம் வந்து நிற்கிற தோழமையின் முகமெனப் புதுவருடம் நம்பிக்கையுடன் நகரட்டும். அது நகரும் திசையெல்லாம் வானம் போல நம்பிக்கையும் கருணையும் சுரக்கட்டும்.

15

மலையாள எழுத்தாளர் கே.ஆர். மீரா 'ஒரே கடல்' என்ற படத்துக்கு வசனம் எழுதி, திரைக்கதையிலும் பங்காற்றியிருந்தார். மம்மூட்டியும் மீரா ஜாஸ்மினும் நடித்த அந்தப் படம், என்னுள் பல கேள்விகளை எழுப்பியது.

நமக்குள் எழுகிற கேள்விகள் இரண்டு ரகம். ஒன்று, நம்மைப் பற்றியது. மற்றொன்று, நமக்குத் தொடர்பற்ற ஆனால் நம்மை உலுக்கிப் போடுகிற கேள்விகள். நினைவில் கேள்விகளைச் சுமக்கிற மனிதர்களுக்கு நித்திரை இருப்பதில்லை.

இந்த ஆண்டு சென்னைப் புத்தகக் காட்சியில் கே.ஆர்.மீராவின், 'அந்த மரத்தையும் மறந்தேன் மறந்தேன் நான்' புத்தகத்தை வாங்கி, நள்ளிரவில் 12 மணி போல வாசிக்க ஆரம்பித்தேன். அந்தக் கதை இவ்வாறு தொடங்குகிறது. 'அப்பா, ஒரு முறை ராதிகாவை வழியில் ஒரு இடத்தில் மறந்து விட்டுவிட்டுப் போய்விட்டார். அவளுக்கு அப்போது பத்து வயது. 'இங்கு சிறுநீர் கழிப்பது கண்டிப்பாகத் தடை செய்யப்பட்டுள்ளது' என்று அறிவிப்புப் பலகை வைத்திருக்கும் ஒரு சிறு காத்திருப்புக் கூரையின் கீழ் அவளை நிறுத்திவிட்டு, சிறுநீர் கழித்துவிட்டு வருவதாகச் சொல்லி அப்பா பக்கத்தில் இருந்த மது அருந்தும் கடைக்குப் போய்விட்டார். குடித்த பிறகு அப்பா, பெயர் பெற்ற ஒரு விலை மாதுவை நினைவுகூர்ந்தார். ராதிகாவை மறந்தார். விலை மாதுவின் வீட்டில் அன்று காவல்துறையின் ரெய்டு நடந்தது. அப்பாவைக் காவலர்கள் கைது செய்தனர். காத்துக்கொண்டிருந்த ராதிகா சோர்வடைந்தாள்.

இருள் வந்தது. வயதானவன் ஒருவன் பக்கத்தில் வந்தான். அப்பாவிடம் அழைத்துப் போவதாகச் சொல்லி அவளைத் தன் குடிசைக்கு அழைத்துப் போனான். அவளுக்குக் கஞ்சியும் மரவள்ளிக் கிழங்கும் கொடுத்தான். பாதித் தூக்கத்தில் அவளை வன்கொடுமை செய்தான். வெட்டி எடுத்த கற்களால் கட்டப்பட்டு, பூசப்படாத சுவர்களைக் கொண்ட அந்த அறையின் மூலையில் வட்டமாகச் சுற்றப்பட்ட ஒரு கயிறும், பதமான வாய்ப்பகுதியில் மரத் துணுக்குகள் பற்றிப் பிடித்திருந்த ஒரு மழுவும் சாய்த்துவைக்கப்பட்டிருந்தது. அறையில் கடுமையான ஒரு வாசனை பரவியிருந்தது. அது பச்சை மரத்தின் வாசனை. ராதிகாவிற்குப் பைத்தியம் பிடிக்க வைக்கும் நினைவு அது. சில வேளைகளில் ஒரு மின்னலைப்போல் அந்த நினைவு வந்து தாக்கித் தள்ளும். மூளையின் அறைகளில் துளைத்தேறி அடித்துத் தகர்த்து சற்று நேரம் அவளை, அவள் இல்லாதவளாக ஆக்கும்' என்று அந்தக் கதையை கே.ஆர்.மீரா ஆரம்பிக்கிறார்.

அதற்கு மேல் அந்தக் கதையை வாசிக்கத் திராணியற்றவனாகப் புத்தகத்தை மூடிவைத்தேன். குழந்தைகள்மீது கட்டவிழ்க்கப்படும் வன்முறைகள் பற்றிய நினைவு கொடுங்கனவைப்போல அந்த இரவை நிறைத்தது.

குழந்தைகள் என்ற சொல்லைக் கேட்கிற மனம் சற்று இலகுவாகும். அந்தச் சொல்லைக்கூட யாரும் சத்தமாக உச்சரிப்பதில்லை. அந்தச் சொல் தருகிற வாஞ்சை அலாதியானது. குழந்தைகள், சுதந்திரமான வண்ணத்துப் பூச்சிகளைப்போல பறந்திட எத்தனிக்கிறார்கள். இந்த உலகம் அப்படி சுதந்திரமானதாக இல்லாமல், கவனமாக இருக்க வேண்டியதாக இருக்கிறது என்கிற யதார்த்தம் அச்சுறுத்துகிறது. செய்திகள், சமூக வலைதளப் பதிவுகள் என எங்கும், குழந்தைகள்மீது நிகழ்கிற வன்முறை குறித்து நாம் அறிய முடிகிறது. நாம் வாழும் இதே மண்ணில் வாழ்கிற யாரோ ஒருவர் நிகழ்த்துகிற வன்முறைதானே அது. எப்படி அவர்களால் இதைச் செய்ய முடிகிறது? நம்மைப்போலவே உண்டு, உறங்கி, பாடி, நண்பர்களோடு கதைத்து வாழ்கிற ஒருவனின் மனதில் இந்த துர் எண்ணம் எப்படித் தோன்றுகிறது.

இந்தக் கேள்விகள் என்னை நிம்மதியிழக்கச் செய்திருக்கின்றன. தெரியாதவர்களிடம் பார்த்துப் பழக வேண்டும் என அறிவுறுத்துகிற சூழலில், அறிந்தவர்களால் நிகழ்த்தப் படுகிற வன்முறையை எங்கே சொல்லித் தீர்ப்பது! வெளிவருகிற உண்மைகள் இப்படியிருக்கையில், மற்றொருபுறம் இதையெல்லாம் வெளியில் சொல்லாமல் மனதில் புதைத்துவைப்பவர்களின் துயரம் இன்னும் கொடியது. சிறு வயதில் நிகழ்ந்த ஒரு கொடுமையால் இன்றுவரை உளவியல் சிக்கலில் உழல்பவர்கள் எத்தனை எத்தனை பேர்.

மூன்று வருடங்களுக்கு முன்பு சென்னையில், லதாவின் 'கழிவறை இருக்கை' புத்தகத்தை வெளியிட்டுப் பேசினேன். அந்தப் புத்தகத்தின் முன்னுரையிலேயே லதா, 'என் 8, 9 வயதில் பக்கத்து வீட்டு மாமாக்கள் மூலமாக எனக்கு நடந்த வன்கொடுமையை 12, 13 வயதில் என் அப்பாவே செய்யத்

தொடங்கினார்' என எழுதியிருந்தார். லதா நல்ல நிலையில் இருக்கிறார். வேலை பார்க்கிற குழந்தைகள் இருக்கிறார்கள். ஆனாலும், இந்த விஷயத்தைப் பொதுவெளிக்குக் கொண்டுவருவதற்கான அவசியம் இருக்கிறது.

நாம் எப்போதுமே சந்தேகத்திற்கு அப்பாற்பட்டதாக, புனிதப்படுத்த வேண்டியதாகப் பலவற்றை வைத்திருக்கிறோம். பல நேரங்களில் அங்குதான் வரம்பு மீறுகிறது. நாம் கட்டி வைத்திருக்கிற புனித பிம்பமே அதை வெளிக்கொணராமல் தடுக்கிறது. வட மாநிலங்களில் குழந்தையின் மீது வன்முறையைக் கட்டவிழ்த்து, அந்தப் பிஞ்சு உயிரைக் கொன்ற செய்தி நம் எத்தனை பேரை நிம்மதியிழக்கச் செய்தது. அந்தத் தகப்பனும் அந்த மகளை நம்மைப்போலத்தானே கொஞ்சியிருப்பான். குழந்தைகளின் உடல் லேசாகக் கொதித்தாலே பதறிப்போய் மருத்துவமனைக்குத் தூக்கிக்கொண்டு ஓடுகிறோம். அந்தக் குழந்தைகளுக்கு நிகழ்கிற வன்கொடுமைகளை எப்படித் தாங்கிக்கொள்வது. குழந்தைகள்மீது நிகழ்த்தப்படுகிற வன்கொடுமைகளில் பெரும்பாலானவை நெருங்கிய சொந்தங்களால் நிகழ்த்தப்படுகிறது என்ற புள்ளிவிவரம், அத்தனை எளிதாகக் கடந்திட முடியாத ஒன்று. எட்டு வயதில் நிகழ்ந்த ஒன்றை, பல ஆண்டுகள் கழித்துப் புத்தகமாக எழுதி மனதின் சுமையை இறக்கி வைக்கும் பாடு சொல்லி மாளாதது.

ஜெயகாந்தனுடைய 'குருபீடம்' கதையைப் படித்திருக்கிறேன். 'குருபீடம்' என்கிற பெயரிலேயே ஜா.தீபா விகடனில் ஒரு கதை எழுதியிருக்கிறார். இந்த இரண்டு கதைகளையும் ஒப்பிடுவது என் நோக்கமல்ல. இரண்டும் வெவ்வேறு மனநிலையில், வெவ்வேறு மனிதர்களைப் பற்றி எழுதப்பட்ட கதைகள். ஆனால் இந்த இரண்டு கதைகளையும் ஒரே நேரத்தில் படிக்க ஆரம்பித்த எனக்கு, ஜா.தீபாவினுடைய குருபீடம், ஜெயகாந்தனுடைய குருபீடத்தைவிடப் பல மடங்கு உயரே நிற்பது தெரிந்தது.

சென்னையிலிருந்து சிவகங்கைக்குப் போகிறாள் ஐ.டி நிறுவனத்தில் உயர் பொறுப்பிலுள்ள ஒரு பெண். போகிற வழியில் பக்கத்து சீட்டில் இருப்பவள் இந்தப் பெண்ணோடு பேச்சுக் கொடுக்கிறாள். 'நீ எங்கம்மா போற.' என்று கேட்கிறாள். 'சிவகங்கையிலிருந்து 30 கி.மீ தொலைவிலுள்ள ஒரு ஊருக்கு என் கல்யாணப் பத்திரிகையைக் கொடுக்கப்போகிறேன்' என்கிறாள். 'அங்க யாராவது சொந்தக்காரங்க இருக்கிறாங்களா?' என்று கேட்கிறாள். 'இல்ல, என் வாத்தியாருக்குப் பத்திரிகை கொடுக்கணும்' என்று சொல்கிறாள் அந்தப் பெண். கூரியர், வாட்ஸப் எனப் பல வசதிகள் வந்த பிறகும், இவ்வளவு தூரம் இரவில் தனியாகப் பயணித்து நேரில் போய்ப் பத்திரிகை தருகிற இவளின் குரு பக்தியை மெச்சுவாள்.

சிவகங்கையில் போய் இறங்கி, அறை எடுத்துக் குளித்துவிட்டு, கையில் பத்திரிகையை எடுத்துக்கொண்டு டாக்ஸியில் அந்த ஆசிரியரைப் பார்ப்பதற்காகப் போவாள். டாக்ஸியில் போகும்போது ஒரு மனநிலை வரும். அது என்ன மனநிலை என்றால், 'ஒருவேளை அந்த வாத்தியார் இறந்துபோயிருந்தால் என்னாவது' என்று நினைப்பாள்,

அப்படி இறந்துபோய்விட்டிருந்தால் நாம் ஒன்றுமே பண்ண முடியாது, திரும்பி வந்துவிட வேண்டியதுதான். ஒருவேளை அவர் உயிரோடு இருந்தால், உயிரோடு இருப்பதற்கான நிறைய வாய்ப்புகள் இருக்கின்றன. ஆனால் கண்டிப்பாக ஓய்வுபெற்று இருப்பார். அவள் ஸ்கூல் படித்த வருடத்தை எல்லாம் கணக்கிட்டு, அவர் ஓய்வுபெற்றிருப்பார் என்று கருதிப் போவாள்.

சரியாக அந்தப் பள்ளி, அதற்கு அடுத்த தெருவில் இருக்கிற அவருடைய வீடு. ரொம்ப தூரத்தில் டாக்ஸியை நிறுத்திவிட்டு வாத்தியாரைப் பார்க்கப் போவாள். வீட்டின் கதவைத் தட்டியவுடன் வயதான அம்மா வந்து கதவைத் திறப்பார். உள்ளே அழைத்துச் சென்று உட்காரவைப்பார். வாத்தியார் வெளியே வருவதற்கு முன்னால் இரண்டு பேரும் கொஞ்ச நேரம் பேசிக்கொள்வார்கள்.

'மூக்கும் முழியுமா எவ்வளவு அழகா இருக்குற, ஏன் இன்னும் கல்யாணம் பண்ணிக்கல?' என்று மிக இயல்பாக ஆசிரியரின் மனைவி கேட்பார். 'இல்ல, கல்யாணம் பண்ணிக்கிறதுக்கு பயமா இருந்துச்சு' என்று இவள் சொல்வாள். வாத்தியார் வந்துவிடுவார். வாத்தியார் இன்னும் உயிரோடுதான் இருக்கிறார். அவரும் ஒரு இருக்கையில் அமர்ந்து கொள்வார். 'என்னை ஞாபகம் இருக்கா சார்?' என்று கேட்பாள். அவரால் ஞாபகப்படுத்த முடியாது. 'என்னை உண்மையிலேயே உங்களுக்கு ஞாபகம் இல்லையா சார்' என்று அழுத்திக் கேட்பாள். ஏதோ ஒரு சிறிய பொறி தட்டியது போன்று வாத்தியார் முகம் லேசாக மாறுவதை அவளும் கவனிப்பாள்.

அந்த விநாடி வாத்தியார் திரும்பி தன் மனைவியைப் பார்த்து, 'உள்ளே போய் சர்பத் கலக்கிக்கொண்டு வா' என்று சொல்வார். 'இல்லம்மா, அப்புறம் சர்பத் குடிக்கலாம், நீங்களும் உட்காருங்க' என்று இவள் சொல்வாள். சொல்லிவிட்டு தன் பெயரை, தான் படித்த வருடத்தை அந்த ஆசிரியரிடம் இந்தப் பெண் ஞாபகப்படுத்துவாள்.

இப்பொழுது வாத்தியாரின் முகம் முழுக்க இருண்டுவிட்டிருக்கும். 'ஏன் சார் அப்படிப் பண்ணுனீங்க?' என்று ஆரம்பிப்பாள். 'அன்னைக்கு எல்லா ஸ்டூடன்ட்ஸையும் போகச் சொல்லிட்டு என்னை மட்டும் ஏன் சார் இருக்க வச்சீங்க. எந்த முன்முடிவுகளும் இல்லாமல் நான் இருந்தேன். நீங்கள், முன் முடிவுகளில் எவ்வளவு தயாராக இருந்திருக்கிறீர்கள். அன்றைக்கு என்னிடம் நடந்துகொண்ட முறையில் நான் எவ்வளவு சிதைவுற்றேன். 30 வருடங்களாக அந்தக் காயம் இன்னும் என்னிலிருந்து ஆறவே இல்லை சார். சென்னை நகரில் நெரிசலான பேருந்தில் பயணம் செய்கிறபோது, ஆயிரம் தேள்கள் ஒரே நேரத்தில் மூளையில் கொட்டுவதைப் போன்று ஒரு பெண்ணின் மூளையில் கொட்டுவதை நீங்கள் எப்பொழுதாவது உணர்ந்திருக்கிறீர்களா சார்?' என்று கேட்கிறாள்.

ஆசிரியர் தலைகுனிந்தபடி இருக்க, அவள் தொடர்கிறாள். 'என்ன செய்வது என்று தெரியாமல் 40, 50 பேர் பயணிக்கின்ற அந்த பஸ்ஸிலிருந்து விடுபட்டு ஒரே நொடியில் கீழே குதித்து ஒன்றரை வருடம் கோமாவில் இருந்த ஒரு பெண்ணை நீங்கள் கேள்விப்பட்டதுண்டா சார்? என்

இங்கு சிறுநீர்
கழிக்காதீர்கள்

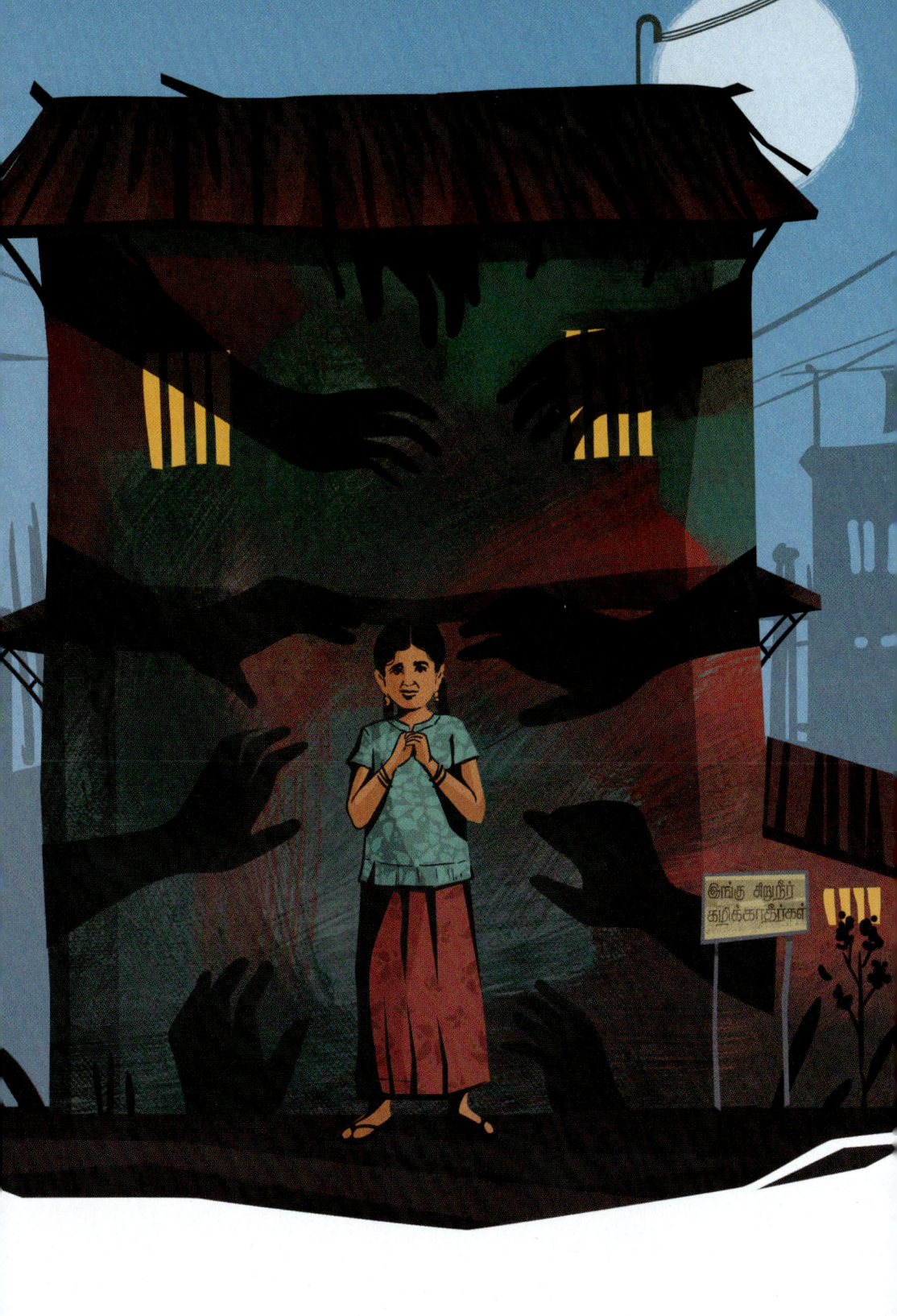

வாழ்க்கையில் திருமணம், தாம்பத்ய உறவு என்கின்ற எல்லாவற்றையும் நிராகரிக்கும்படி நீங்கள் ஏற்படுத்திய அந்தப் பெரிய காயம் என்னை இவ்வளவு சிதைக்கும் என்று என்றைக்காவது நீங்க யோசித்துப் பார்த்ததுண்டா சார்?

'மூக்கும் முழியுமாய் இருக்கிற, 25 வயசுக்குள்ளயே கல்யாணம் பண்ணி இருக்கலாமேம்மா! 30 வயசாகியும் ஏன் இன்னும் கல்யாணம் பண்ணிக்கல?' என்று உங்கள் மனைவி கேட்கிறார். அவரிடம் என்ன பதில் சொல்ல முடியும் சார்? நீங்கள் அன்றைக்கு என்னிடம் அப்படி நடந்துகொண்ட பிறகு மறுபடியும் மறுபடியும் ஒரு வார்த்தையைச் சொல்லிக்கொண்டே இருந்தீர்கள். 'இதை யார்கிட்டயும் சொல்லிடாத... யார்கிட்டயும் சொல்லிடாத' என்று. நான் இந்த 30 வருடங்களில் யார்கிட்டயும் சொல்லல சார்.

ஆனால், என் டாக்டரிடம் மட்டும் சொல்லவேண்டியதாகிவிட்டது. டாக்டர்தான், ஒருவேளை திரும்பி உங்களைப் போய்ப் பார்த்து இதை உங்களோடு பகிர்ந்து வந்தால், திருமண வாழ்க்கையின்போது என் மனது லேசாகலாம் என்று சொன்னார். அந்த ஒரே காரணத்தால் மட்டுமே இங்கு வந்தேன்' என்பாள்.

ஒரு ஆதூரத்துக்காக அந்த வாத்தியார் தன் மனைவியைத் தொட முயல்கிறார். ஆனால், ஒரு அற்பப் புழுவை பார்ப்பது போன்று அவர் மனைவி அந்த ஆசிரியரைப் பார்த்துக்கொண்டிருக்கிறார். அந்தக் கதையை முடிப்பதற்கு முன்னால், 'அம்மாச்சி' என்று மிகுந்த குதூகலத்தோடு ஒரு மூன்று வயதுக் குழந்தை ஓடி வந்து தன் பாட்டியின் மடியில் உட்கார்ந்துகொள்வதை அந்தப் பெண் பார்ப்பாள். அவள், பக்கத்துத் தெருவில் கட்டிக் கொடுத்திருக்கிற ஆசிரியரின் மகளின் மகள். 'உங்க பேத்தியா சார்?' என்று அந்தப் பெண் கேட்பாள். இரண்டு பேருமே மௌனமாக இருப்பார்கள். 'குழந்தையை எப்ப சார் பள்ளிக்கூடத்துல சேர்க்கப் போறீங்க?' என்று கேட்பாள். அதோடு அந்தக் கதை முடியும்.

ஆழ்மனதில் தேங்கிக் கிடக்கும் இப்படிப்பட்ட சுமையோடு எத்தனை எத்தனை பேர் இந்த மண்ணில் தங்கள் நிகழ்காலத்தைக் கழித்து வருகிறார்கள். யாரிடம் பகிர்ந்துகொள்வது, பகிர்ந்துகொண்டால் என்ன நினைப்பார்கள் என மன

அழுத்தத்தோடு வாழ்கிறவர்களுக்கு என்ன ஆறுதல் சொல்லித் தேற்றுவது! தன் கணவன், காதலன், காதலி, அம்மா, அப்பா என யாரிடமும் பகிரமுடியாத பாரத்தோடு பல குழந்தைகள் பயத்துடன் வளர்கிறார்கள். ஒவ்வொரு முறை குழந்தைகளின் முகம், பெயர் மறைக்கப்பட்டு இதுபோன்ற செய்திகள் வெளிவரும்போதெல்லாம் ஒன்று தோன்றும். தேசம், மொழி, கடவுள் போல குழந்தைகளும் பொதுவானவர்கள். ஒரு குழந்தைக்கு நிகழ்கிற கொடுமையின்போது மனம் பதறுகிற நாம், நம் குழந்தைகளை அணைத்துக்கொள்கிறோம். அந்தக் கரங்கள், ஆலம் வேர்கள் போலப் படர்ந்து அனைத்துக் குழந்தைகளையும் அரவணைக்க வேண்டும். இந்தக் கொடுமைகளைச் சுட்டெரிக்க வேண்டிய பொறுப்பு நம் அனைவருக்குமானது.

16

சென்னையில் நூறு நீதிபதிகள் கூடிய ஒரு முக்கியமான கூட்டத்தில் உரையாற்றினேன். இரண்டு மணி நேரம் என்னுடைய உரையும், ஒன்றரை மணி நேரம் அவர்களுடனான கலந்துரையாடலுமாக ஒருங்கிணைக்கப்பட்டது. அந்தக் கூட்டத்துக்கு என்னை அழைத்தபோது, 'நீதிபதிகளிடம் பேசுவதற்கு என்னிடம் என்ன இருக்கிறது?' எனக் கேட்டேன். அதன் அமைப்பாளர்கள், 'நீங்கள் எழுத்தாளர். நீங்கள்தான் நீதிபதிகளிடம் பேசவேண்டும்' என்றனர்.

நீதி என்கிற சொல்தான் எவ்வளவு வலிமையானது! மன்னர்கள் காலம் தொடங்கி சமூகநீதி பேசும் சமகாலம் வரை நீதி ஏற்படுத்திய தாக்கம், நீதிக்காகச் சிந்தப்பட்ட உதிரம், நிகழ்ந்த போராட்டங்கள் மனத்தில் தோன்றி மறைந்தன. ஏழை, எளியவர்களுக்காக கட்டணமே வாங்காமல் வாதாடும் நெறிமிகுந்த வழக்கறிஞர்கள், தன் சாதிக்காரருக்காக ஆஜராகி வென்றவர், தங்களுக்கு வேண்டிய வகையில் நீதியைப் பார்க்கிறவர்கள் என சகலரும் மனதில் தோன்றினார்கள்.

சட்டப் புத்தகங்களின் வழி மட்டுமே நீதி கிடைத்துவிடாது என்று நம்புகிற கோடானு கோடி மனிதர்களில் நானும் ஒருவன். சட்டப் புத்தகங்களைத் தாண்டி மனித வாழ்வியலை, மானுட அறத்தை, விழுமியங்களை ஊடுருவி அலசுகின்ற நீதிபதிகள் குறைந்துவிட்டார்கள் என்பதால் என்னை அவர்கள் அழைத்திருக்கலாம் எனத் தோன்றியது. கூட்டத்தில் என்னை அறிமுகப்படுத்திப் பேசிய மாவட்ட

நீதிபதி ஒரு முக்கியமான விஷயத்தைச் சொன்னார். 'உங்கள் முன்னால் குற்றவாளியாக நிறுத்தப்பட்டிருக்கிற ஒரு மனிதன் யார் என்று எப்போதுமே நீங்கள் அலசி ஆராயுங்கள். அது மிக முக்கியம். ஆனால், உங்கள் முன்னால் அவருடைய குற்றம் மட்டுமே விவரிக்கப்படுகிறது. சாட்சிகளோடு நிரூபிக்கப்படுகிறது. அதைத் தாண்டி நீதிபதி என்கின்ற முறையில் உங்களுக்கு இன்னொரு பெரிய அதிகாரம் இருக்கிறது. அப்படியொரு இடத்தை, அப்படியொரு தீர்ப்பை நீங்கள் வழங்க வேண்டும் என்பதற்காகவே எழுத்தாளர்களைக் கூப்பிட்டு உங்களோடு பேச வைக்கிறோம்' என்று என்னை அறிமுகப்படுத்தினார். மனத்திலிருந்த பல்வேறு உணர்ச்சிகளின் வெளிப்பாட்டில் நான் பேசினேன்.

உரையாடலில் ஒரு பெண் நீதிபதி, 'நீங்கள் பேசுவதை நெகிழ்ந்துபோய்க் கேட்டுக்கொண்டிருந்தோம். ஓர் எழுத்தாளனின் பார்வையில் நான் நீதி வழங்க ஆரம்பித்தால் இந்த உலகத்தில் குற்றவாளிகள் என்று யாருமே இருக்கமாட்டார்கள். தண்டனைகள் என்று எதுவுமே எங்களால் வழங்க முடியாது இல்லையா?' என்றார்.

நான் அவர்களுக்கு என்னளவில் ஒரு பதிலைச் சொன்னேன், 'நீங்கள் தீர்ப்பை ஒரு நீதிபதியின் ஸ்தானத்திலிருந்து வழங்குங்கள். ஆனால் ஓர் எழுத்தாளனின் பார்வையில் அந்தத் தீர்ப்பின் மீது கருணை படிந்திருக்கட்டும்.' அரங்கம் கொஞ்ச நேரம் கைத்தட்டல்களால் நிறைந்தது.

நீதி என்கிற ஒற்றைச் சூரியனைச் சுற்றித்தானே இந்தப் பிரபஞ்சம் கட்டமைக்கப்பட்டிருக்கிறது. நீதி மறுக்கப்பட்டவர்களின் பெருமூச்சு காற்றில் அலைந்து கேள்வி எழுப்பிக்கொண்டே இருக்கிறது. நீதி மறுக்கப்பட்டவனின் ஓலம், செரிக்க முடியாமல் சதா பொருமிக்கொண்டே இருக்கிறது.

நீதிமன்றப் படிக்கட்டுகள் பல எளியவர்களின் பாதச்சுவட்டோடு சேர்த்து கண்ணீரையும் கண்டிருக்கின்றன. செய்யாத குற்றத்துக்காக தண்டனை வழங்கப்பட்டவர்கள், பணம், செல்வாக்கு, வாதத்திறமையால் செய்த குற்றத்தை மறைத்துத் தப்பித்தவர்கள் என நீதி தேவதையின் சிலையைப் போலவே நீதிமன்றமும் விசித்திரமான ஒன்றாகவே இருக்கிறது. சாமான்ய மனிதனுக்கான கடைசிப் புகலிடம் நீதிமன்றம் என்கிற நம்பிக்கை இன்று வரையில் புரையோடிக் கிடக்கிறது.

ஆனால், பல நேரங்களில் நீதிமன்றமும் பொதுப்புத்தி மிக்க நபர்களால் நிறைந்திருப்பதைத் தவிர்க்க முடிவதில்லை. அவர்கள் தாங்கள் நீதிக்கான பணி செய்கிறோம் என்பதை மறந்துவிடுகின்றனர். 'இந்த இனக்குழுக்கள் திருடுவதற்காகப் பிறந்தார்கள்; கொலை செய்வதற்காகப் பிறந்தார்கள். இந்தச் சமூகப் பிரிவில் இருப்பவர்கள் அப்படி எதையும் செய்துவிட மாட்டார்கள்' என்கிற முன்முடிவுகளோடு இருக்கிறார்கள். ஆனால் எந்த மனிதனும் பிறக்கிறபோது, குற்றம் செய்யும் நோக்கத்தோடு பிறப்பதே இல்லை என்கிற எளிய உண்மை ஏற்றுக்கொள்ளப்படாமல் நிகழ்ந்த அநீதிகள் ஏராளம்.

எங்கள் ஊரில் நடந்த ஒரு சம்பவம் என்னால் மறக்க முடியாதது. முன்பு, உடல் உழைப்பைக் கடுமையாக நம்பி வாழ்கிற ஓர் இனக்குழுவைப்

பற்றி நான் எழுதியிருக்கிறேன். ஓர் இடத்திலிருந்து, ஏமாற்றிவிட்டு இன்னோர் இடத்துக்குச் சென்று விடுவது என்கிற ஒரு நாடோடி வாழ்வியல், அவர்களுக்கு இயல்பாகவே இருந்தது. அப்படி எங்களின் கிணறு வெட்டுவதற்காக வந்த ஒரு மேற்கத்தியக் குழு, எங்களிடமிருந்து பணத்தை ஏமாற்றி விட்டு இன்னோர் ஊருக்குத் தப்பிக்க முடிவெடுத்தது. அந்தக் குழுவில் இருக்கிற இளம் தலைமுறையைச் சேர்ந்த ஒரு பெண், 'நான் அப்படி உங்களோடு சேர்ந்து வர முடியாது. ஊற்றைக் கண்டவுடன் வளையல்களைக் கழற்றிப் போட்ட அந்த மகாராசிக்கு நான் துரோகம் செய்ய முடியாது' என்று நினைத்தாள். அந்தக் கூட்டமே குற்றம் செய்யும் என நம்பும் பொதுப் புத்தியில், அந்தப் பெண் அறத்தின் பக்கம் நின்றாள். அத்தனை பேரும் அவள் செயலால் அதிர்ந்துபோயினர்.

குற்றத்திலிருந்து திருத்திக் கொள்வதற்கான இடமாக இருக்க வேண்டிய நீதிமன்றங்கள் பல நேரங்களில் அப்படி இருப்பதில்லை என்பதே பலரின் வாதம். யார் குற்றமிழைக்கிறார், யார் கைதாகிறார்கள், யார் விசாரிக்கிறார்கள், யார் வாதாடுகிறார்கள், என்ன நிரூபணமாகிறது என பல தொடர் கண்ணிகளின் வழியே நீதியைக் காத்து நிற்கிற சத்தியவான்களும் இந்த மண்ணில்தான் இருக்கிறார்கள். மறுக்கப்பட்ட தன் கல்விக்காக, தொழிற்சாலையால் பாதிக்கப்படும் தனது கிராமத்துக்காக, மறுக்கப்படுகிற உரிமைக்காக, யாரோ ஒருவர் தொடர்கிற வழக்குதான் பல லட்சம் பேரின் மாண்பைக் காத்திருக்கிறது. வாச்சாத்தி தொடங்கி கண்ணகி முருகேசன் படுகொலை வரை வழங்கப்பட்ட தீர்ப்புகள், நீதிமன்றத்தின் மீதான, நீதியின் மீதான நம்பிக்கையை அதிகரிக்கின்றன. அதேநேரத்தில், செய்யாத குற்றத்துக்காகச் சிறை சென்று இளமை முழுக்கச் சிறையில் தொலைத்தவர்களின் கதையும் பதைபதைக்க வைக்கிறது. நீதி கிடைக்க வேண்டுமென ஒரு தரப்பும், நீதியைக் காக்க வேண்டுமென ஒருதரப்பும் காலத்துக்கும் போராடிக்கொண்டே இருக்கின்றனர்.

நீதி மறுக்கப்படுகிற ஒரு மனிதனின் துயரம் காலத்துக்கும் அவனை விட்டு அகலாது. குற்றம் சுமத்தப்பட்டவன் என்கிற ஒற்றைச் சொல் பல தலைமுறைகளுக்கு அவன் குடும்பத்தை வஞ்சிக்கும்.

30 வருடங்களுக்கு முன் 'சிறைச்சாலை' படத்தில் நான் பார்த்த ஒருகாட்சி நினைவில் வருகிறது. இந்திய சுதந்திரப் போராட்டத்துக்காகப் பங்கெடுத்துப் போராடியவர்கள் கைது செய்யப்பட்டிருப்பார்கள். குற்றவாளிகளாக்கப்பட்டு நாடு கடத்தப்படுவதற்காகத் துறைமுகத்தில் நிறுத்திவைக்கப்பட்டிருந்த அவர்கள் கப்பலில் ஏற்றப்படுகிற ஒரு காட்சியில், ஒரு வெள்ளைக்காரர் பரீட்சை அட்டையைக் கையில் வைத்துக்கொண்டு பேனாவால் எழுதப்பட்ட ஒவ்வொரு பெயரையும் வாசிப்பார். அவர் செய்த தண்டனை, அவருக்கு எத்தனை ஆண்டுகள் சிறைத் தண்டனை என்று வாசிப்பார். பெயர் - வயது - குற்றம் - இந்திய சுதந்திரப் போராட்டத்துக்காகப் போராடியது; தண்டனை - மூன்று வருடம் சிறை என்ற வரிசையில் அது இருக்கும்.

இவ்வாறு ஒரு பெயரை வாசிக்கிறபோது அந்தப் பெயருக்குரியவர் எதிரிலேயே நிற்பார். ஓர் அலையடித்ததில் பெயரின் மீது தண்ணீர் பட்டுவிடும். அதில், எத்தனை வருடம் தண்டனை என்பது அழிந்துவிடும். குற்றம் சாட்டப்பட்டவர் பதறிப்போய், 'துரை, நான் ஒண்ணுமே பண்ணல துரை. வந்தே மாதரம்னு சொன்னதுக்கு ஒரு வருஷம் எனக்கு தண்டனை கொடுத்திருக்கிறார்கள்' என, வேறு ஏதாவது அந்த வெள்ளைக்காரன் சொல்லிவிடக் கூடும் என்று பதறுவார். அவரை ஏறெடுத்துப் பார்த்துவிட்டு அந்த வெள்ளைக்காரன், தன் கையில் உள்ள பேடை மறுபடியும் பார்த்துவிட்டு, தண்ணீர் பட்டு அழிந்துபோன அந்த தண்டனையையும் பார்த்துவிட்டு, '11 வருடங்கள்' என்று சொல்லி விடுவார். ஒரு சொட்டுத் தண்ணீர், இந்திய தேசத்தினுடைய ஒரு தேசப்பற்றுமிக்க இளைஞனின் 10 வருட வாழ்க்கையைச் சீரழித்திடுவதாக அந்தக் காட்சி இருக்கும். எத்தனை ஆண்டுகள் ஆனாலும் இந்த ஒரு காட்சி என்னுடைய நினைவில் அப்படியே தங்கியிருக்கும். பிழைப்புக்காகக் குடும்பத்தைப் பிரிவதே கொடுமை என நினைக்கிற ஊரில், அவர்களைத் தவிக்கவிட்டு சிறை செல்வது, அதுவும் செய்யாத குற்றத்துக்காகச் செல்வது எவ்வளவு கொடுமையானது. சிறையிலிருக்கிறபோதே தன் தந்தையை, தாயை இழந்தவர்கள் இரவுகள் எத்தனை ரணமாக இருக்கும். சிறைத் தண்டனை பெற்றுத் திரும்பி வருகிற தகப்பன்களோடு நெருக்கம் காட்டாத குழந்தைகளை நினைத்து நினைத்து அந்தத் தகப்பன் குற்றவுணர்வில் துடித்துப்போவான்.

நீதிமன்றங்களில் குற்றம் சுமத்தப்பட்ட கணவனுக்காகக் குழந்தைகளோடு காத்திருக்கிற தாய்மார்களை, கொலையுண்ட தன் மகனுக்காகப் பல அமைப்புகள் போராடிக்கொண்டிருக்க, ஏக்கமும் மிரட்சியுமாக அமர்ந்திருக்கிற பெற்றோரைப் பார்க்கிற போதெல்லாம் நீதி வென்றாக வேண்டியதன் அவசியம் என்னுள் அதிகரித்துக்கொண்டே இருக்கும்.

ஜெயமோகன் எழுதிய 'நெடுந்தூரம்' என்கிற கதையில், தவறான விசாரிப்புகள், தவறான குற்றச்சாட்டுகள் ஒரு குடும்பத்தை எப்படிச் சீரழித்து ஒன்றுமில்லாமல் ஆக்கிவிடும் என்பதைப் பற்றியான துயரம்மிக்க அவதானிப்பு இருக்கும். சினிமா கம்பெனிகளுக்குக் கழுகுகளை வாடகைக்குக் கொண்டு போய் கொடுக்கிற டெல்லி என்கிற ஒரு கலைஞனைப் பற்றிய கதை அது. பறவைகளும் விலங்குகளும் சினிமாக்களில் பயன்படுத்தக்கூடாது துன்புறுத்தக்கூடாது என்றெல்லாம் சட்டம் வந்த பிறகு, தான் வளர்த்த கழுகுகள் எதற்குமே பிரயோஜனப்படாமல் டெல்லியால் வீட்டில் வளர்க்கப்படும்.

அந்தக் கதையை ஜெயமோகன் ஆரம்பிக்கும்போதே, டெல்லி தன் மகனிடம், 'தம்பி... கழுகுகள் பட்டினியாய் இருக்கக்கூடாதுடா. என்னையே வெட்டி அதுக்குக் கறியாகப் போட்டுவிடு' என்று கதறுவதாக அந்தக் கதை ஆரம்பிக்கும். ஆனால் அந்தக் கழுகுகள், சினிமாவில் வேலையில்லாமல் போனபோது வீட்டுக் கழுகுகளாக மாறி, அவை தம் இயல்பை மறந்துவிட்டிருக்கும். அந்த நான்கைந்து கழுகுகளும் வீட்டுக்குள்ளேயே வளர்க்கப்படும்.

இந்தக் கழுகுகளுக்கு எப்படியாவது கறி வாங்கிக் கொண்டு வரவேண்டும், சாப்பாடு வாங்கிக்கொண்டு வர வேண்டும் என்று போன டெல்லியின் மகன், சந்தேக வழக்கில் போலீசாரால் கைது செய்யப்பட்டு ஜெயிலில் ரிமாண்ட் செய்யப்படுவான். அவ்வாறு ரிமாண்ட் செய்யப்பட்ட பிறகு, அவன் 15 நாள்கள் கழித்து வீடு திரும்புவான். வீட்டில் நோய்வாய்ப்பட்டுப் படுத்திருந்த அவன் அப்பா இறந்து, அவர் சடலம் அழுகிப் போய் இருக்கும். அத்தனை கழுகுகளும் இளைத்துப் போய் சாப்பாடு இல்லாமல் அந்தப் பிணத்தைச் சுற்றி நின்றிருக்கும். ஒரு கழுகுக்குக் கூட, டெல்லியின் உடலைச் சாப்பிட வேண்டும் என்று தோன்றியிருக்காது. இப்படியாகக் கதை இருக்கும்.

இந்த உலகத்தில் கழுகுகளுக்கு இருக்கிற இரக்கம்கூட மனிதர்களுக்குப் பல நேரங்களில் இல்லாமல்போகிறது என்பதுதான் நிதர்சனம். பல நிரபராதிகள் எப்போதுமே காவல் துறைக்கும், நீதித் துறைக்கும் கிள்ளுக்கீரைகளாக மாறிவிடுகிறார்கள். செய்யாத குற்றத்துக்காக சரணடைபவர்கள், அரசியல் சண்டைகளுக்குப் பலிகடாவாக வழக்கு வாங்குபவர்கள் என நீதித் துறைக்கும், காவல் துறைக்கும் தெரிந்தே ஓர் அநீதி வட்டம் சுழன்றுகொண்டிருக்கிறது. ஒருமுறை இதில் உதிரியாக வந்து மாட்டுகிறவன் வாழ்வு முழுக்க அதிலிருந்து வெளியேறவே முடியாது. எல்லாத் துறைகளைப்போலவே, நீதித் துறையிலும் சாதியும் பணமும் செல்வாக்கும், தீர்மான சக்தியாக மாறுவது ஒருபோதும் ஏற்றுக் கொள்ள முடியாதது. அதிகாரிகளுக்கு

அது ஒரு வேலை என இருக்குமே தவிர, சக மனிதனின் வாழ்க்கை என்ற எண்ணம் பல நேரங்களில் இல்லாமல்போகும்.

கடவுளின் தேசம் என நம்பப்படுகிற கேரளத்தின் கொல்லத்தில் இப்போதும் வாழ்ந்துகொண்டிருக்கிற திருடன் மணியம் பிள்ளையைப் பற்றி நீதிபதிகளோடு சிரிக்கச் சிரிக்கப் பகிர்ந்துகொண்டேன். ஆனால் அதனுடைய இறுதியில், அவர்கள் எல்லோருடைய முகமும் இறுகிப் போயிருந்ததைக் கவனித்தேன்.

மறுக்கப்பட்ட நீதி என்பது மனிதர்களுக்கு கிட்டவே கூடாத ஒரு பெரும் துயரம் என்று நான் கருதுகிறேன். மனிதர்கள் இந்த உலகத்தில் வாழ்வதற்காகப் பிறந்தவர்கள். இந்த வாழ்வின் சகல ருசியையும் அறிந்துகொள்ள அவர்களுக்கு எல்லா அனுமதியும் கொடுக்க வேண்டும். சட்டமும் அதிகாரமும் தங்கள் கைகளில் இருக்கிறது என்பதற்காக, ஒரு சாதாரண மனிதரிடம் எப்போதும் அத்துமீறலையும் அவமதிப்பையும் அலைக்கழிப்பையும் ராணுவமும் காவல்துறையும் நீதித்துறையும் தொடர்ந்து செய்துகொண்டே இருக்கின்றன. ஆனால் இந்த அதிகாரத்தின் முன், ஒரு சின்ன தூசு துரும்பாகச் சாதாரண மனிதன், கூனிக் குறுகிப்போய், என்ன செய்வது என்று தெரியாமல் திகைத்து நிற்கிறான்.

அவர்களுக்கு மறுக்கப்படுகின்ற நீதியைப் பற்றி நம்முடைய மனத்தைத் தைக்கின்ற மாதிரியான புனைவுகளும் அபுனைவுகளும் கவிதைகளும் தொடர்ச்சியாகத் தமிழ்ச் சமூகத்தில் பிரயோகிக்கப்பட்டுதான் வருகின்றன. இவற்றை வாசிப்பது என்பது சாதாரண மனிதர்களுக்கு மட்டுமல்ல, நான் மேலே சொன்ன அதிகாரத்தில் உள்ள எல்லோருக்கும் அவசியம். இவற்றை வாசிக்கிறபோது ஒருவேளை இந்தச் சாதாரண மனிதர்கள், அப்பாவிகள், குற்றம் செய்யாதவர்கள், தொடர்ந்து குற்றத்துக்கு உட்படுத்தப்படுவது என்பது கொஞ்சம் குறையலாம். ஒருவேளை 10 பேர் அல்லது 100 பேர் இப்படி அந்த எண்ணிக்கையில் குறைக்கப்பட்டால், நானும் இந்தக் கூட்டத்தில் ஏதோ ஒரு பங்காற்றி யிருக்கிறேன் என்ற நிறைவு எனக்குக் கிடைக்கும்.

நீதிமன்றம், வழக்கறிஞர், சட்டம் இந்தச் சொற்கள் ஏதும் தெரியாத பல கோடி மக்கள் தங்களுக்கெதிராகப் பிரயோகிக்கப்படும் அத்தனை ஆயுதங்களிடமிருந்தும் தங்களைக் காக்கும் என நம்பியிருக்கிற ஒரே துறை நீதித் துறைதான். அங்கு கிடைக்கப்போகிற நீதிக்காகக் காத்திருப்பவர்களுக்கு என்றாவது ஒருநாள், யாராவது ஒருவரின் வழியே நீதி கிடைத்தே தீரும். ஏனென்றால், நீதி என்னும் எரிதழல் கவிழ்த்தாலும் மேல்நோக்கியே கொதித்தெழும்.

17

சில நாள்களாக தண்ணீர் குடிக்கிற போது மனம் பதைபதைக்கிறது. வேங்கை வயல் என்கிற ஒரு சிறிய கிராமத்தில் தண்ணீர்த் தொட்டியில் மலம் கலந்த ஒரு விஷயம், எவ்வளவு பெரிய அநீதி. நம்மில் பலரும் யாராவது குடிக்கத் தண்ணீர் கேட்டால் மனமுவந்து வழங்குகிறோம். இயற்கையின் கொடை தண்ணீர். பிரபஞ்சத்தின் சொத்து. பொதுவான ஒன்று. தாகத்தில் தவித்த தருணங்களை ஒரு நொடி நினைத்துப் பார்த்தால் தண்ணீரின் அருமை நமக்குத் தெரியும். தண்ணீரற்ற ஒரு நாளை நம்மால் சிந்திக்க முடிகிறதா?

குழந்தைகள், பெண்கள், வயதானவர்கள் என பலரும் குடிக்கிற நீரில் மலம் கலந்தது மனித வக்கிரத்தின் உச்சம். அவர்கள் அந்தத் தண்ணீரை உண்மை புரியாமல் எத்தனை நாள் குடித்திருப்பார்கள், இந்தக் கொடூரம் தெரிந்த பிறகு எப்படிப்பட்ட மன வேதனை அடைந்திருப்பார்கள், அதன்பின் அவர்கள் தண்ணீருக்கு என்ன செய்தார்கள் என்பதெல்லாம் கற்பனை செய்து பார்த்தால்கூட நடுக்கம் ஏற்படுத்துகிற விஷயங்கள். நாகரிக சமூகம் என்ற நம் பெருமிதத்தின் மீது அந்தச் செயல் காறி உமிழ்கிறது. வார்த்தை அடுக்குகளால் விவரிக்க முடியாத ஒரு மனநிலையை, எல்லா மனிதர்களுக்குள்ளும் உருவாக்கி யிருக்கிறது அந்த ஒற்றைச் சம்பவம்.

‘யாதும் ஊரே யாவரும் கேளிர்’ என்கிற பரந்துபட்ட கோட்பாட்டை உலகுக்கு அறைகூவல் விடுத்தது நம் சமூகம். எல்லா மனிதர்களும்

சமம்தான் என்கிற நிலையை நோக்கிப் பல நூற்றாண்டுகளாக முன்னேறி வந்துகொண்டிருக்கிறோம். அதை எண்ணித் தலைநிமிர ஆரம்பிக்கும்போதெல்லாம் இப்படி ஏதாவது ஒரு தலைக்குனிவு நம்மைத் தலைகுப்புறக் கவிழ்த்துப் போட்டுவிடுகிறது. இன்னமும் உண்மைக் குற்றவாளிகள் கண்டறியப் படவில்லை. வழக்கம்போல போலீஸ்காரர்கள், அச்சமூகத்தைச் சேர்ந்த இளைஞர்களையே அந்தக் குற்றத்தை ஏற்றுக்கொள்ளச் சொல்லி வற்புறுத்தியிருக்கிறார்கள். இப்படிப் பல தகவல்கள் வந்து குவிந்த வண்ண மிருக்கின்றன.

சமூக வலைதளங்களில் பேசிப் பேசித் தீர்த்த இந்த ஒரு விஷயம் மட்டும்தான் வெளியுலகத்துக்குத் தெரிந்தது. துக்கம் வெளியேறாமல் அடக்கிவைத்த கண்ணீரைப்போல பல வன்கொடுமைகள் இங்கு நடக்கின்றன.

வேங்கை வயல் ரணம் ஆறுவதற்குள்ளாகவே சேலம் மாவட்டத்தில் ஒரு தலித் இளைஞன் கோயிலுக்குள் நுழைந்துவிட்டார், அந்த இளைஞனை அவன் பெற்றோர் முன்னால் நிற்க வைத்து, ஓர் அரசியல் கட்சியினுடைய பிரமுகர் கெட்ட வார்த்தைகளால் அவ்வளவு அவமானப்படுத்துகிற ஒரு காணொலி பரவுகிறது. அந்த இளைஞர் குடித்துவிட்டு நுழைந்தார் என சமூக வலைதளங்களில் சிலர் பதிவிடுகிறார்கள்.

அந்த வீடியோவில் திருப்பித் திருப்பி படுமோசமான வார்த்தைகளால் திட்டிக்கொண்டே, ‘‘நீ இந்தக் கோயிலுக்குள் நுழைந்ததால், இந்த ஊர்ல இருக்கிறவன் பாதிப் பேர் கோயிலுக்கே வரமாட்டேன் என்கிறான்’’ என்று சொல்கிறார். அப்படியான மனநிலை அந்த மக்களுக்கு இருந்தால், அந்த மக்களைத் திருத்துகிற பணியைத்தான் அரசியல் பிரமுகர் செய்ய வேண்டும். அத்தனை பேர் மத்தியில் இளைஞனை அவ்வளவு மோசமாகத் திட்டுவதை எதைச் சொல்லியும் நியாயப்படுத்த முடியாது. கட்சி அவரைத் தற்காலிகமாக நீக்கம் செய்ய, வன்கொடுமை தடுப்புச் சட்டத்தில் அவர் கைது செய்யப்படுகிறார்.

அங்கொன்றும் இங்கொன்றுமாக மட்டும்தான் இந்த மாதிரியான நிகழ்ச்சிகள் நடக்கிறதா என்றால், இல்லை என்பதுதான் யதார்த்தம். யாரோ சில நபர்கள் மட்டும்தான் இதைச் செய்திருக்கிறார்களா என்றால், இல்லை என்பதே நிதர்சனம். தலைவர்களும் எழுத்தாளர்களும் படைப்பாளிகளும் தொடர்ச்சியான இந்தப் பொது மனநிலையை மாற்றுவதற்குப் போராடிக்கொண்டே இருக்கிறார்கள். ஆனால் சாதி என்கிற விஷப்பாம்பின் குட்டிகள் பல்கிப் பெருகிக்கொண்டேதான் இருக்கின்றன. கண்ணுக்குத் தெரியா விஷம் ஒன்று காற்றில் பரவிக் கொண்டேதான் இருக்கிறது.

உற்சாகமான மனநிலையில் இருக்கிற ஒரு மாணவனையோ, ஒரு அரசு ஊழியரையோ, ஒரு பொது மனிதனையோ ‘நீங்க என்ன ஆளுக?’ எனக் கேட்கையில், மரத்திலிருந்து முறிந்து விழுகிற கிளைபோல, அந்த மனநிலை உடைந்து கீழே விழுவதை யாராலும் உணரமுடிவதில்லை. அந்தக் கேள்வி ஏற்படுத்துகிற உளவியல் சிக்கல் சொல்லி மாளாதது. திறமை, வெற்றி, பழகும் விதம், பதவி, நேசம் இவற்றையெல்லாம் தாண்டி தான் எந்தச் சாதி எனத்

தெரிந்துகொள்ள வேண்டிய கட்டாயம் ஏன் ஏற்படுகிறது? அதைத் தெரிந்துகொள்வதால் என்ன கிடைத்துவிடப்போகிறது. மெல்ல மெல்லப் பேசி ஏதேதோ கேள்வி கேட்டு, சுற்றி வளைத்து, மனதுக்குள்ளாக ஒரு பெரும் திட்டம் தீட்டி சாதியைக் கண்டுபிடிக்கப் பிரயத்தனம் செய்யும் இந்த மனிதர்கள், தங்கள் பெயருக்குப் பின்னால் நான்கைந்து டிகிரிகளைப் போட்டுக் கொள்வதைப் பார்க்கையில் சிரிப்பு தான் வருகிறது. எப்படியாவது ஒருவரின் சாதியைத் தெரிந்துகொள்ள வேண்டும் என எண்ணம் தோன்றும் நொடியில், மனிதன் தான் கற்றது, அடைந்தது எல்லாம் நிர்மூலமாகி சிறுமையானவனாகிறான்.

எப்போதோ பார்த்த ஒரு ஆப்பிரிக்கப் படம் ஞாபகம் வருகிறது. விஷவாயுக் கசிவால், ஒரு நகரத்தில் இருக்கிற எல்லா மனிதர்களுமே மரித்துப்போகின்றனர். ஒரேயொரு வெள்ளைக்காரப் பெண் மட்டும் உயிர் பிழைப்பாள். அவள், இங்கு தன்னைப் பார்த்துக்கொள்ள யார் இருக்கிறார்கள், தன்னை கவனிப்பதற்கு யார் இருக்கிறார்கள் என்கிற மனநிலையுடன் தன் ஆடைகளை எல்லாம் அவிழ்த்து விட்டு நிர்வாணமாகத் தெருவில் நடக்க ஆரம்பிப்பாள். எல்லா வீடுகளும் அவளுடைய வீடுகள். எல்லாக் கடைகளும் அவளுடைய கடைகள். எல்லாத் தெருக்களும் அவளுடைய தெருக்கள். மனநிலை பாதிக்கப்பட்டு ஏதோ ஒரு வீட்டினுள் தன்னந்தனியாகப் படுத்துக் கிடக்கிறாள்.

அப்போது தொலைபேசி சிணுங்குகிறது. உடனே ஓடிப் போய், ஒரு துணியை எடுத்து அவள் தன்னைப் போர்த்திக்கொள்வாள். அவளுக்கு முன்னால் எந்த மனிதரும் இல்லை. எந்த ஆணும் இல்லை. ஆனால், ஒரு தொலைபேசி சிணுங்குகிறது என்றால், யாரோ ஒருவர் அழைக்கிறார். அவர் ஆணாக இருக்கலாம், பெண்ணாக இருக்கலாம், உயிரோடுதான் இருக்கிறார்கள் என்ற உணர்வில், அவள் அந்த ஆடையை எடுத்துப் போர்த்திக்கொள்வாள். தொலைபேசியை எடுத்துப் பேசத் தொடங்குவாள். எதிரில் ஒரு ஆண் குரல். அவள் ரொம்ப ஆசையாக, 'நீயும் பிழைத்துவிட்டாயா?' என்று கேட்பாள். 'ஆமாம், ஒரு லிப்ட்டில் மாட்டிக்கொண்டேன் அதனால் இந்த விஷவாயுக் கசிவிலிருந்து நான் தப்பித்துவிட்டேன்' என்பான். 'நானும் லிப்டில் மாட்டிதான் பிழைத்தேன். நாம் உடனடியாக சந்திக்க வேண்டும்' என்பாள்.

அவள் மிக ஆசையாக 'உனக்கு என்ன வயசு?' என்று கேட்பாள். அவன் 28; அவள் 22 எனப் பகிர்ந்துகொள்வர். இவ்வளவு கொடுந்துயரத்திலும், சிறிய பூ அவர்கள் இருவரின் மனதிலும் பூக்கும். ஒரு கடற்கரை ஓரத்தில் அவள் கடலைப் பார்த்து அமர்ந்திருப்பாள். மெல்ல மெல்ல அடியெடுத்து வைத்து வரும் அவன், அவளது தோளைத் தொடுவான். மிகுந்த காதலோடும் மிகுந்த காமத்தோடும் மிகுந்த அன்போடும் அவள், அவனைத் திரும்பிப் பார்ப்பாள். பார்த்த நொடி, அந்தக் கையை மின்சாரம் பட்டதுபோல உதறித் தள்ளுவாள். என்ன செய்வதென்றே தெரியாதபடி பதறுவாள். ஏனென்றால் அப்படித் தொட்டவன், ஒரு கறுப்பின இளைஞன். மனித குலமே அற்றுப் போய் ஒரே ஒரு மனிதன்தான்

உயிர் பிழைத்திருக்கிறான் என்கின்ற நிலையிலும்கூட, அவன் கறுப்பினத்தைச் சேர்ந்தவன் என்பதனால் அவள் அப்படித் துடித்துப்போவதாக முடியும்.

தெரிசை சிவா எழுதிய 'சடல சாந்தி' கதை அளவுக்கு, சாதியக் கொடுமைகளை உச்சமாக விவரித்த ஒரு தமிழ்க் கதையை நான் வாசித்ததில்லை. இந்தக் கதை தந்த உடல் அதிர்வும் நடுக்கமும் இன்னமும் நிற்கவில்லை. இந்தக் கதையைப் படித்த, கேட்ட பல வாசகர்களுக்கும் இந்த மனநிலையில்தான் இருந்திருக்கிறார்கள் என்பதை, பல நேர் பேச்சுகளில், பல குறுஞ்செய்திகளில், பல கட்டியணைப்புகளில் இன்னும் உணர்ந்துகொண்டே இருக்கிறேன்.

சக மனிதர்கள் சாதிய உணர்வை விட்டுவிட வேண்டும் என்று மனப் பூர்வமாக உணர முற்பட்டாலும், நம் தேசத்தின் இறுக்கமான சமூகக் கட்டமைப்பும், சாதியக் கட்டமைப்பும் அவர்களை அந்தக் கட்டுக்குள் வைத்துக்கொள்ளவே ஆசைப்படுகிறது. நிர்பந்திக்கிறது. அதைப் பற்றிக்கொண்டால்தான் நீ அங்கீகரிக்கப்படுவாய் என அவனை அச்சுறுத்துகிறது. பலரும் அதற்குப் பலியாகிறார்கள். சாதாரண மனிதர்கள் இதற்குப் பலியாவது ஆச்சரியமல்ல. படைப்பாளிகள், அரசு அலுவலர்கள், உயர் அதிகாரிகள் எனப் பலர் சாதிய உணர்வுகளில் தங்களுடைய வாழ்நாள் முழுக்க இருப்பதை நாம் பார்த்துக் கொண்டே இருக்கிறோம். அரசு அலுவலர்கள், உயர் பொறுப்பு வகித்தவர்கள் ஓய்வு பெற்ற மறுநாளே தேடிப்போகின்ற இடம், சாதி மற்றும் மத நிறுவனங்கள் அல்லது கட்சிகள். அவரது 30 - 35 ஆண்டுக் காலம் அரசுப் பணியில் அவரை ஒரு பொது மனிதன் என்று நம்பிக்கொண்டிருந்தது எவ்வளவு தவறான விஷயம் என்று நம்மால் உணர்ந்துகொள்ள முடியும். அவர்கள் ஒவ்வொரு விநாடியும், ஒவ்வொரு நிமிடமும், தங்களுடைய சாதிய உணர்வுகளுடன்தான் இருந்திருக்கிறார்கள்.

கன்னடத்திலிருந்து தமிழுக்கு வந்த இரண்டு முக்கியமான படைப்புகள் என சித்தலிங்கையாவின் 'ஊரும் சேரியும்', அரவிந்த மாளகத்தியின் 'கவர்ன்மெண்ட் பிராமணன்' ஆகிய புத்தகங்களை என்னால் பரிந்துரைக்க முடியும். இந்தத் தன்வரலாற்று நூல்களை வாசிக்கும்போது, ஒருவன் சாதிய அடையாளத்தால் எவ்வளவு துயரத்திற்குத் தன் வாழ்நாளை ஒப்புக்கொடுக்கிறான் என்பதை நம்மால் உணர முடியும்.

பக்கம் பக்கமாக எழுதித் தீர்த்து விட்டோம். பல்வேறு சட்டங்கள் உருவாக்கப்பட்டுவிட்டன. சிறைத் தண்டனை, அறிவுரை, திரைப்படம், நாடகம், புத்தகம், நட்பு, காதல், அறிவியல், தத்துவம், விளையாட்டு என பலகட்ட முயற்சிகளுக்குப் பிறகும் சாதி இன்னும் தக்கவைக்கப் பட்டுக்கொண்டே இருக்கிறது. கீழ்வெண்மணி, மேலவளவு என்று எரித்துக் கொன்றதும், வெட்டி வீசியதும் ஊர் அடையாளங்களுடன் தழும்புகளாக நம் சமூக வரலாற்றில் அழுத்தமாகப் பதிந்திருக்கிறது.

இன்றும் எங்காவது தினம் தினம் ஒரு ஒடுக்குமுறை நிகழ்ந்து கொண்டேதான் இருக்கிறது. பாதிக்கப்பட்டவர்களைத் தாண்டி மற்றவர்களுக்கு இது வெறும் செய்தியாக மட்டுமே இருக்கிறது. எளிதாக அடுத்த வேலையைக் கவனிக்கத் தொடங்குகிறோம்.

இதுபோன்ற கொடுமைகளுக்கு ஏதாவதொரு வகையில் நம் எதிர்ப்பைப் பதிவு செய்வது மிக அவசியம். ஒரு படைப்பாளியாக என்ன செய்வீர்கள் என்ற கேள்வி முன்வைக்கப்படுகிறது. பல படைப்புகள்தான் இதுபோன்ற வரலாற்றுத் துயரங்களை ஆழமாகப் பதிவுசெய்திருக்கின்றன. உடனடி எதிர்வினை அல்ல அது. ஆனால், அந்தத் துயரின் சாட்சியமாக, ரத்தமும் சதையுமான பதிவாக அது இருக்கும்.

நம்மைச் சுற்றி ஒரு பாதுகாப்பான சூழல் இருக்கிறது. ஆனால், 'அத்தனை மனிதர்களும் நம்மைப் போலவே பாதுகாப்பாக வாழ்கிறார்கள்' என்று நினைக்கிற மனநிலை, சாதிய மனநிலையைப் போன்றதுதான். உலகத்தின் எந்த மூலையிலிருக்கும் ஒரு நாட்டுக்குப் போய் குடியேறினாலும்கூட, அங்கு நம் சாதிக்காரர்கள் யார் இருக்கிறார்கள், அவர்களோடு எப்படி உறவு வைத்துக்கொள்வது என்ற தேடல்கள் தொடர்கின்றன.

சாதி என்கிற மிகச்சிறிய சொல்லைத் துடைத்தெறிய நாம் இன்னும் எத்தனை பலிகொடுக்கப் போகிறோம் என்கிற அச்சம் நம் தூக்கம் கலைக்கிறது. எல்லாமும் பெற்ற ஒரு மனிதன், எதற்கும் பயனற்ற சாதியைத் தக்க வைத்துக் கொண்டிருப்பது எதற்காக என்ற கேள்விக்கு எப்போது விடை கிடைக்கும்?! மனித மனதில், தான் மற்றொருவனைவிட உயர்ந்தவன் என்கிற எண்ணம் புரையோடிக்கிடக்கிறது. தான் உயர்ந்தவன் என நிரூபித்தே ஆக வேண்டிய கட்டாயம் என்ன இருக்கிறது எனத் தெரியவில்லை.

எதுவுமே பெருமிதமாக அதற்குக் கிடைக்காதபோது, தன் சாதியைப் பற்றிக்கொள்கிறான். நினைத்துப் பார்த்தால் சிரிப்பை வரவழைக்கிற விஷயம். ஆனால், அதன் வேர்கள் ஏற்படுத்துகிற ஆபத்து சகித்துக் கொள்ள முடியாதது.

கீழ் வெண்மணியில் எரிந்துபோன விவசாயக் கூலிகளுக்காகக் கவிஞர் இன்குலாப் எழுதிய வரிகள்தான் நினைவுக்கு வருகின்றன. இடதுசாரி மேடைகளின் கலை இரவுகளில் பொங்குகிற ஆதங்கத்தோடு தோழர் ஒருவர் பாடுவார். 'நாங்க எரியும்போது எவன் மசுர புடுங்கப் போனீங்க!' கேட்கிற பலர் கண்களில் கண்ணீர் நிறைந்து நிற்கும். ஆம், பற்றி எரிகிற நெருப்பில் நம் உடன்பிறந்தவர்கள் எரிகையில், மலம் கலந்த நீரைக் கண்டு, நம் உடன்பிறந்தவர்கள் தொண்டை வற்றிப்போய்க் கத்துகையில் நாம் எங்கே போனோம்?

18

சில தினங்களுக்கு முன்னர் மூணாறு சென்றிருந்தேன். உடுமலைப்பேட்டையிலிருந்து 15-20 கி.மீ ஒரு மலையை நோக்கிய பாதையில் கார் சென்றது. வனரூபமென முன்னிற்பதாக இருந்தது அந்த ஒத்தையடி போன்ற தார்ச்சாலை. காரின் முன்னிருக்கையில் அந்த மலையினது காற்றின் பாதைகளைப் பார்த்தபடி சென்றேன். வனமென்றாலே வனத்தின் விலங்குகளும்தான். இதுபோன்ற காட்டுப் பகுதியில் செல்கையில் இப்போதெல்லாம் மனதில் இயல்பாகவே ஒரு பயம் தொற்றிக்கொள்கிறது. ஏதாவது யானை குறுக்கே வந்து நின்றுவிடுமோ என்கிற பயமல்ல. மனிதன் வீசியெறிந்த பீர் பாட்டில் காலில் தைத்து, மெல்ல தன் மரணத்தை நோக்கிச் சென்றுகொண்டிருக்கிற யானையின் நீர் கசியும் கண்களை எதிர்கொள்ள நேரிடுமோ என்கிற பயம்தான்.

மனிதனின் ஆகப்பெரிய சிறுமைகளில் ஒன்று, இயற்கைக்கு எதிராக நின்று இயற்கையைச் சிதைக்க முனைவதுதான். மனிதன், காட்டில் ஆகிருதியுடன் சுற்றித் திரியும் யானையை அழைத்து வந்து பாகனுடன் நிற்கவைத்து யாசகம் கேட்கவைத்து, வேடிக்கை காட்டவைத்து, கோயிலுக்குமுன் வேடிக்கைப் பொருளாக நிற்க வைத்து இயல்பைச் சிதைப்பான்.

‘யானைகளைப் பார்க்கும் போதெல்லாம் எனக்குப் பெண்களின் ஞாபகம் வரும். தங்களின் பலம் அறியாதவர்கள் அவர்கள்!’ எனப் பிரபஞ்சன் சொல்லியிருப்பார். யானையை வைத்து நடத்தும்

கேளிக்கைகளைப் பார்க்கையில் இந்த வரிகள்தான் நினைவுக்கு வரும்.

எனது 3 மணி நேர அந்தப் பயணத்தில், வனவிலங்குகள் அலைகிற, தண்ணீர் குடிக்கிற இடங்களைக் கடந்தே சென்றேன். வழியில் எந்த விலங்கையும் நான் பார்க்கவில்லை. நாம் விலங்குகளின் வாழ்விடத்தில் ஒய்யாரமாக இப்படிப் பயணம் செல்கிறோம். இதுவே, விலங்குகள் நம் வாழ்விடத்தில் இப்படியொரு பயணம் வந்தால் என்னவாகும் என நினைத்தேன். ‘ஊருக்குள் புகுந்த யானைகள் அட்டகாசம்’ என்கிற தலைப்புச் செய்திதான் வரும். நிஜத்தில் நாம் வரைபடத்தை எடுத்துப் பார்த்தால், ‘வனத்திற்குள் புகுந்த மனிதர்கள் அட்டகாசம்!’ என்கிற நிஜம் புரியும். விலங்குகளின் வாழ்விடம், வழித்தடம் இரண்டையும் அழித்து நாம் குடியிருப்புகளை உருவாக்கிக் கொண்டோம். வழித்தடங்களில் நாம் குடியிருப்புகளை அமைத்து விட்டோம். நம் பேராசைக்கு இயற்கையை அள்ளி விழுங்கிக் கொண்டிருக்கிறோம். வனத்தையும், விலங்குகளையும் தனக்கு அடியா மைக்கிட நினைத்ததுதான் இந்த அழிவுகளுக்கான ஆதிப்புள்ளி.

சில வருடங்களுக்கு முன், யானை யின் மீது எரியும் டயரைத் தூக்கி எறிந்து, யானை எரிந்துபோவதை மனிதர்கள் குரூரத்தோடு பார்த்த அந்தக் காட்சி மனித குரூரத்தின் உச்சம். மனிதர்கள் மட்டும்தான் இப்படி விலங்குகளின் இடத்தில் அராஜகமாக நுழைந்து அவற்றின் உலகை அழித்து தங்களின் ஆசைகளுக்காக, தற்காலிகப் பெருமிதங்களுக்காக விலங்குகளை வேட்டையாடிக்கொண்டே இருக்கிறார்கள். ஜமீன்தார் வீடுகளில் காட்டெருமையின் கொம்புகளை, யானையின் தந்தத்தைப் பார்க்கையில் அருவருப்பில் மனம் குமட்டுகிறது. பேராசையில் நிகழ்த்தப்பட்ட கொலைத் திருட்டின் சாட்சியங்கள் அவை.

கோவிட் பெருந்தொற்றுக்கு முன்பான தினமொன்றில் என் உறவினர் யானைக்குளத்துக்கு அழைத்தார். அது ஒரு ஊற்றுப்பகுதி. அங்குள்ள மதில் அருகே நின்று பார்த்தால், யானைகள் அதிலிறங்கி, குளித்து விளையாடிவிட்டு, அங்கிருக்கிற பாறைகளில் உடலை உரசி குழந்தைகள் மழைநீரில் விளையாடுவதைப்போல விளையாடிச் செல்லும். வாழ்வில் நான் கண்ட ஒப்பற்ற தரிசனம் அது. ஆசையும், குதூகலமுமாகக் கிளம்பிச் சென்றேன். பல மணி நேரம் காத்திருந்தோம். குழந்தைகள் மழைநீரில் விளையாடுகிற காட்சிகள் நிகழவேயில்லை. அந்தப் பகுதியில் கூட்டமாக வந்து சுதந்திரமாகக் கொண்டாடிச் செல்கிற யானைகள் ஏன் வரவேயில்லை என்பது அதிர்ச்சியாகவும் கோபமாகவும் குற்றவுணர்வாகவும் இருந்தது.

ஜெயமோகனுடைய ‘யானை டாக்டர்’ என்கிற நிஜக் கதையைப் பலமுறை நான் சொல்லியிருக்கிறேன். டாக்டர் கே என்கிற கிருஷ்ணமூர்த்தி கால்நடைப் பராமரிப்புத் துறையில் பணி செய்த ஒரு மருத்துவர். கால்நடைப் பராமரிப்புத் துறையில் வேலை பார்த்த எல்லா மருத்துவர்களையும் வரலாறு ஞாபகம் வைத்துக்கொள்ளவில்லை. வனத்துக்குத் தன்னை ஒப்புக்கொடுத்தவரும், யானைகளுக்குக்காகத் தன்னை

அர்ப்பணித்தவருமான 'டாக்டர் கே'வை வனமும் அதன் மைந்தர்களும் வன தெய்வமென என்றும் நினைவில் வைப்பர். ஓய்வுபெற்ற கால்நடைப் பராமரிப்புத்துறை டாக்டராக யாருக்குமே அவரை நினைவிருக்காது.

பச்சரிசி சாதத்தை வடித்துக் கொட்டியது போன்று புழுக்கள் நெளிந்துகொண்டிருக்கின்ற எப்போதோ மரித்துப்போன ஒரு யானையின் உடம்பில், முட்டி வரை ரப்பர் ஷூக்களை மாட்டிக் கொண்டு அந்த யானைக்குப் பிரேதப் பரிசோதனை செய்த டாக்டர் கே தான் நமக்கு நினைவில் இருப்பார். பல யானைகளுக்கு உயிர்காத்த மீட்பன். மனிதன் வீசிய பீர் பாட்டில்களை, அவர் யானைகளின் சீழ் பிடித்த கால்களிலிருந்து பிடுங்கி எறிந்திருக்கிறார். வன உயிர்களை உறவென நேசித்த வன தேவதையின் மைந்தன் அவர். அடிபட்ட குழந்தை தாயிடம் ஓடுவதுபோல, காலில் பீர் பாட்டில் தைத்த ஒரு யானைக் கன்று 70 கி.மீ ஓடி டாப்ஸ்லிப்புக்கு வந்து, டாக்டர் கே-யை வைத்தியம் பார்க்க அழைத்தது ஒரு வரலாற்று நெகிழ்ச்சி. இவர்போன்ற மனிதம் நிறைந்த மனிதர்கள்தாம், மனித குலம் இயற்கைக்குச் செய்த துரோகத்துக்குத் தங்கள் செயல்களால் பாவ மன்னிப்பு கோருகிறார்கள்.

கரடியைக் காட்டிலிருந்து பிடித்துக்கொண்டு வந்து சைக்கிள் ஓட்டப் பழக்குவது ஒரு கொடுமை. அதைக் கைதட்டி வேடிக்கை பார்த்துச் சிரிப்பதும் கொடுமை. யானை டாக்டர் கதையில் சொல்வதுபோல, "அந்த நரி சூழ்ச்சி செஞ்சுடுச்சுடா!" என்று டெல்லியில் இருந்து இளம் ஐ.ஏ.எஸ் அதிகாரி சொல்வான். அதற்கு, ''நரியைக் கேவலப்படுத்தாத! எந்த நரியும் சூழ்ச்சி பண்ணி நான் பார்த்ததே இல்லை!'' என்று சொல்வார். மனிதன் பொதுப்புத்திப் பார்வையை விலங்குகளிடத்திலும் இப்படி நிகழ்த்திவிடுகிறான். பைவ் ஸ்டார் ஹோட்டலில் உட்கார்ந்துகொண்டு எந்த மனிதர்களைக் கவிழ்க்கலாம். எந்தப் பங்குச் சந்தையைத் தரை மட்டமாக்கலாம். எந்த மனிதருடைய வளர்ச்சியை நிர்மூலமாக்கலாம் எனத் திட்டமிடுகிறான்.

எந்த நரியோ, நாயோ ஒரு டீக்கடையிலோ ஒரு பைவ் ஸ்டார் ஹோட்டலிலோ, அல்லது காட்டுக்குள்ளோ உட்கார்ந்து கொண்டு தீர்மானம் போட்டதாக, விவாதித்ததாக, செயல்படுத்தியதாக இதுவரையிலும் வரலாறே இல்லை. இதை எல்லாவற்றையும் செய்கின்ற கீழ்மையுள்ள விலங்கு மனிதன்தான். ஆனால் இந்தக் கீழ்மை தன்மீது வந்துவிடக்கூடாது என்பதற்காக திரும்பத் திரும்ப, இவை எல்லாவற்றையும் நரி என்றால் சூழ்ச்சி செய்யும், நாய் என்றால் நன்றியோடு இருக்கும், யானை என்றால் அதைப் பழக்கி யாசகம் கேட்கலாம் எனப் பல்வேறு தந்திரங்களைத் தன் வாழ்நாள் முழுக்க அவன் இயற்கைக்கு எதிராகவும், விலங்கினங்களுக்கு எதிராகவும் செய்துகொண்டே இருக்கிறான். இரண்டரை வருடம் வீரப்பனோடு இருந்து, அதற்குப் பிறகு 20 வருடங்கள் நியாயமற்ற ஆயுள் தண்டனை பெற்று இப்பொழுது வெளியே வந்திருக்கும் அன்பு ராஜிடம் பேசிக்கொண்டிருந்தேன். அவர் சிலிர்க்க வைக்கிற ஒரு அனுபவத்தைச் சொன்னார்.

ஒரு இரவில், சமைப்பதற்காக

மூன்று மலைக்கு நடுவில் இருக்கின்ற ஓர் இடத்தில் அடுப்பு பற்றவைக்கிறார்கள். அப்படிப் பற்றவைத்துச் சோறு வெந்து கொண்டிருக்கிற அந்தச் சமயத்தில், அந்த மலையிலிருந்து வெறித்தனமாக ஒரு யானை ஓடிவருவதை வீரப்பன்தான் கவனிக்கிறார். அவர் ‘யானை டா யானை டா’ என்று கத்துகிறார். எல்லோரும் தலைதெறிக்க பக்கத்தில் இருக்கிற புதர்களை நோக்கி ஓடுகிறார்கள். ஆனால் ஓடுவதற்குக்கூட அவகாசம் அளிக்காமல் அந்த யானை அவர்களைச் சமீபித்துவிடுகிறது. வேறு வழியில்லாமல் நேருக்கு நேராக அதனுடைய வட்டகத்தைப் பார்த்து வீரப்பன் சுடுகிறார். இரண்டு, மூன்று ரவுண்டு அவர் சுட்ட பிறகு கொஞ்ச தூரம் ஓடிப்போய் அந்த யானை கீழே விழுகின்றது. இறந்துபோன யானையைப் பார்க்க அவர்கள் எல்லோரும் போகிறார்கள். யானையின் உடம்பில் குண்டடிபட்ட இடத்திலிருந்து ரத்தம் கொப்பளிக்கின்றது. ஒரு புகை வருகின்றது, தோட்டாக்களில் இருந்து வந்த புகை. எல்லாவற்றையும் பார்க்கிறபோதுதான், வீரப்பன் சொல்கிறார், ‘‘இந்த யானை நாம சுடலன்னாலும் செத்துப் போயிருக்கும்டா!’ என்று சொல்கிறார். அவர்கள் யானையின் உடலின் மீது தங்கள் கண்களைப் பாயவிடுகிறார்கள். அந்த யானையின் உடம்பில் கிட்டதட்ட 80-க்கும் மேற்பட்ட தோட்டாக்கள் ஏற்கெனவே பட்டதற்கான வடுக்கள் இருக்கின்றன. அப்படியென்றால் அந்த யானையின் தந்தத்தை எடுப்பதற்காக, ஏற்கெனவே அந்தக் காட்டில் உள்ள வனக் கொள்ளையர்கள் அல்லது தந்தத்தைக் கடத்தி விற்பவர்கள் அத்தனை முறை முயன்று மரணத்தின் கடைசி நொடியைக் கடப்பதற்காகத்தான் அந்த யானை அந்த மலையிலிருந்து தலைதெறிக்க ஓடி வந்திருக்கிறது. ஒரு வனத்துக்குள் இவ்வளவு ஆகிருதியாக நடமாடும் ஒரு

யானையைக் கொல்வதற்கு அதன்மீது 80 தோட்டாக்கள் பிரயோகிக்கப் பட்டிருக்கிறது என்றால், மனிதனின் பேராசைக்கு என்னதான் தீர்வு?

நண்பர்களே, இன்னும் கொஞ்சம் நாள்களில் தமிழில் 'எலிபன்ட் விஸ்பரர்' என்று ஒரு புத்தகம் வரப்போகிறது. அது ஒரு புனைவற்ற எழுத்துகளைக் கொண்ட புத்தகமாக இருக்கும் என்று நினைக்கிறேன். என் மகள் மானசி அந்தப் புத்தகத்தை மொழிபெயர்த்துக் கொண்டிருக்கிறாள். அவள் கிட்டத்தட்ட அவளுடைய அறை முழுக்க சின்னச் சின்ன யானைப் பொம்மைகளை வைத்து யானைகளிடையே வாழ்ந்து கொண்டிருப்பதை நான் பலமுறை கவனித்துக் கடந்திருக்கிறேன். அவள், யானைகள் பற்றி எழுதியிருக்கின்ற ஆய்வாளர்களுடனும், யானைகளைப் பற்றித் தெரிந்திருக்கின்ற நண்பர்களுடனும் அது சம்பந்தமாகப் பேசிக்கொண்டே இருக்கிறாள்.

ஆப்பிரிக்க நாட்டில், ரிசர்வ் ஃபாரஸ்ட் போன்ற ஒரு காட்டுக்குள் 17 யானைகள் வேறு வழியில்லாமல் சாகப்போகின்றன. அந்த யானைகளை யாராவது காப்பாற்ற முடியுமா என்கின்ற கோரிக்கையை ஏற்று அவற்றைக் காப்பாற்றுவதற்காக லண்டனிலிருந்து போகிற ஒரு மனிதனைப் பற்றிய, மனிதர்களுக்கும் யானைகளுக்கும் உள்ள உறவையும் அன்பையும் பற்றிய புத்தகம் அது. அவருடைய இறப்பின்போது காட்டுக்குள் இருக்கிற அந்த யானைகள் ஒவ்வொன்றாக வந்து அவருக்கு அஞ்சலி செலுத்திய ஒரு காட்சி மறக்க முடியாததாக இருக்கிறது. புனைவைவிட உச்சத்தில் இருக்கின்ற இந்தக் காட்சிகள் நம்மை அதிசயிக்கவைக்கின்றன.

இவ்வளவு அலாதியான ஒரு விலங்கை, மனிதரைவிடப் பல மடங்கு மேன்மையான விலங்கை, நாம் நம்முடைய சந்ததிகளுக்கு, 'ஒரு காலத்தில் யானை என்று

ஒரு விலங்கு இருந்தது' என்று சொல்லப்போகிறோமா?! இப்படி ஒரு மிகப்பெரிய துயரம் என்னிடம் இருக்கிறது. கோவை சதாசிவம், காடுகளைப் பற்றியும், யானைகளைப் பற்றியும் நிறைய எழுதிக்கொண்டிருப்பவர். ஒரு காட்டின் அருகேயிருக்கிற பழங்குடியினரின் சிறிய வீட்டை நோக்கி துவம்சம் செய்யும் வேகத்தில் வருகிறது ஒரு யானைக் கூட்டம். மனைவியோடும் குழந்தைகளோடும் அந்தத் தொல்குடி மனிதன் வெளியே வந்து, அந்த யானைக்கு முன் மண்டியிட்டு தன்னுடைய வயிற்றில் அடித்துக்கொண்டு, "எங்க வயித்தில் அடிச்சிடாத! எங்கள அனாதையாக்கிடாத!" என்று கெஞ்சுகிறான். தந்தை யானை நின்று நிதானித்துவிட்டு அந்தக் குடிசையைத் தாக்காமல் திரும்பிப் போய்விட்டதை கோவை சதாசிவம் பதிவு செய்திருக்கிறார்.

இவ்வளவு இரக்கம் நிறைந்த, அன்பு கொண்ட விலங்கிடம் நாம் எவ்வளவு குரூரமாக நடந்துகொள்கிறோம். மனிதனின் அளப்பறிய ஆசை, இந்தக் காடுகளை எல்லாம் அழித்து பிளாட் போட்டால் என்ன? இந்த மலைகளை எல்லாம் அழித்து ரிசார்ட் கட்டினால் என்ன? அப்படி என்றால் இந்த மலைகளிலும் இந்தக் காடுகளிலும் யார் வந்து தங்குவார்கள்.

நதிகளையும் விலங்குகளையும் வனத்தையும் கொண்டதாக நம்முடைய தமிழ்நாடு இருக்கிறது. ஆனால், இந்தப் பேராசை பிடித்தவர்களின் வெற்றுப் பெருமிதங்களுக்கு இயற்கையை நாம் சூறையாடிக்கொண்டே இருக்கிறோம். ஓர் அருவருப்பின் நீட்சியாக இது போய்க்கொண்டே இருக்கிறது. இதை எப்போது தடுத்து நிறுத்தப்போகிறோம்? விலங்குகளின் குணத்தை அவற்றின் கீழ்மையைச் சுட்டிக் காட்டுகிற குறை சொல்கிற நாம் நம்மை எப்போது சரிசெய்துகொள்ளப்போகிறோம். வனம் நம்மை ரிலாக்ஸ் செய்கிற இடமல்ல. வன உயிர்கள், நாம் கட்டுப்பாட்டுக்குள் வைத்திருக்க பொம்மைகள் அல்ல. காரிலோ, பைக்கிலோ காடுகளில் உலா செல்கையில் நன்றாகக் கவனித்துக் கேளுங்கள், ஓர் ஓலம் கேட்கும். அது வனத்தாயின் அழுகுரல். தாயின் ஓலத்தை நிறுத்தவேண்டியதுதான் மனிதனின் தலையாய கடமை.

19

நான் ப்ளஸ் ஒன் படிக்கும்போது எங்கள் பள்ளியில் ஜி.ஏ.ஜெயக்குமார் என்ற வணிகவியல் ஆசிரியர் இருந்தார். உலக சினிமாக்களின் மீதும் இசையின் மீதும் பேரார்வம் கொண்டவர். வார இறுதி நாள்களில் சென்னைக்குச் சென்று அறையெடுத்துத் தங்கி, உலகத் திரைப்படங்களைப் பார்த்துவிட்டு வருவார். நீதி போதனை வகுப்புகளில் அந்த உலக சினிமாக்களைப் பற்றி ஏகாந்தமாக எங்களிடம் பகிர்ந்துகொள்வார். புதுவிதமாக அவர் பேசுவதைக் கேட்டு மனசுக்குள் குருவி பறக்கும். அவருக்கு கிடார் வாசிக்கத் தெரியும். மயில் தோகைகளை விரிப்பதுபோல கைகளுக்கு இடையில் வைத்து விரித்து மூடினால் இசைக்கும் அக்கார்டியன் இசைக் கருவியும் வாசிக்கத் தெரிந்தவர். இசை குறித்தான நிறைய விஷயங்களை எங்களோடு பகிர்ந்துகொள்வார். வணிக சூத்திரங்கள் அடங்கிய மூளைக்குள் ஒரு கலைஞன் அமர்ந்திருப்பது இன்று வரை நீங்காத ஆச்சர்யம்தான்.

கல்விதான் இந்தச் சமூகத்தின் ஆகப்பெரும் மகத்துவம். கல்வி ஒன்றுதான் மனிதனின் மாபெரும் சக்தி என்பதில் யாருக்கும் மாற்றுக்கருத்து இருக்காது. கல்வி என்பது வெறும் மதிப்பெண்கள் மட்டும்தானா என்கிற உரையாடல்கள் தொடர்ந்து சமூகத்தில் நிகழ்ந்துகொண்டே இருக்கின்றன. நம் கல்விக்கூடங்கள் வெறும் மதிப்பெண்களுக்காக மட்டுமே செயல்படவில்லை. அதைத் தாண்டிய சமூகப் புரிதலை, நுண்ணுணர்வை, சிந்தனையை விதைக்கும் களமாக அவை இருந்திருக்கின்றன. புத்தகங்களைக்

கடந்து இசை, ஓவியம், இலக்கியம், அரசியல் எனப் பலவும் ஆசிரியப் பெருந்தகைகளால் கற்பிக்கப்பட்டன. ஆசிரியர்களுடனான உரையாடல், மாணவர்களின் மனதில் பெரும் வெளியைத் திறந்துவிட்டது.

காலப்போக்கில் பள்ளிகளில் இப்படியான உரையாடல்கள் முற்றாக நின்றுபோய்விட்டன. ‘படிக்கிற மாணவனுக்கு இதெல்லாம் தேவையில்லை’ என்கிற இடத்துக்குத் தனியார் பள்ளிகள் சென்றுவிட்டன. தனியார் பள்ளிகளைப் பின்பற்றி அரசுப் பள்ளிகளும் அவ்வழியே சென்றது துரதிர்ஷ்டவசமான ஒன்று. மாணவனை ஏதாவது ஒரு தேர்வுக்குத் தயார்படுத்தி வெற்றிபெறவைப்பது மட்டுமே போதாது. வசதிகள் அதிகரித்த பள்ளிகளில், கற்றலின் ஆழம் குறைந்துவிட்டது.

பள்ளிக் கல்வி படிக்கின்ற ஒரு மாணவனுக்கு ஏசி வகுப்பறை என்பதே என்னைப் பொறுத்தவரை அராஜகம்தான். வெயிலில் காய்ந்து, மழையில் நனைந்து, மைதானங்களில் ஓடி விளையாட வேண்டிய பருவமல்லவா அது. மிக சொகுசாக வேன்களில் வரவழைத்து, ஏசி வகுப்பறைகளில் அமரவைக்கின்றன இன்றைய நவீனக் கல்விக்கூடங்கள். மதிப்பெண்கள் எடுப்பதற்கான கல்வி மட்டுமே நம் குழந்தைகளுக்குப் புகட்டப்படுகின்றன. மாலை அதே வேனில் வீட்டுக்கு அனுப்பிடுவர். மாணவர்களை இந்தப் பொதுச் சமூகத்தோடு எந்தவிதத் தொடர்பும் அற்றவனாக மாற்றுவதில் பள்ளிகளும், கல்லூரிகளும் போட்டி போட்டுக் கொண்டு செயலாற்றுகின்றன.

தமக்குக் கிடைக்காத வசதியைத் தம் பிள்ளைகளுக்குச் செய்துகொடுக்கிறோம் என்று பெருமிதப்படுகிறார்கள் பெற்றோர்கள். உண்மைதான். ஆனால், கல்வி என்பது புத்தகமும் வகுப்பறையும் மட்டுமல்லவே! சமூகத்தை, அதன் அடுக்குகளை, மனிதர்களை, வறுமையை, நோய்மையை என இந்த தேசத்தின் குறுக்குவெட்டுத் தோற்றத்தை அறிவதும்தான்.

மருத்துவராகவோ, பொறியாளராகவோ, வங்கி அதிகாரியாகவோ வளரப்போகிற நம் செல்வங்கள் சமூகத்தை அவதானிக்க பள்ளி, கல்லூரிக் காலங்கள் தாண்டி வேறு காலங்கள் ஏது? இப்படி சமூகத்தைப் புரிந்துகொள்ளாத மனது, வேலைக்குச் சென்றதும் பணம் சம்பாதிப்பதை மட்டுமே தன் இலக்காக்கிக்கொண்டு ஓடத் தொடங்கும். வரும் தலைமுறை இப்படி இருந்திடக்கூடாதென அரசும் பல்வேறு முயற்சிகள் எடுக்கிறது.

கல்வி என்பது தனக்குப் பிடிக்காதவற்றை பெற்றோரின் வற்புறுத்தலினாலோ, சமூகத்தினுடைய நிர்பந்தத்தினாலோ கற்றுக்கொள்வது அல்ல. தனி மனிதனின் விருப்பத்தில், சொந்தத் தேடலில், சிந்தனையின் அடிப்படையில், கற்றல் என்பது நிகழுமானால், அந்தக் கற்றலினுடைய முழுப் பயனையும் சமூகம் அனுபவிக்க முடியும்.

வகுப்பறைகளைத் தாண்டிய செயல்பாடுகள் முன்பிருந்தன. ஆசிரியர்களும் மாணவர்களும் சேர்ந்து சுற்றுலாப் பயணங்களை மேற்கொள்வது மாணவர்களுக்குப் பெரும் பரவசத்தை அளித்தன. நிறைய பேச்சுப் போட்டிகள், பாட்டுப் போட்டிகள், நடனப் போட்டிகள், இலக்கிய மன்றங்கள், சொற்பொழிவுகள், ஆளுமைகளை

அழைத்துப் பேசவைத்தல் இவையெல்லாம் ஒரு வகையில், அவனுக்கு மதிப்பெண்கள் இல்லாத ஒரு கல்வியை அளித்துக் கொண்டிருந்தன. இன்று நடத்தப்படும் ஆண்டு விழாக்கள்கூட வணிக நோக்கிலான சம்பிரதாயங்கள் ஆகிவிட்டன. போட்டிகள் நிறைந்த இந்த உலகத்தில் அவையெல்லாம் தவிர்க்கப்பட்டு, முழுக்க முழுக்க மாணவர்களுடைய உலகம், வகுப்பறைகளும் புத்தகங்களும் சார்ந்ததாகச் சுருக்கப்பட்டுவிட்டது. குழந்தைகளுக்குக் கொடுக்கப்படும் அசைன்மென்ட்களும் பெற்றோர்களுக்கானதாக மாறிவிட்டன.

டியூஷன் சென்டர்களின் எண்ணிக்கை மைதானங்களின் எண்ணிக்கையைவிட அதிகரித்துவிட்டன. மாணவர்களின் ஓய்வு நேரம் குறைந்துவிட்டது. ஓய்வு நேரங்களை மொபைல்கள் ஆக்கிரமித்துவிட்டன. சிந்திக்க நேரம் குறைந்துவிட்டது. நட்சத்திரங்களைப் பார்க்க விடாமல், நிலவைப்பார்த்து பிரமிக்க விடாமல், மனம் முழுக்கப் பாடப்புத்தகங்களும் வகுப்பறைகளும் குவிந்துவிட்டன.

பெற்றவர்கள் தங்கள் குழந்தைகள்மீது அதீத பிரியமும், எதிர்காலத்துக்கான நம்பிக்கையும் வைத்து வளர்க்கிறார்கள். அது பொருள் சார்ந்ததாக மட்டும் தேங்கிவிடக்கூடாது. தாங்கள் இழந்ததைத் தங்கள் குழந்தைகள் அடைந்துவிட வேண்டும் என்கின்ற அவர்களுடைய எதிர்பார்ப்பில் சிதைவது குழந்தைகளின் உலகம் மட்டுமல்ல, சமூகத்தின் கட்டமைப்பும்தான்.

30-40 வயதைக் கடந்த மனிதர்களுக்குத் தங்களின் பள்ளி, கல்லூரிக் கால நினைவுகள்தாம் என்றும் இனிமையான நினைவுகளாக இருக்கின்றன. கல்லூரிக்குப் பிறகு குடும்பம், பொறுப்பு, அலுவல், வாழ்வியல் பிரச்னைகள், குழந்தைகள் என வாழ்வின் திசைகாட்டி அவர்களின் தடத்தை வேறொரு பக்கமாக நகர்த்திவிடுகிறது. எந்தத் துயரங்களுமற்ற சௌந்தர்யங்கள் நிறைந்த பதின் பருவங்கள் ஒவ்வொரு மனிதனின் நினைவுகளிலும் ரம்மியமாக நிறைந்திருக்கின்றன. ஆனால், நினைவுகளை மீட்டெடுத்து அசைபோட்டுக்கொள்ள முடியாத அளவுக்குக் கல்வி நிலையங்களும், கற்பித்தல் முறைகளும் சமீபத்தில் மாறிவிட்டதாக நான் உணர்கிறேன். நம்பிக்கையின்றி, பாதுகாப்பற்ற மன நிலையில் மாணவர்கள் தயாராகின்றனர். சிறு தோல்வியை, எதிர்ப்பை, அவமானத்தைத் தாங்கும் வல்லமை அற்றவர்களாகத் திணறுகிறார்கள்.

திருவண்ணாமலையில் டேனிஷ் மிஷன் மேல்நிலைப்பள்ளியில் நான் ஏழாம் வகுப்பு படித்தபோது, மூன்றாவது, நான்காவது ரேங்க் எடுக்கும் மாணவனாக எப்போதும் பழக்கப்பட்டேன். எங்களுக்கு ஆசிரியராக இருந்த ஒருவர், தன்னுடைய வகுப்பில் 60 மாணவர்கள் இருந்தால், 60 பேருமே தன்னிடம் டியூஷன் படிக்க வேண்டும் என்று வற்புறுத்துவார். 50 ரூபாய் அப்போது டியூஷன் ஃபீஸ். என் அப்பாவே ஆசிரியர்தான். சம்மணங்கால் போட்டு உட்கார்ந்துகொண்டு, ஆக்டிவ் வாய்ஸ், பாசிவ் வாய்ஸ் என்று சொல்லிக் கொடுப்பார். அவருக்கு இன்னோர் ஆசிரியரிடம் தன் மகனை டியூஷன் அனுப்புவதில் விருப்பமில்லை. அதனால், அவரே எனக்குப் பாடங்கள் சொல்லிக்

கொடுப்பார். டியூஷன் வரவில்லை என்கிற காரணத்தால் ஏழாம் வகுப்பில் நான் ஃபெயிலாக்கப்பட்டேன். அந்த வடு எனக்குள் ஆழமாகத் தங்கிவிட்டது. நன்றாகப் படிக்கிற பையனை, ஐம்பது ரூபாய் டியூஷன் பீஸ் கொடுக்கவில்லை என்பதற்காக திட்டமிட்டு ஃபெயில் ஆக்கிவிட்டார்கள் என்பதற்காக நான் மிகுந்த துயரப்பட்டேன். இன்று வரையிலும் அந்தத் துயரம் எனக்கு இருக்கிறது.

ரிசல்ட் பார்ப்பதற்காக எங்கள் பள்ளிக்குப் போனேன். ரிசல்ட் ஒட்டப்பட்ட அட்டையில் என் பெயர் இல்லாதது பார்த்து அழுது கொண்டே வீட்டுக்கு வந்தேன். அப்பா, 'என்ன ஆச்சு?' என்று கேட்டபோது, 'நான் ஃபெயில் ஆயிட்டேன்' என்று சொன்னேன். 'நீ ஃபெயில் ஆகக்கூடிய பையன் இல்லையே' என்றபடியே சட்டையை மாட்டியவர், சைக்கிளில் என்னைக் கூட்டிக்கொண்டு பள்ளிக்குப் போனார்.

ஹெட் மாஸ்டருக்கும் என் அப்பாவுக்கும் தொடங்கியது உரையாடல். 'என் பையன் ஃபெயிலாகிற பையன் கிடையாது...!' என்று சொன்னபோது, 'அதை நாங்கதான் சொல்லணும்' என ஹெட்மாஸ்டர் கூறினார். 'என் மகனுடைய ஆன்சர் ஷீட்டைக் கொடுக்க முடியுமா?' என்று அப்பா கேட்டபோது ஹெட் மாஸ்டர் மிகுந்த கோபமுற்று, 'அது எனக்கு அவசியமில்ல' என்று கத்தினார். 'நானும் வாத்தியார்தான் சார்' என்றார் அப்பா. 'நீங்க என்ன சார், ஒரு சாதாரண செகண்டரி ஸ்கூல் வாத்தியார்! நான் 4,000 பேர் படிக்கிற ஸ்கூல்ல ஹெட்மாஸ்டரா இருக்கேன். என்கிட்ட வந்து கேள்வி கேக்குறீங்க?' எனக் குரலை உயர்த்தினார். இருவருக்குமான வாக்குவாதம் முற்றியது.

ஆங்காரத்தில் அப்பா தன் சட்டையைக் கிழித்து, தோள் பட்டையில் குண்டுபட்ட காயத்தை ஹெட்மாஸ்டரிடம் காண்பித்தார். அதிர்ச்சியுடன் நின்றார் ஹெட்மாஸ்டர். 'நான் சுதந்திரப் போராட்டத்தில் பங்கெடுத்தவன். வெள்ளைக்காரன் கிட்ட குண்டடி பட்டவன். அதுக்கப்புறம்தான் வாத்தியாரா வந்தேன்! உன்னை மாதிரி அயோக்கியன எல்லாம் இந்த சீட்டுல உட்கார வைக்கிறதுக்காகத்தானா நாங்க சுதந்திரத்திற்காகப் பாடுபட்டோம்' என்று அப்பா, அந்த அறையே அதிர்வது மாதிரி கத்தினார்.

அப்பாவின் சட்டை பட்டன்கள் தெறித்து அந்தத் தலைமை ஆசிரியருடைய கண்ணாடி டேபிளில் சிதறிய காட்சி எனக்கு இன்றைக்கும் ஞாபகம் இருக்கிறது. அப்பா வெளியே வருகிறபோது என்னை அவருடைய சைக்கிள் கேரியரில் உட்கார வைத்து, 'என்னைய கெட்டியா புடிச்சுக்கப்பா... பிடிய விடாத!'

என்று சொன்னார். நான் இன்று வரையிலும் அந்தப் பிடியை விடவே இல்லை. ஏறக்குறைய 25 ஆண்டுகள் கழித்து 'பிடி' என்று இந்த நிகழ்ச்சியை ஒரு கதையாக எழுதினேன். அந்தக் கதை ஆனந்த விகடனில் பிரசுரமாகி அதற்குப் பிறகு, மலையாளத்தில், தெலுங்கில், ஆங்கிலத்திலெல்லாம் மொழிபெயர்க்கப்பட்டது.

இந்தமாதிரியான ஏமாற்றங்களும் அவமதிப்புகளும், சின்னச் சின்ன துரோகங்களும் ஒரு மனிதனுக்கு வாழ்நாள் முழுக்கப் பின்தொடர்பவையாகவே இருக்கின்றன. அவை ஓர் அனுபவத்தை நமக்குக் கற்றுக்கொடுக்கின்றன. இப்படி தமிழில் ஏராளமான கதைகள் எழுதப்பட்டிருக்கின்றன. பள்ளிக் குழந்தைகளைப் பற்றிப் பேசும்போதெல்லாம், எனக்கு பிரபஞ்சனுடைய ஒரு கதை ஞாபகத்துக்கு வரும்.

அந்தக் கதையில், நன்றாக வாழ்ந்த ஒரு மனிதர் இருப்பார். ஒரு சிட்பண்ட்காரனால் ஏமாற்றப்பட்டு, பின் பாண்டிச்சேரியில் போய் ஒரு பெரிய ஹோட்டல் கட்டலாம் என ஏமாற்றப்படுவார். தன் சொத்துகளை எல்லாம் ஏமாந்து இழந்த பிறகு அவர் ஒரு சிறிய குடிசை வீட்டுக்கு குடிவந்துவிடுவார். தன்னால் இதையெல்லாம் எதிர்த்துப் போராட முடியாத நிலையில், தன் மகனை எப்படியாவது ஒரு பெரிய அதிகாரியாக்கி, பாண்டிச்சேரிக்கு கலெக்டராக்கி, இந்த அவமானத்திலிருந்து தான் தப்பித்துவிட வேண்டும் என்று ஆசைப்பட்டுக்கொண்டே இருப்பார்.

அந்தப் பையன் ஏழாவதோ, எட்டாவதோ படிக்கையில் அவன் அப்பாவிடம் ஒரு நாள், 'லண்டன் மேப் வாங்க வேண்டும்' என்று 15 ரூபாய் பணம் கேட்பான். அப்பா சந்தோஷமாகக் கொடுப்பார். ஒரு வாரம் கழித்து, 'பிரிட்டன் மேப் வாங்க வேண்டும்' என்று 15 ரூபாய் பணம் கேட்பான். அதற்கும் பணம் கொடுப்பார். அப்பா தன் நண்பரான தலைமை ஆசிரியர் ஒருவரை சந்திக்கப்போகிறபோது, 'பையன் எப்படிப் படிக்கிறான்?' என்று அவர் விசாரிப்பார். 'நல்லா படிக்கிறான். போன வாரம்கூட லண்டன் மேப் வாங்குவதற்கு 15 ரூபாயும், இப்போ பிரிட்டன் மேப் வாங்குவதற்காக 15 ரூபாயும் கொடுத்தேன்' என்று சொல்வார்.

நடந்ததைப் புரிந்துகொண்ட அவர், 'லண்டனும் பிரிட்டனும் ஒன்னுதான். பையன் எங்கயோ தப்புப் பண்ணுறான்' என்று சொல்லிவிடுவார். தன் எல்லாக் கற்பனைகளும் சரிந்துபோக, இடிந்து போய் அந்த அப்பா வீட்டுக்கு வருவார். பையனைப் பார்த்து அவன் முன்னால் மண்டியிட்டு, 'என் சொத்துகளையெல்லாம் இழந்ததற்குக் காரணம், எனக்கு எழுதப் படிக்கத் தெரியாததுதான். அவன் நீட்டின எல்லாப் பத்திரத்திலும் நான் கையெழுத்து போட்டேன். என் வீட்டுக்கு அரண்மனைக்காரன் வீடு என்று பேர். அவ்வளவு பெரிய வீட்டிலிருந்து ஒரு சின்னக் குடிசை வீட்டுக்கு நான் மாறி வர வேண்டியதாக ஆகிவிட்டது. நான் எழுதப் படிக்கத் தெரியாதவன் என்பதற்காக, ஏமாற்றி இரண்டு தடவை பணம் வாங்கினியேப்பா! உனக்கும் அவனுகளுக்கும் என்ன வித்தியாசம்?' என்று கேட்பதாக முடியும். அந்தக் கதைக்கு பிரபஞ்சன் 'அடி' என்று தலைப்பிட்டிருப்பார்.

பெற்றோர்களுடைய எதிர்பார்ப்பில் சில குழந்தைகளும், குழந்தைகளுடைய மிகப்பெரிய கனவில் பெரும்பான்மையான பெற்றோர்கள் நெருப்பை அள்ளி வீசுகிறார்கள். இந்த இடைவெளிகளை எப்படிக் குறைப்பது என்று நாம் யோசிக்க வேண்டியிருக்கிறது.

உளமாரக் கற்பிப்பதும் பயில்வதும் வகுப்பறையுடன் முடிந்துவிடுகிற ஒன்றில்லை. வகுப்பறைகளுக்கு வெளியே ஒரு பெரிய உலகம் விரிந்து கிடப்பதையும், அதற்குள்ளாக இருக்கிற இயற்கையையும், மனிதர்களுடைய மகத்துவத்தையும் சிறு வயதிலிருந்தே நாம் அடைகிறபோதுதான் வளமாக கல்வியைப் பெற்றவர்களாகிறோம். எம்.ஏ., பிஹெச்.டி., என்று பட்டம் போட்டுக்கொள்வதால் மட்டுமே ஒரு மாணவன் கற்றலில் தேர்ந்தவனல்ல. குறிப்பிட்ட பாடத்திட்டத்தில் சிறந்தவனாக இருக்க முடியுமே தவிர, இந்தச் சமூகத்தின் எல்லா அடிப்படையான விஷயங்களையும் அவன் கற்றறிந்துவிடவில்லை.

அரசுப்பள்ளிகளில் தமிழக அரசு நடத்திய கலை நிகழ்ச்சிகளில், பல மாணவர்கள் தங்கள் திறமைகளை வெளிப்படுத்தினர். மாணவர்கள் பாடிய பாடல்கள் சமூக வலை தளங்களில் பகிரப்பட்டன. தமிழ்ச் சான்றோர்களைப் பற்றிப் உரையாடுவது, திரைப்படங்கள் திரையிடுவதென அரசின் சில முன்னெடுப்புகள் பள்ளிகளில் நிகழ்ந்திருக்கின்றன. இது மட்டுமே போதாது.

இதை அரசால் முன்னெடுக்க மட்டுமே முடியும். நாம் இயக்கமாகச் செயல்பட வேண்டும். மாணவர்களுக்காக நாம் திறக்க வேண்டிய ஜன்னல்கள் நிறைய இருக்கின்றன. எல்லைகளற்ற பரந்த வானத்தை அவர்கள் காண வேண்டும். திறக்காத கதவுகளுக்காகக் கலங்காமல், சிறகுகள் முளைத்தவர்களாக அவர்கள் இருக்க வேண்டும். எந்த முன் முடிவுகளும் இல்லாமல் இந்த சமூகத்தை எதிர்கொள்ள அவர்களைத் தயார்படுத்த வேண்டும். அதற்கு வழிகாட்டுபவர்களாக ஆசிரியர்கள் உடன் நிற்க வேண்டும். அந்தப் பாதையாக அவர்கள் பெறும் கல்வி இருக்க வேண்டும்.

வாழ்வையும், அதன் சகல சுக துக்கங்களையும் எதிர்கொள்கிற மனதைக் கல்வி கொடுக்க வேண்டும். வீரம், திமிர், அறம், கொண்டாட்டம், வெற்றி, தோல்வி, அச்சம் இவை குறித்தான சரியான மதிப்பீடுகளைப் போதிக்க வேண்டும். இதை உள்வாங்குகிற வயதில் அவர்களின் உலகத்தில் வேறு விஷயங்களை இட்டு நிரப்புவது முறையல்ல. அவர்கள் உலகத்தைச் செழுமையாக்க வேண்டும். எதிர்காலச் சமூகத்துக்கான சாளரங்களைத் திறக்கும் கைகள் நமதாகட்டும்.

20

இந்த வருடம் தமிழ்நாட்டின் இரண்டு மிகப்பெரிய சிறைச் சாலைகளுக்குச் சென்றேன். நாம் அங்கிருப்பவர்களை ‘கைதிகள்’ என்கிறோம். அவர்களுக்கு இல்ல வாசிகள் என்பது அங்கு வழங்கும் பெயர். ஒரு பார்வையாளனாக, அவர்களைப் பார்த்து அவர்களோடு உரையாட, கதைகளைக் கேட்க, சொல்ல என்று பல பரிமாற்றங்கள் நிகழ்ந்தன.

அப்படி நானும் என் மனைவியும் சிறைச்சாலைக்குச் சென்றபோது வழக்கத்துக்கு மாறான, ஆஜானுபாகுவான உடல் வாகைக் கொண்டவர், எங்களை வரவேற்று அழைத்துச் சென்றார். அவர் பெயர் செல்வராஜ் என வைத்துக் கொள்வோம். அடுத்த சில மணி நேரத்தில் செல்வராஜைப் பற்றி நிறைய தகவல்களைப் பலரும் கூறினர். செல்வராஜ் நாகர்கோவிலைச் சேர்ந்தவர். ஒரு கடுமையான தினமொன்றில், கோர்ட்டில் வைத்து நீதிபதியின் கண்முன் ஒருவரைக் கொலை செய்கிறார். அவருக்குத் தூக்குத் தண்டனை உறுதியாகிறது. பல வருட சட்டப் போராட்டங்களுக்குப் பிறகு அது ஆயுள் தண்டனையாகக் குறைக்கப்பட்டு, அவர் இறக்கும் வரை சிறையில் இருக்க வேண்டும் எனத் தீர்ப்பானது. சிறைதான் வாழ்க்கை என்றானதும், அதற்கேற்ப தன் வாழ்வை அமைக்கத் தொடங்கு கிறார். சிறையில் எல்லோருக்கும் பிரியமானவராகிறார். தன் மொத்த வாழ்வையும் குற்றத்தையும் ஆயிரம் பக்கங்களில் புத்தகமாகவே எழுதுகிறார். அந்தப் புத்தகம் இன்னும் பதிப்புக்குச் செல்லவில்லை. செல்வராஜின் வயது 50. ஊரில் நிலபுலன்கள் உண்டு. பரோலில்

வெளிவந்து, தனக்காகக் காத்திருந்த பெண்ணைத் திருமணம் செய்து, பரோல் காலமான நான்கைந்து நாள்கள் குடும்பம் நடத்து கிறார். பின் மீண்டும் சிறை. வெளிநாட்டு வேலைக்குச் செல்லும் ஒருவர் பல வருடங்களுக்கிடையில், விடுமுறையில் நான்கைந்து நாள்கள் வருவது மாதிரி, செல்வராஜ் தன் வீட்டுக்குப் போய் வருகிறார்.

அந்தச் சிறைச்சாலைக்கு நாங்கள் நூற்றுக்கும் மேற்பட்ட புத்தகங்களை அன்பளிப்பாகக் கொடுத்தோம். வாசிப்புப் பழக்கமுள்ள இல்லவாசி ஒருவர் சொன்னார், ''எனக்கு 13 வருட தண்டனைக்காலம் முடிந்துவிட்டது. அநேகமாக இன்னும் ஓரிரு மாதங்களில் விடுதலை கிடைத்துவிடும். இந்த 100 புத்தகங்களையும் படித்துவிட்டுப் போக வேண்டும் என ஆசை. இந்தப் புத்தகங்களின் தலைப்புகளைக் குறித்துக்கொண்டு, விடுதலை யானதும் போய் வாங்க வேண்டும். சுதந்திரக்காற்றை சுவாசித்தபடி என் தென்னந்தோப்பில் படுத்துக் கொண்டு படிக்க வேண்டும்'' என ஏகாந்தமாகப் புன்னகைத்தார். ரா.கி.ரங்கராஜன் மொழிபெயர்த்த ஹென்றி ஷாரியரின் 'பட்டாம்பூச்சி' நாவலை நான் என் 22 வயதில் படித்தேன். அதை வாசித்தவர்களுக்கு சிறைச்சாலை என்பது ஒரு மிகப்பெரிய சித்திரவதைக் கூடமாகத் தெரியாது. மனிதன் இவ்வளவு முயற்சிகளுக்குப் பிறகும் வாழ்ந்து கொண்டுதான் இருக்கிறான் என்கிற பெரிய நம்பிக்கை ஏற்படும்.

அடுக்கடுக்கான குற்றம் இழைத்தவர்கள், சந்தர்ப்பவசத்தால் குற்றவாளி ஆக்கப்பட்டவர்கள், அந்தக் கணத்தில் உணர்வுகளால் தூண்டப்பட்டுத் தவறு செய்தவர்கள்... இப்படி அந்தச் சிறைச்சாலை முழுக்க வெவ்வேறு முகங்கள். எங்களிடம் அவர்களில் தனித்துவமான ஒருவரை அறிமுகப்படுத்தினார்கள்.

அவரை 'டைரக்டர்' என்கிறார்கள் இல்லவாசிகள். அவரிடம், "நீங்க ஏன் உள்ள வந்தீங்க?" என்று கேட்டேன். அவர் தன்னிடமிருந்த பணம், தன் நண்பர்களிடம் வாங்கிய பணம் என அனைத்தையும் வைத்து ஒரு படம் இயக்குகிறார். படம் பாதியிலேயே நின்றுவிடுகிறது. அதற்குப் பிறகு அவர் யாரிடம் பணம் கேட்டாலும் கிடைக்கவில்லை. எப்படியாவது அந்தப் படத்தை முடித்துவிட வேண்டும் என்கிற உந்துதலில் நண்பர்களிடம் பேசிக் கொண்டிருந்தபோது ஒரு நண்பர் ஒரு ஐடியா கொடுக்கிறார். பணக்காரர் ஒருவரின் மகளைக் கடத்தி வைத்துக் கொண்டு, பணம் கேட்டால் கிடைத்து விடும். பணம் வாங்கிவிட்டு மகளை அனுப்பிவிடலாம். யாருக்கும் தெரியாது. அவரும் போலீஸுக்குப் போகமாட்டார் என்கிற வில்லங்க யோசனை சொல்கிறார். வில்லங்கங்கள் உடனே அரங்கேறும் வீரியம்கொண்டதல்லவா? கடத்தப் படுகிறாள் அந்தப் பெண். ஆனால், இயக்குநரின் கதையில் ட்விஸ்ட், பெண்ணின் அப்பா போலீஸில் தன் செல்வாக்கைப் பயன்படுத்துகிறார். இயக்குநருக்கு 17 வருடம் சிறைத் தண்டனை. ''13 வருஷம் முடிச்சிட்டேன் சார். இன்னும் நாலு வருஷம்தான். வெளியே வந்து எப்படியாவது என் படத்தை முடிச்சுடுவேன்'' என தம்ஸ் அப் காட்டினார்.

எத்தனையோ கனவுகள் அந்தச் சிறைச்சாலைக்குள்ளே

முடங்கினாலும், சிலர் பெரும் நம்பிக்கையோடு இருப்பதை நான் அங்கு கவனித்தேன். அவர்களுக்கு அரசு ஒரு சிறகை முளைக்க வைத்திருக்கிறது. அவை புத்தகங்கள்.

ஜனவரி மாதம் நடந்த சென்னைப் புத்தகக் காட்சியில் 'சிறைச்சாலை இல்லவாசிகளுக்குப் புத்தகம் அன்பளிப்பாகக் கொடுங்கள்' என ஒரு பெரிய ஸ்டால் ஒதுக்கப்பட்டிருந்தது. 43,000 புத்தகங்கள் அன்பளிப்பாகக் கிடைத்தன. என் நெருங்கிய நண்பர் 60,000 ரூபாய்க்குப் புத்தகங்கள் வாங்கி, அந்த இல்லவாசிகளுக்குக் கொடுக்கச் சொல்லியிருந்தார்.

ஒரு நான்கைந்து நாள்களுக்கு முன்பு, பெண்கள் சிறைக்கு நானும் என் மனைவி சைலஜாவும் அழைக்கப்பட்டிருந்தோம். ஒரு பெரிய மன இறுக்கத்தின் அமைதி அந்த பிரமாண்ட மதில் சுவருக்குள் உறைந்துகிடந்தது. தரைத்தளத்தில் கிட்டத்தட்ட 100 பெண் கைதிகள் அமரவைக்கப்பட்டிருந்தனர்.

எங்களை அறிமுகப்படுத்தி 26-27 வயதுள்ள ஒரு பெண் பேச ஆரம்பித்தார். அந்தப் பெண்ணின் உரை, எங்கள் இருவருக்குமே வியப்பூட்டியது. தெளிவான, கச்சிதமான அறிமுகவுரை. சொற்கள் தொண்டையை அடைத்துக்கொள்ள, என்னால் அந்தக் கூட்டத்தில் பேசவே முடியவில்லை. 100 பெண் கைதிகளினூடே மூன்று குழந்தைகள் ஓடி விளையாடிக்கொண்டிருந்தனர். அவர்களின் தாய்கள் இல்ல வாசிகளாக இருக்கிறார்கள். ஆனால், அந்த 100 பெண்களுமே அந்தக் குழந்தைகளின் தாயாக மாறியிருப்பதை நான் கவனித்தேன். எல்லோருடைய மடியிலும் அவர்கள் உட்கார்ந்துகொண்டார்கள். எல்லோருமே அவர்களின் கன்னங்களைத் தடவிக் கொடுக்கிறார்கள். என் அருகில் உட்கார்ந்திருந்த மூத்த அதிகாரி, "ஒருவகையில் இதையெல்லாம் விதி என்றுதான் சொல்ல வேண்டும் பவா சார்" எனப் பெருமூச்சுவிட்டார். அவர்களில் பலர் சந்தர்ப்பவசத்தால் குற்றமிழைத்தவர்கள் என்று அந்த அதிகாரிக்குத் தெரிந்திருந்தது. குழந்தைகளோடு விளையாடிய தாய்மார்களைப் பரிதாபத்துடன் அவர் பார்த்த பார்வை, காலத்துக்கும் மறக்க முடியாதது.

மூன்று வகையான உடைகளில் அந்தப் பெண்கள் இருந்தார்கள். ஒரு வண்ணப் புடவை அணிந்திருந்தவர்கள், ஆயுள் தண்டனைக் கைதிகள். இன்னொரு வண்ணம், தண்டனைக் கைதிகள். அவர்களுக்கு நான்கு வருடமோ, ஐந்து வருடமோ, பத்து வருடமோ தண்டனை விதிக்கப்பட்டிருந்தது. இன்னும் சில பெண்கள் விசாரணைக் கைதிகள். அவர்கள் வண்ண உடைகளிலேயே வெளியில் இருப்பது மாதிரி இருக்கலாம். இந்த மூன்று வகையான பெண்கள்தான் அங்கு உட்காரவைக்கப்பட்டிருந்தார்கள். எங்களை அறிமுகப்படுத்திய பெண்ணிடம், "நீ ஏனம்மா இங்கே இருக்கிறாய்?" என்றேன். "பக்கத்து வீட்டுல இருந்தவன் ரொம்பவும் தொந்தரவு பண்ணுனான் அண்ணா. தாங்க முடியாம அவனைக் கொன்னுட்டேன்" என்றார். இதில் யார் குற்றவாளி என்கிற கேள்விக்கு முன், ஒரு பெண்ணின் வாழ்வும், கனவும் சிதைந்தது.

இந்தச் சிறைக்குள்ளே உங்களை மாதிரியே கதை சொல்கிற ஒரு

அம்மா இருக்கிறார் என ஒருவரை அறிமுகப்படுத்தினார்கள். அந்த அம்மா சற்றே பருமனாக, மிக உயரமாக, கிட்டத்தட்ட என் கறுப்பு நிறத்தில் எழுந்து நின்றார். அதிகாரி அவரிடம், "ஆத்தா, உன்ன மாதிரியே அவர் வெளியில கதை சொல்றவரு" என என்னை அறிமுகம் செய்தார். அந்தச் சிறை அதிகாரி அவரை 'ஆத்தா... ஆத்தா...' என்று அழைத்தது அத்தனை வாஞ்சையாக இருந்தது. நான், "கதையெல்லாம் வேண்டாம் பாட்டி, நீ ஏன் இங்க இருக்கிற..?" என்றேன். அவர் சின்னக் கதையைச் சொன்னார்.

அவரின் மகன், மருமகள், மூன்று பேரக் குழந்தைகள் என அழகான குடும்பம். பெரிய பேத்தியின் 10-வது வயதில் பாட்டியின் மகன் இறந்துபோகிறார். மருமகள் பேரக் குழந்தைகளையும், இவரையும் பார்த்துக்கொள்கிறார். ஆனால், மகன் இறந்த பின் மருமகளின் நடத்தை வேறு விதமாகிறது. அதை அந்த அம்மாவால் சகித்துக்கொள்ள முடியவில்லை. தினந்தோறும் வீட்டில் சண்டை. ஒருநாள் 14 வயதுகூட நிரம்பாத தன் பேத்திக்கு, 34 வயதான மனிதனைத் திருட்டுத்தனமாகத் தாலிகட்ட வைக்கும் நிகழ்வை மருமகளே அரங்கேற்றுகிறார். அதைப் பொறுத்துக்கொள்ள முடியாத ஆத்தா, மருமகளோடு பயங்கர சண்டை போடுகிறார். அன்றிரவு மருமகள் தீக்குளிக்கிறார். மருத்துவமனையில் அவர் அளித்த மரண வாக்குமூலத்தில், "என்மீது பெட்ரோலை ஊற்றிக் கொளுத்தியவர் என் மாமியார்தான்" எனச் சொல்லிட்டு இறந்துவிடுகிறார். ஆத்தா இல்லவாசியாகிறார்.

மரண வாக்குமூலங்களுக்கு எவ்வளவு பலம் இருக்கும் என்பதை அந்தச் சிறைச்சாலையில் நாங்கள் உணர்ந்துகொண்டோம். புனைவில் கூட வராத அதிர்ச்சிகரமான சம்பவம் ஒன்றைக் கேட்டோம். திருப்பத்தூர் மாவட்டம் நாட்ராம்பள்ளிக்கு அருகே, முழுக்க மனச்சிதைவு நோய்க்கு ஆளான, ஆனால் மருத்துவரிடம் சான்று பெறாத ஒருவர் தினம்தோறும் டைரி எழுதும் பழக்கம் உடையவராக இருக்கிறார். அந்தத் தெருவில் தனக்கு ஆகாதவர்களைப் பற்றி, அவர்கள் தன்னை எப்படி இம்சிக்கிறார்கள், மன உளைச்சலை ஏற்படுத்துகிறார்கள் என்று டைரியில் எழுதிக்கொண்டே வருகிறார். ஒருநாள் தன் மனைவியையும் இரண்டு குழந்தைகளையும் கொலை செய்துவிட்டுத் தற்கொலை செய்து கொள்கிறார். வழக்குக்கு அந்த டைரிதான் மிகப்பெரிய சாட்சியாக இருக்கிறது. அந்த டைரியில் யார் யாரையெல்லாம் குறிப்பிட்டு எழுதியிருந்தாரோ, அவர்கள் எல்லோருமே குற்றவாளிகளாகச் சேர்க்கப்படுகிறார்கள். அதில் ஒருவர்தான் அங்கு நான் பார்த்த முன்னாள் ஆசிரியை. அவரின் கணவர் மின் வாரியத்தில் வேலை செய்கிறார். இரண்டு பேருமே கைதிகளாகச் சிறைக்கு வருகிறார்கள். சிறையிலேயே அவர் கணவர் இறந்துபோகிறார். அதே வழக்கில் சிறைவாசியாக உள்ளே வந்து, அந்தச் சிறைச்சாலையின் தோட்டத்தைப் பராமரித்து வருகின்ற ஒரு விவசாய அதிகாரியைப் பார்த்தேன். அவரால் என்னை ஏறெடுத்துக்கூடப் பார்க்க முடியவில்லை. அவ்வளவு மனத்துயரத்தோடு ஒவ்வொரு நாளையும் கடத்துகிறார். எந்தக் குற்றமும் செய்யாமல் யாரோ ஒருவருடைய டைரியில் தன் பெயர்

எழுதப்பட்டது என்பதற்காகத் தண்டனை விதிக்கப்பட்டவராக அவர் இருக்கிறார். சிறை வளாகம் முழுக்கவே இப்படிப் புதிரான, துயரான, எது நிஜம், எது பொய் என விளங்கிக்கொள்ள முடியாத பல கதைகள். தீராத யோசனை, ஏமாற்றம், குற்றவுணர்வு இவையெல்லாம் மனதைச்சூழ, சிறைவாசிகள் தங்களுக்குள் சிரிக்கவும், அன்பைப் பரிமாறவும், மூர்க்கத்தனமாக சண்டையிடவும் செய்கிறார்கள்.

அடுத்து ஆண்கள் சிறைச்சாலையில் நான் பேசுவதற்குமுன், என் முன்னால் உட்காரவைக்கப்பட்டிருந்த அந்த 100, 150 கைதிகளையும் ஒருமுறை பார்த்தேன். யாரோ ஒரு கைதி தன்னுடைய முகத்தை நான் பார்த்து விடக்கூடாது என்பதற்காக மறைந்து மறைந்து உட்காருவதை கவனித்தேன். 24-25 வயதுள்ள அந்தப் பையன் யார் என்று தெரிந்துகொள்ள ஆசையாக இருந்தது. சிறை அதிகாரிகளிடம் கேட்டேன். தன் நண்பனுக்கு துரோகம் செய்த காதலியை நண்பன் திட்டமிட்டுத் தீர்த்துக்கட்டுகின்ற அந்த நொடியில், இவன் யதேச்சையாக அவனுடன் இருந்ததுதான் குற்றம் என்று சொன்னார்கள். அந்தப் பையனுடைய வாழ்க்கை சிறைச்சாலையில் கழிந்து கொண்டிருக்கிறது.

அன்றைக்கு இரவு ஏழரை மணிக்கு அந்தச் சிறைச்சாலையை விட்டு நான் வெளியே வருகிறபோது, ஒரு புதிய கூட்டத்தைப் பார்த்தேன். பல்வேறு வழக்குகளில் குற்றம் சாட்டப்பட்டு அன்றைக்கு தண்டனை விதிக்கப்பட்ட 30-க்கும் மேற்பட்டவர்கள் சிறைக்கு அழைத்து வரப்பட்டுத் தரையில் உட்கார வைக்கப்பட்டிருந்தார்கள். பலரும் 20, 30 வயதுகுட்பட்டவர்களாக இருந்தார்கள். என் மகன் வயதுள்ள பல இளைஞர்களைப் பார்த்தேன். அந்த இளைஞர்களுக்கும் வாழ்வில் மிகப்பெரிய கனவு இருந்திருக்கும். வாழ்வில் எப்படியாவது ஜெயிக்க வேண்டும், எதையாவது சாதிக்க வேண்டும் எனச் சூளுரைத்திருப்பார்கள். அவர்களுக்கும் வண்ண வண்ணப் பட்டாம் பூச்சிகள் கனவில் வந்துபோயிருக்கும். அவர்களுக்கும் ஒரு காதலி இருந்திருப்பாள். அவர்களும் ஏதோ ஒரு மரத்துக்குப் பின்னால் யாருக்கும் தெரியாமல் கடிதங்களைப் பரிமாறிக் கொண்டிருந்த காலங்கள் இருந்திருக்கும். எல்லாமும் ஒரு கணநேரச் செய்கையால், ஒரு கண நேரத் திட்டமிடுதலால், ஒரு கணநேரக் கோபத்தால், தவறான சிந்தனையால் சிதைந்துவிடுகிறது.

பலமுறை என்னுடைய மேடைப் பேச்சுகளில், என்னுடைய எழுத்தில், காணொலிகளில் ‘எல்லோரும் அப்படியே பிறந்து நேர்மையாக வளர்ந்து அப்படியே வாழ்ந்து விடக்கூடாது. ஒரு முறை போலீஸ் ஸ்டேஷனுக்குப் போய்த்தான் பாருங்கள். ஒரு முறை நீதிமன்றத்தின் குற்றவாளிக் கூண்டில் ஏறித்தான் பாருங்கள். ஒரு சின்ன சிறைத் தண்டனையை அனுபவித்துதான் பாருங்கள். அது வாழ்க்கையில் உங்களுக்கு ஒரு பெரிய தைரியத்தைத் தரும். அது வாழ்க்கையினுடைய இன்னொரு பக்கத்தை உங்களுக்குச் சொல்லித் தரும்’ என்று சொல்லி யிருக்கிறேன்.

வெளியில் வரும்போது என் மனைவி என்னிடம் சொன்னார். “இனிமேல் மறந்தும்கூட இப்படிப்

பேசாதீர்கள். நம் பிள்ளை இந்தச் சிறைச்சாலைக்குள் ஒரு நாள் இருப்பதை நம்மால் கற்பனை பண்ணிப் பார்க்க முடியுமா? நம் மகன் போலீஸ் ஸ்டேஷனில் ஒரு நாள் குத்துக்காலிட்டு உட்கார்ந்திருப்பதை சகித்துக்கொள்ள முடியுமா?" என்று கேட்டார். அந்தக் கேள்வியே விழுங்க முடியாத கசப்பு மருந்துபோல தொண்டையை அடைத்துக்கொண்டு நின்றது. பேச்சு சுவாரசியத்திற்காக ஒரு தவறான கருத்தை நிறுவியிருப்பதை நினைத்துப் பார்த்தேன்.

நமக்கும் சிறைச்சாலைகளுக்கும் இடையே ஏறிட முடியாத உயரமான மதில் சுவர்கள் கட்டப்பட்டிருக்கின்றன. நட்சத்திரங்களையும் நிலாவையும் பார்க்க முடியாத இரவுகள் அவர்களுடையவை. சிறைக்கதவுகள் ஆறு மணிக்குள்ளாகவே பூட்டப்பட்டு விடுகின்றன. என்றைக்காவது அவர்கள் சிறைச்சாலைக்குள்ளே மணலில் படுத்துக்கொண்டு, நட்சத்திரங்களை, நிலவைத் தேடுபவர்களாக இருப்பதற்குக்கூட இந்தச் சட்டமும் நடைமுறை வாழ்க்கையும் அனுமதிக்கவில்லை. நிரபராதிகளாக தண்டனை அனுபவித்துக் கொண்டிருப்பவர்களையும், குற்றவாளிகளையும், குற்றம் சாட்டப்பட்டவர்களையும் ஒரே வரிசையில்தான் சிறைச்சாலை உட்காரவைக்கிறது.

குற்றம், நீதி, நியாயம்... இந்தச் சொற்களின் ஆழம் பிடிபடாத ஒன்றாகவே இருக்கிறது.

21

நாம் சிறு வயதில் பார்த்த காட்சிகள் பலவும் நம் வயது கடந்தும் மாறாமல் இருக்கும். அதே மனிதர்கள், அதே செயல் என எதுவும் மாறாமல் இருக்கும் பல காட்சிகள் என் நினைவில் நிற்கின்றன. அதில் மகத்துவமான காட்சி என்றால் பேருந்து நிலையங்களுக்கு அருகில், பிரதான சாலைகளில், தாலுகா அலுவலகங்களில் சிறு மக்கள் கூட்டம் ஒன்று போராடுகிற காட்சிதான். பலருக்கும் அங்கு போராடுகிறவர்கள் யாரென்றே தெரியாது. பலர் அந்தப் போராட்டத்தில் பங்கெடுத்திருப்போம். பலருக்கு அது தேவையில்லாத ஒன்றாகத் தோன்றியிருக்கும். நம் அப்பாவின் வயதில், உடன்பிறந்தவர்களின் வயதில், உறவினர்களின் சாயலில் நின்று கோஷமெழுப்புகிறவர்கள் பற்றிய சிந்தனை ஏன் எழுவதில்லை.

இந்த தேசத்தில் பல வியத்தகு மாற்றங்கள், பல எளியவர்களின் கண்ணீர் துடைத்த நிகழ்வுகள், அரசை உலுக்கிய சம்பவங்கள் என பலவும் அந்தக் கொடியேந்திய குரல்களின் வழியே நடந்திருக்கிறது என்பதை மறுக்க முடியாது. எங்கோ ஒரு மூலையில் யாரோ பெறப்போகிற பலனுக்காக, தன்னோடு சேர்த்து பிறருக்கும் கிடைக்கப்போகிற நீதிக்காக, காவல்துறையிடம் அடி வாங்கி, ஆளும் தரப்பை எதிர்த்து, வெயிலில் கால்கடுக்க நிற்கும் துணிவு நம்மில் எத்தனை பேருக்கு இருக்கும். திரையில் நாயகர்களைப் பார்த்துப் புளங்காகிதம் அடைகிற நாம் இந்த நிஜ நாயகர்களைப் பொருட்படுத்துவதே இல்லை. போராட்டம் என்கிற சொல்தான் என்னைப் பொறுத்தவரை வலிமையான சொல். செயலின் வீரியம் அந்தச் சொல்லிலேயே உறைந்துகிடக்கும்.

இயல்பாகவே போராட்ட குணம் கொண்ட மனிதன் தனக்கான உரிமைக்காக, தேவைக்காகப் போராடுவது ஒருவகை. பொதுச் சமூகத்துக்காகப் போராடுவது இன்னொரு வகை. சக மனிதனுக்கு நேர்கிற இன்னல்களையும் அநீதிகளையும் பற்றி எந்த உறுத்தலும் இல்லாமல் நகர்கிற மனிதர்களுக்கு மத்தியில், முகம் தெரியாத சக மனிதர்களுக்காக களத்தில் இறங்கும் இவர்கள் மகத்தானவர்கள். அந்தப் போராட்டங்கள் பல நேரங்களில் கொச்சைப்படுத்தப்படுவதும் உண்டு. இந்தப் போராட்டக் களத்தில் நிற்கிற பலருக்கு தங்கள் தனிப்பட்ட வாழ்வு பெரும் துயரமாகிவிடுவதுண்டு. அதைப்பற்றிக் கவலைப்படாமல் பொதுச் சமூகத்தின் நலனுக்காகவே போராடிக்கொண்டிருக்கிற பலரையும் நான் அறிவேன்.

பள்ளி நாள்களிலேயே நான் இடதுசாரி அமைப்புகளின் போராட்டங்களால் பெரிதும் கவரப்பட்டேன். எப்போதுமே ஒரு இருபது பேரில் தொடங்கி, 50 பேர், 100 பேர் அதிகபட்சமாக 200-300 பேர் ஒருங்கிணைந்து ஒரு போஸ்ட் ஆபீஸ் முன்போ, தாலுக்கா ஆபீஸ் முன்போ போராடிக்கொண்டிருப்பர். 'அவங்க எதுக்காகப் போராடுறாங்க?' என நின்று கேட்டுக் கொள்ளக்கூடிய பொறுமையும் அவசியமும்கூட சக மனிதர்களுக்கு இல்லாமல் விரைந்து செல்வர். நின்று கேட்கக்கூட விரும்பாத அந்த மனிதனின் உரிமைகளுக்காகவும் அவர்கள் குரல் கொடுத்துக்கொண்டே இருப்பார்கள்.

சிலர் 'நம் குடும்பம் இந்தப் போராட்டக் களத்துக்கு வந்திடாமல் நிம்மதியாக இருக்க வேண்டும்' என நினைப்பர். குடும்பத்துடன் களமாடிக் கொண்டிருப்பர் மற்றும் சிலர். தொல்குடிகளின் வாரிசுகள் சாதிச் சான்றிதழ் பெறுவதற்காக, சரியான கூலி கொடுக்காத முதலாளிகளுக்கு எதிராக, பல வருடமாகக் கிடைக்காத நிதியுதவியைப் பெற்றுத் தந்திட என அனுதினம் அரங்கேறுகிற போராட்டங்கள் ஒருபுறம். கொள்கை ரீதியாக, பல ஆண்டுகளாக நடக்க வேண்டிய அரசியல் மாற்றத்துக்காகவென போராட்டங்கள் நடந்துகொண்டே இருக்கின்றன. காடுகள், மலைகளைப் பாதுகாக்க வேண்டி தேசமெங்கும் நடக்கின்ற போராட்டம் நம் எதிர் காலத்துக்குமானதுதான் என்பதை எத்தனை பேர் அறிகிறோம்? சாலைகள், குடிநீர், அரசுப் பள்ளிகளில் கழிப்பிடம் எனப் பலவற்றுக்காகவும் நாம் மனம் குமுற, யாரோ சிலர் எழுதிப்போடுகிற மனுக்களாலும், கொடுக்கிற குரல்களாலும்தான் அவை நிறைவேறிக் கொண்டிருக் கின்றன. இடஒதுக்கீடு தொடங்கி ஜல்லிக்கட்டு வரை பெரும் போராட்டங்களின் வரலாறு நமக்குண்டு. ஆனால், அதற்கெனக் களத்தில் நிற்கிற மனிதர்கள் எப்போதும் உதாசீனங்களையே சந்திக்கின்றனர். சந்தேகக் கண் கொண்டு பார்க்கப்படுகின்றனர். பிழைக்கத் தெரியாதவர்களென இகழப்படுகின்றனர். எல்லோரும் கிடைக்கும் ஆதாயங்களை வைத்து வாழ, சிலர் மட்டுமே அறத்திற்கெனக் களத்தில் நிற்கின்றனர்.

களத்தில் நின்று போராடுகிற பலருக்கும் போராட்டம் காதலைப் போன்றதொரு ஆத்மார்த்தமான உணர்வு. காலத்தின் தேவை. சம நீதி. போராட்டம் என யோசிக்கையில் பிரபஞ்சனின் கதை ஒன்று ஞாபகம்

வருகிறது. பாண்டிச்சேரியில் புகழ்பெற்ற ஆங்கிலோ பிரெஞ்சு என்ற துணி மில் ஒரு தொழிலாளர் போராட்டத்தின்போது மூடப்பட்டு விடும். அதை மீண்டும் திறக்கச் சொல்லிப் போராட்டம் நடந்து கொண்டிருக்கும். அதுவரை தொழிற்சாலைக்கு வேலைக்கு வந்த தொழிலாளர்களுக்கு மறுநாள் காலை எங்கே போவதெனத் தெரியாது. அவரவர் தங்களுக்கு விருப்பமான இடங்களுக்குச் செல்லத் தொடங்குவர். கையிருப்பு குறையத் தொடங்கும். போராட்டம் நடத்திய தொழிலாளர்கள் குழுவினர், சக தொழிலாளர்களின் குடும்பங்களுக்கு அரிசியும் மளிகைப் பொருள்களும் வாங்கி அனுப்புவர்.

அவ்வாறு ஒரு தொழிலாளி தினந்தோறும் போய் நேரு பார்க்கில் உட்கார்ந்துகொண்டிருப்பார். அங்கு, ஒரு மரத்துக்குக் கீழே உடைந்து கிடந்த கருங்கற்களை எடுத்து அடுக்கி ஒரு சாமி சிலையாக அதை உருவாக்குவார். கற்பூரம் ஏற்றி, பூ வாங்கி வைப்பார். மறுநாள் காலையில் அவர் அங்கு செல்கையில் சிலர் அந்தக் கடவுளை வணங்கிக் கொண்டிருப்பதைப் பார்ப்பார். ஒவ்வொரு நாளும் அந்தச் சிற்பங்களை அவர் பராமரிக்க ஆரம்பிப்பார். ஒவ்வொரு நாளும் ஜனங்களின் கூட்டம் அதிகரித்துக்கொண்டே வரும். ஒரு கட்டத்தில் அங்கே அந்த சாமி சிலைகளுக்கு முன்னால் பணம் காணிக்கையாக வைக்கப்படும். கொஞ்சம் கொஞ்சமாக அது கோயிலாக மாறும். பணவரத்து அதிகரிக்கும். பின்னாள்களில் இந்தக் கோயில் வளர ஆரம்பிக்க பண வரத்தும் ஆரம்பிக்கும். ஒரு கட்டத்தில் அவர் தொழிற்சாலையில் சம்பாதித்ததைவிட பல மடங்கு அதிக வருமானம் அவர் உருவாக்கிய கோயிலிலிருந்தே அவருக்குக் கிடைக்க ஆரம்பிக்கும். தொழிலாளர்கள் நடத்திய பேச்சு வார்த்தைகள் எல்லாம் முடிந்து தொழிற்சாலை திறக்கப்பட்டுவிடும். அப்போது அவரின் மனதுக்குள் ஒரு போராட்டம் நிகழும். 'மீண்டும் தொழிற்சாலைக்குச் செல்வதா, இல்லை, கோயில் வருமானத்தையே பார்ப்பதா' எனக் குழம்புவார்.

கடைசியாக, தங்கள் குடும்பம் பட்டினியில் கிடந்துவிடக்கூடாது என்பதற்காக அரிசியும் மளிகையும் வாங்கி வந்து கொடுத்த அந்தப் போராட்டக்குழுத் தோழர்களை நினைவுபடுத்துவார். 'நம்முடைய உழைப்புதான் நமக்குச் சோறு போடும், அதுதான் நிலையானது, இந்தக் கோயில் வருமானமெல்லாம் தற்காலிகம்' என முடிவெடுத்து, மில்லை நோக்கி அவர் நடந்து செல்வதாக அந்தக் கதை முடியும்.

மிகத் தீர்மானமாக மனிதன், தன் உழைப்பின் மூலம் கிடைக்கின்ற வெற்றியே தனக்கு நிலையானது என்று நினைக்கிறான். அது முறையாகக் கிடைக்காதபோது எல்லாவற்றையும் இழந்தும் போராட வேண்டுமென முடிவெடுக்கிறான். ஆனால், சக மனிதனின் போராட்டத்துக்கு நாம் ஒருபோதும் செவிசாய்க்கத் தயாராக இல்லை.

அரசு ஊழியர்கள் ஏதாவதொரு காரணத்துக்காகப் போராட்டம் நடத்திக்கொண்டிருப்பர். தூரத்திலிருந்தே அதை கவனிக்கும் நாம், 'இது வெறும் சம்பள உயர்வுக்கான போராட்டம்' என முடிவெடுப்போம். முடிவெடுத்ததற்கும், அந்தப் போராட்டம் நடக்கும்

இடத்துக்குமான தூரம் வெறும் 100 அடிதான். அந்த 100 அடி தூரத்தைக் கூட சமீபித்துப் போவதற்கு நம் மனம் இடம் தருவதில்லை. அப்படிப் போய் நின்று கவனித்தால்தான் அது சம்பள உயர்வுக்கான போராட்டமே இல்லை. அதிகாரம்மிக்க அதிகாரியால், ஒரு பெண் ஊழியர் பாலியல் சீண்டலுக்கு ஆளானதற்கெதிரான போராட்டம் என்பது புரியும். 'மக்கள் கோஷமிடுவதும் முழங்குவதும் ஆவேசமாகக் கத்துவதும் அவர்கள் வாழ்வை சொகுசாக்கிக் கொள்வதற்காக அல்ல, உரிமைக்காக' என்பது தெரியும்.

போராடுகிறவர்கள் எல்லோருக்கும் தெரியும். அது ஒரு நரகம். இது நம் சொந்த வாழ்க்கையை பலியிட்டு, பொதுவாழ்வுக்குப் படையல் வைப்பதென அவர்கள் அறிவர். வி.பி.சிந்தன், சிம்சன் போராட்டத்தில் தான் கத்திக் குத்துப் பட்டார். தன் குடல் வெளியே சரிந்துவிடாமல் கையிலேயே பிடித்துக்கொண்டு, ஒரு பல்லவன் பஸ்ஸில் ஏறிச்சென்று, அவரே மருத்துவமனையில் சேர்ந்தார். அதற்குப் பிறகும் தன் வாழ்நாள் முழுக்கப் போராட்டக் களத்திலேயே நின்ற போராளி அவர். வாழ்நாள் முழுக்க இந்த மனிதர்கள்தான் மனித குலத்துக்கு நம்பிக்கையைத் தருகிறார்கள்.

பல வருடங்களுக்கு முன்பு எழுத்தாளர் பாலகுமாரன் திருவண்ணாமலை வந்திருந்தார். அவருடைய எழுத்து, வணிக எழுத்து, சராசரி எழுத்து என்ற ஒரு பெரிய விவாதத்தைத் தூண்டிவிட்டவனாக நான் இருந்தேன். அன்றைக்கு இளம் வயது, அப்போதுதான் தீவிரமாக இலக்கியவாதிகளைப் படிக்க ஆரம்பித்திருந்த தருணம். அதனால் எனக்கு எழுந்த ஆவேசம் பாலகுமாரனை ஆழமாகக் காயப்படுத்தியது. வந்திருந்த நிகழ்ச்சி முடிந்தவுடன் அவர் என்னை அந்தப் பள்ளிக்கூடத்தின் மொட்டை மாடிக்கு அழைத்துச் சென்று, "என் முகத்தைப் பார்த்துச் சொல்லு செல்லதுரை! நான் ஒண்ணுமே இல்லையா?" என்று கேட்டார். "ஐயோ, அதெல்லாம் இல்ல சார்! நான் உங்களுடைய 'இரும்பு குதிரைகள்', 'மெர்க்குரி பூக்கள்', 'தாயுமானவன்' இப்படிப் பல புத்தகங்களைப் படித்திருக்கிறேன்" என்று சொன்னபோது, அவர் தன்னுடைய இரண்டு தாடைகளிலும் கைவைத்து அழுத்தி அவரின் பல் செட்டைக் கழற்றினார். "இது எல்லாமே நான் கட்டின பற்கள், என்னுடைய சொந்தப் பற்கள் எதுவுமே இல்லை. டஃபே டிராக்டர் கம்பெனியில் நடந்த போராட்டத்தில் நான் குசேலர் அணியில் இருந்தேன். அந்தப் போராட்டத்தில் போலீஸ்காரர்கள் என்னை ஷூக் காலால் மிதித்ததில் என் பற்களெல்லாம் கொட்டிவிட்டன. அந்த அனுபவத்திலிருந்து எழுதினது தான் 'மெர்க்குரி பூக்கள்.' நான் ஒன்றுமே இல்லாதவன் இல்லை செல்லதுரை" என்று பெருமிதத்தோடு குறிப்பிட்டார்.

நான் அவருடைய எழுத்தில் ஒன்றுமே இல்லை என்று குறிப்பிட வில்லை. ஆனால் நான் சொன்ன ஏதோ ஒரு வார்த்தை அவரைச் சீண்டியிருக்கிறது. மக்களுக்காக நின்று குரல் கொடுப்பவன் ஒன்று மில்லாதவனல்ல. மக்களுக்காக நான் களத்தில் நின்றவன் என்கிற அறம் அவர் சொற்கள் வழியே சீறின. அந்தப் போராட்ட அனுபவத்தை

சொல்வழிப் பயணம்

அடுத்த தலைமுறைக்குக் கடத்துகிற படைப்பாக்கும்போது, அது ரத்தமும் சதையுமான ஒரு சாட்சியமாக உயர்ந்து நிற்கிறது.

உலகெங்கும் நடக்கிற போராட்டங்கள் நமக்கு அந்நியமாகத் தெரிகின்றன. மனிதர்கள் கொத்துக் கொத்தாக போரினாலும், அவர்களுடைய எதிர்ப்புணர்வின் தோல்விகளாலும் வெளியேறிக் கொண்டே இருக்கிறார்கள். அவை எல்லாம் அன்றாட வாழ்க்கையில் நமக்கு வெறும் செய்திகளாகிவிட்டன. நம்முடைய வாழ்க்கையில் உக்கிரமான நேரங்களில் நாம் சரியாக முடிவெடுத்து நிற்கவேண்டிய களம்

என்பது போராட்டக் களம்தான். ஆனால், பெரும்பாலும் மதங்களும் ஆன்மிகமும் இதற்கு நேர் எதிராகவே மனிதனைப் பயிற்றுவிக்கின்றன. 'நீ கடவுளிடம் முறையிடு! எல்லாவற்றையும் வேண்டிக்கொள்! உனக்கு நல்ல வாழ்க்கை கிடைக்க வேண்டும்! உன் மகனுக்கு நல்ல வாழ்க்கை கிடைக்க வேண்டும் என்று வேண்டிக்கொள்!' என கடவுளிடம் நம் தேவைகளை முறையிடச் சொல்வது எவ்வளவு நியாயமற்றது.

உரிமை மறுக்கப்பட்டால் போராடுவதுதானே நீதி. ஒரு அநீதி நடந்தால் ஆயிரக்கணக்கான மக்கள் போராட்ட உணர்வோடு திரள்வார்கள் என்கிற பயம் அந்த அநீதியை இழைத்தவர்களுக்கும் அதிகாரத்துக்கும் இருக்குமென்றால், அந்த அநீதி இழைக்கப்படுவது இல்லாமல் போகும் அல்லது குறையும். ஆனால், 'என்ன நடந்துவிடப் போகிறது? அதிகபட்சமாக ஒரு 20, 25 பேர் கொடியைக் கையில் ஏந்தி கோஷம் போட்டுவிட்டுக் கலைந்து விடுவார்கள்' என்கின்ற மனநிலை, மேலும் மேலும் அவர்களைக் குற்றம் செய்யத் தூண்டிக்கொண்டே இருக்கிறது.

மனிதன் தன் பிறப்பிலிருந்து இறப்பு வரையிலும் ஒரு வகையான போராட்ட குணங்களோடே

இருக்கிறான். அந்தப் போராட்ட குணங்களை விரும்பி பல பேர் மழுங்கடித்துக்கொள்கிறார்கள். அவர்களுக்கு இந்த சரித்திரத்திலும் சமூகத்திலும் எந்த இடமும் இருக்கப்போவதில்லை. நான் பி.காம் படித்துவிட்டு முழு நேரமும் களப்பணி, இயக்கம், போராட்டம், ஊர்வலம் என்று இயங்கிக்கொண்டிருந்த நாள்களில் இந்தியாவையே உலுக்கிய பாரத் பந்த் வந்தது. ஒரு இரவு முழுக்க போஸ்டர் ஒட்டிவிட்டு ஒரு டீக்கடையில் உட்கார்ந்து டீ குடித்துக்கொண்டு இருந்தபோது நான் போலீசாரால் கைது செய்யப்பட்டு வேலூர் சிறையில் ஐந்து நாள்கள் இருந்தேன். அது எனக்குக் கற்றுத் தந்த அனுபவம் ஏராளம். இன்றைக்கும் கூட என் வாழ்க்கையில் நான் அந்த அனுபவங்களைத் திரும்பிப் பார்க்கிறேன்.

சமீபத்தில் அதே சிறைக்கு ஒரு விருந்தினராக ஒரு டி.ஐ.ஜி என்னை அழைத்துக்கொண்டு போனபோது, ஒரு புதுவித உணர்வு என்னை ஆட்கொண்டது. போராட்டக்காரர்களுக்கு ஜெயிலுக்குப் போவதும் அடி படுவதும், உதைபடுவதும் அவர்கள் வாழ்க்கையில் பெருமிதமான ஒன்று. அடிபட்ட வடுக்கள் வென்றெடுத்த லட்சியங்கள் எத்தனை என்பது, வடுக்களைத் தடவிப் பார்த்துக் கொள்கிற தோழர்களுக்குத் தெரியும்.

தோள்சீலைப் போராட்டத்தில் நான் பங்கெடுத்திருக்கிறேன் என்ற நிம்மதி எத்தனையோ தலைவர்களுக்கு இருக்கலாம். வைக்கம் போராட்டத்துக்குப் பிறகு பெரியாருக்கு நிச்சயம் மகத்தான மனநிறைவு ஏற்பட்டிருக்கும். சக மனிதனின் துயருக்காகப் போராடுவதில் கிடைக்கிற நிம்மதி வேறெதிலும் கிடைக்காது. எங்கோ யாரோ ஒரு மனிதனுக்குள் ஏற்படுகிற சிறு கோபம், போராட்டமாக மனிதர்களை ஒருங்கிணைக்கிறபோது ஏற்படுகிற சமூக மாற்றங்கள் ஏராளம். வெற்றுக் கோஷமென நாம் கடக்கிற பெருங்குரல்கள் அசைத்துப் பார்த்து நொறுக்கிய அதிகாரக் கட்டடங்கள் ஏராளம். குரலற்றவர்களுக்காக நிகழ்கிற அந்தப் போராட்டத்தில் உடன் நிற்கவேண்டியது நம் கடமை.

அடுத்த முறை தெருக்களில், பேருந்து நிலையத்தின் ஓரங்களில், அரசு அலுவலக வாசல்களில் யாராவது கோஷமெழுப்பிக் கொண்டிருப்பதைப் பார்க்கையில், ஒரு நிமிடம் அதைக் கவனியுங்கள். அது ஏதோ ஒரு எளிய குடும்பத்தின் எதிர்கால வாழ்வுக்கானதாகவே இருக்கும். அந்தக் குடும்பம் நம்முடையதாகவும் இருக்கலாம்.

22

மார்ச் 8, உலக பெண்கள் தினம். பெண்களுக்கு ஆதரவாகவும், பெண்களுக்கு எதிராகவும், பெண்களைக் கேலி செய்தும், கார்ட்டூன் வரைந்தும், மீம்ஸ் பதிவிட்டும் ஆயிரக்கணக்கான பதிவுகளை சமூக வலைதளங்களில் கவனித்தேன்.

தினங்கள் பற்றியான மயக்கம் எனக்கு எப்போதும் இருந்ததில்லை. சர்வதேச பெண்கள் தினம், குழந்தைகள் தினம் எனக் குறிப்பிட்ட நாளில் அவர்களைப் பற்றி யோசிப்பதையும், அந்த ஒரு நாளில் போலியாக நாம் இன்னொருவராக மாறுவதையும் மனம் ஏற்பதில்லை. அன்றைய தினத்தின் பரபரப்புக்காக மட்டுமே பேசப்பட வேண்டியவளல்ல பெண்.

எப்போதும் பெண்தான் உலகின் மையப் பொருளாக இருக்கிறாள். அவளைச் சுற்றி இந்த உலகம் பெருங்காதலோடும் கொடும் வன்மத்தோடும் இயங்கிச் சுழல்கிறது. பெண்கள் மீதான பார்வையும், எண்ணமும் நம் வயதுக்கேற்ப மாறிக் கொண்டே இருக்கிறது.

பெண் உடல் கவர்ச்சிகரமானது என சிறு வயதில் நமக்கு அறிமுகப் படுத்தப்படுகிறது. இந்தத் தலைமுறை, நேற்றைய தலைமுறை என்றில்லாமல் அனைத்துத் தலைமுறைகளிலும் இதே நிலைதான். பெண்கள் குறித்த வேறெதையும் சமூகம் நமக்கு அறிமுகம் செய்துவைப்பதில்லை. குடும்பம், உறவினர்கள், ஆசிரியர், உடன் பணிபுரிபவர் என எங்கும் நிறைந்திருக்கும் பெண்களைப் பற்றிய எந்தப் புரிந்துணர்வும் நமக்குச் சொல்லித் தரப்படவில்லை. பெண்களின் ரௌத்திரத்தை, ஆகிருதியை, நகைச்சுவை

உணர்வை, லட்சியத்தை, காதலை என எதையுமே சிந்திக்காமல் பெண்ணை மேம்போக்காக அணுகுவதே இயல்பாக பலருக்கும் கற்பிக்கப்பட்டிருக்கிறது.

பெற்றோரின் பேச்சைக் கேட்டு காதலனை ஏமாற்றுவாள், பணம் செலவழிக்க வைப்பாள், மாமியார் - மருமகள் சண்டை, மேக்கப் போடுவாள், சீரியல் பார்ப்பாள், புடவைக் கடையில் நீண்ட நேரம் இருப்பாள், கணவனைக் குறை சொல்லிக்கொண்டே இருப்பாள்... இப்படியான பெண் குறித்த சித்திரங்கள் எல்லாம் இன்று பெண்களால் சுக்குநூறாக உடையத் தொடங்கியிருக்கின்றன. ஆனால், ஆண் மனம் இதைக் கடக்கிற பெண்களை தன்னை மீறுகிறவளாக உணரத் தொடங்குகிறது. பெண்ணை அடைவதில்தான் தன் மனதின் அனைத்துத் திட்டங்களையும் ஓர் ஆண் பயன்படுத்துகிறான். கல்வியால், வேலை வாய்ப்பால் பெண்கள் பெற்றிருக்கும் சுதந்திரத்தைப் புறக்கணித்துவிட்டு தனக்கானவளாகப் பெண்ணை மாற்றவே துடிக்கிறான். சக தோழமையாக பெண்களைப் பார்க்கிற போக்கு அதிகரித்துவரும் அதே சூழலில், ஒரு குறிப்பிட்ட வயதிற்கு மேல் பெண்ணைக் கட்டுக்குள் நிறுத்தவே மதமும் சாதியும் விரும்புகிறது. பெரும்பாலும் ஆண்கள் அதையே செய்தும்விடுகின்றனர்.

பெண்கள் குறித்த பல கதைகளைப் படித்திருந்தாலும், சந்திராவின் 'அறைக்குள் புகுந்த தனிமை' என்கிற முக்கியமான கதை ஒன்றுண்டு. தோழியுடன் பீச்சில் பேசிவிட்டு பைக்கில் கிளம்புகிற பெண்ணை 23 வயதிருக்கும் ஓர் ஆண் பின்தொடர்வான். அவளைக் குறுகுறுவெனப் பார்த்தபடி பைக்கில் தூரத்திச் செல்வான். அவளுக்கு சிரிப்பாக இருக்கும். அவள் சிரிப்பதைப் பார்த்து உற்சாகமாகத் தொடர்வான்.

சாலையோர டீக்கடையொன்றில் பைக்கை நிறுத்தி ஆயாசமாக ஒரு பிளாஸ்டிக் சேரில் அந்தப் பெண் உட்காருவாள். அவள் எதிர்பார்த்தபடியே அந்தப் பையனும் பின்னாடியே வந்து அவளுக்கு எதிர் சேரில் உட்கார்ந்து, 'நீங்க கவிதா ஃப்ரெண்டுதானே..?' என்று கேட்பான். ஏதோ ஒரு வகையில் அவனை அறிமுகப்படுத்திக்கொள்ள, அவளோடு பேசுவதற்கு அவனுக்கு கவிதா என்ற கற்பனையான பெண் தேவைப்படுவாள். இதெல்லாம் ஒரு திட்டமிட்ட உரையாடலைத் தொடங்குவதற்கான ஒரு தந்திரம் என்று அவள் அறிவாள். ''ஏன், கவிதா ஃப்ரெண்டா இல்லனா நீங்க என்கிட்ட பேசமாட்டீங்களா?'' என்பாள். "ஏன், நீங்களே உங்களை அறிமுகப்படுத்திக்கொள்ளக் கூடாதா?" என்று கேட்பாள்.

"அப்புறம், நான் டீ சொல்லட்டுமா?" என்று கேட்டு, அவனே இரண்டு பேருக்கும் டீ சொல்லிவிட்டு உட்கார்ந்து பேச ஆரம்பிப்பார்கள். அவன் என்னென்னவோ பீடிகை போடுவான். அவளும் அவள் படித்த புத்தகங்கள், அவளுக்கு சமூகத்தில் இருக்கின்ற புரிதல்களிருந்து கேட்பாள், ''இந்த மாதிரி பொண்ணுங்கள ஃபாலோ பண்ணி, டீ குடித்து, அவர்களோடு கடலை போடுவது அல்லது அவர்களை பிக்கப் பண்ணுவது என இதுவரை ஒரு இருபது பொண்ணுங்ககிட்ட பண்ணியிருப்பீங்களா?''

என்பாள். அவன் அதிர்ச்சியாகி ''அப்படியெல்லாம் இல்லை'' என்பான். தன் படிப்பு வேலை குறித்துச் சொல்வான். அவள் அவனை மிக எளிதாகக் கையாண்டு கொண்டிருப்பாள். அவன் இவளிடம் குழைந்துகொண்டே இருப்பான்.

பேச்சின் அடுத்தகட்டமாக "நாம ஏதாவது ஒரு ரெஸ்டாரன்டுக்குப் போலாமா?'' என்றவன், பீட்சா கார்னர் போகலாம் என அழைத்துச் செல்வான். அடுத்ததாக அவன் என்ன பேசப்போகிறான் என்பதை ஆர்வத்துடன் ரசிப்பாள். அவள் அறிவானவளாகத் தெரிகிறாள், வித்தியாசமான பெண், அவளின் படிப்பு என அவளிடம் அவளைப் புகழும்விதமாக பலவற்றைச் சொல்வான். இவள் அவனுக்குக் கொடுக்கும் பல்புகளை, ஏதோ அவள் பெரிய ஜோக் சொல்லிவிட்டதாக நினைத்து 'ஹா... ஹா... ஹா...' எனச் சிரிப்பான். ''ஐ லைக் யூ'' என்பான். அவள் "எனக்கு அனைத்து ஆண்களையும் பிடிக்கும்" என்பாள். இவன் "எனக்குப் புரியல" என்பான். அவள் நிதானமாக, "நான் என்ன வேலை பாக்குறேன்னு தெரியுமா?" என்பாள். அவன் கொஞ்சம் திகிலான ஆர்வத்துடன் காத்திருக்க, அவள், "நான் பிராஸ்டிட்யூட்" என்பாள்.

இவளையா நாம் இவ்வளவு நேரம் வண்டியில் ஃபாலோ பண்ணிக்கொண்டு வந்தோம், இப்படியெல்லாம் பேசினோம் என ஒருமாதிரி ஆவான். பிறகு, "உனக்கு என்ன ரேட்" என்பான். இப்போது அவன் குரலில் அதிகாரம் நிறைந்திருக்கும். அவள், "ரூ.2,000'' என்பாள். என்ன செய்வதெனத் தெரியாமல் அதைச் சொல்வாள். அவன் அந்தத் தொழிலின் சூட்சுமம் அறிந்தவனாக கறாராக விலை, இடம் போன்றவற்றை அதிகாரத்துடன் பேசிமுடிப்பான். அவளின் அப்பார்ட்மென்ட்டுக்கு இருவரும் செல்வர். "நான் ரெஸ்ட் ரூம் யூஸ் பண்ணணும்" என்பான். அட்டாச்டு பாத்ரூமைக் காட்டுவாள். அவன் உள்ளே சென்றதும் அந்த அறையின் கதவை வெளிப்பக்கம் பூட்டிவிடுவாள். உள்ளே இருந்து, ரொம்ப சகஜமாக முதலில் மெதுவாகக் கதவைத் தட்டிப் பார்ப்பான். அவளைக் கூப்பிடுவான். கத்துவான். கதவைத் தட்டுவான். டி.வி. வால்யூமை அதிகரிப்பாள் அவள். போகப் போக அவனுக்கு பயம் அதிகமாகிவிடும். அந்த ரூமுக்குள்ளேயே இருப்பான், கத்துவான், கதறுவான். அவன் எப்போதெல்லாம் கதவை 'டம் டம்' எனத் தட்டுகின்றானோ, அப்போதெல்லாம் டி.வி-யின் சத்தம் அதிகமாகும். "கத்தினால் திருடன் என போலீஸை அழைப்பேன்'' என்பாள்.

இரவானதும் அவள் தூங்கி விடுவாள். அந்த அறையிலுள்ள புத்தகங்களை, அங்கிருக்கும் எழுதிய பேப்பரைப் பார்ப்பவன். அவளைத் தப்பாக நினைத்துவிட்டோம் என உணர்வான். அவனுக்கு பயம் அதிகரிக்கும். இரவு முழுக்க சோர்ந்து வியர்த்து, என்ன செய்வதென்று தெரியாமல் இருப்பான். அவள் காலையில் எழுந்து ஒரு காபி போட்டுக் குடித்துவிட்டு, நியூஸ் பேப்பர் படித்தபடியே, அந்த ரூம் கதவைத் திறந்துவிடுவாள். அவன் நடுங்கி வியர்த்துப்போய் வெளியே வந்து பையையும், போனையும் எடுத்துக்கொண்டு தலைதெறிக்க ஓடுவதாகக் கதை முடியும்.

உளவியலாக மிக முக்கியமான கதை. தொடர்ந்து பெண்கள்மீது கட்டவிழ்க்கப்படும் அனைத்து வன்முறைகளின் தொடக்கப்புள்ளி, பெண் ஆணுக்குக் கட்டுப்பட்டவள் என்கிற எண்ணம்தான். சமம், இணை என்கிற வார்த்தையை ஏற்றுக் கொள்வதன் மனத்தடை எங்கு தொடங்குகிறது என்பதை யாரும் சிந்திப்பதே இல்லை. யார் எப்போது சொன்னார் எனத் தெரியாத ஒரு கட்டமைப்பில் வாழ்ந்திடவே ஆண் மனம் துடிக்கிறது.

சந்தோஷ் ஏச்சிக்கானத்தின் 'இரை' என்கிற கதை உண்டு. குளிர்காலத்தில், மிகப்பெரிய தவளை ஒன்று, தத்தித் தத்தி ஒரு பாழடைந்த கிணற்றுக்கு மேலே வந்துகொண்டிருக்கும். அங்கே, தன் வர்க்க எதிரியான ஒரு பெரிய தண்ணீர்ப் பாம்பைப் பார்க்கும். தனக்கு இரை கிடைத்த மகிழ்ச்சியில் தவளையை விழுங்க பாம்பு சமீபிக்கையில், 'இந்த மரணம் தரையில் நிகழவேண்டுமா அல்லது தண்ணீரில் நிகழவேண்டுமா..?' என்று முடிவுகூட எடுக்க முடியாத தருணத்தில் கடைசித் தப்பித்தலாக எகிறி அந்தக் கிணற்றுக்குள் தவளை குதிக்கும். பாம்பும் அந்தத் தவளையுடனேயே உள்ளே குதிக்கும். இரண்டாலும், கிணற்றிலிருந்து மேலே ஏறமுடியாது. நல்ல கருங்கல்லாகப் பார்த்து அந்தத் தவளை உட்கார்ந்து கொள்ளும். பாம்பு ஒருவித ஆக்ரோஷமான உந்துதலில் அந்தத் தவளையைச் சாப்பிட வரும். தவளை பேச ஆரம்பிக்கும், "நண்பா, ஒரு நிமிடம் இரு. பசிதானே உனக்கு. என்னைச் சாப்பிட்டுவிடுவாய்! பிறகு இந்தப் பாழடைந்த கிணற்றில் நீ மட்டுமே கிடக்கப்போகிறாய். இங்கு உனக்கு உணவோ, பேச்சுத்துணைக்கு நட்போ இல்லை. என்னையும் சாப்பிட்டு விட்டு தனிமையில் என்ன செய்வாய்? தனிமை மரணத்தைவிடக் கொடுமையானது நண்பா..." எனச் சொல்லும்.

பாம்பு சொல்லும், "இந்தச் சித்தாந்தமெல்லாம் என்னிடம் பேசாதே! இந்த உணவுச் சுழற்சியில் நீதான் எனக்கு இரை என்று எழுதி வைக்கப்பட்டிருக்கிறது." தவளை பதிலுக்கு, "அதெல்லாம் தானே உருவாக்கிக்கொண்ட கட்டுக்கதை. அப்படியெல்லாம் எந்தச் சட்டமும் எங்கேயும் எழுதி வைக்கப்படவில்லை" எனச் சொல்லும். அந்தப் பாம்புக்கும் அந்தத் தவளைக்கும் மிகச்சரியான தத்துவார்த்த உரையாடல் நடக்கும்.

பாம்பு அந்தத் தவளையைச் சாப்பிட வந்தவுடன் அந்தத் தவளை கேட்கும், "நண்பா, ஒரு நிமிஷம் இரு. என்னைச் சாப்பிட்டுவிட்டால் உன்னுடைய இந்த வாழ்நாளுக்கான எல்லாப் பசியும் அடங்கிவிடும் என்றால் சாப்பிட்டுவிடு. ஆனால், அதுதான் இல்லை. சாப்பிட்ட உடனே மறுபடியும் உனக்குப் பசிக்கப் போகிறது. வேறு தவளைக்கோ, வேறு ஒரு ஜீவராசிக்கோ நீ எங்கே செல்வாய்?" என்று.

உடனடியாக பாம்பு, "உணவுச் சங்கிலியில் நீதான் எனக்கு என்று எழுதிவைக்கப்பட்டுள்ளது." தவளை சொல்லும், "அப்படியெல்லாம் யாரும் எங்கேயும் எழுதி வைக்க வில்லை. இதெல்லாம் நாமே உருவாக்கிக்கொண்ட சட்ட திட்டங்கள்."

பாம்பு உடனே, "அப்படியென்றால் நான் என்ன செய்வது? எனக்குப் பசிக்கிறது" எனச் சொல்லும். "இதோ உள்ளே அழுகின புல் இருக்கிறது.

செடி இருக்கிறது. அதில் உதிர்ந்த இலைகள் இருக்கிறது. மக்கிப்போன இலைகள் இருக்கிறது. இதையெல்லாம் சாப்பிடு" எனத் தவளை சொல்லும். "இதையெல்லாம் சாப்பிட்டு நான் உயிர் வாழவே முடியாது" எனச் சொல்லும் பாம்பு.

அந்தத் தவளை சொல்லும், "வேறு வழி இல்லை. நீயும் நானும் இந்தக் கிணற்றுக்கு உள்ளே மாட்டிக்கொண்டிருக்கிறோம். என்னையும் சாப்பிட்டுவிட்டால் வெறுமையில் நீயே செத்துவிடுவாய். அப்படியென்றால் இதையெல்லாம் சாப்பிடப் பழகிக்கொள். இதையும் யாரும் எழுதி வைக்கவில்லை. இந்தச் சட்ட திட்டங்கள் எல்லாவற்றையும் நாம்தான் உருவாக்கி வைத்துள்ளோம்" என்று தவளை கூறும். இவ்வாறு இரண்டு வர்க்க எதிரிகளான பாம்பும் தவளையும் அந்தக் கிணற்றுக்குள்ளேயே வாழ ஆரம்பிப்பதாகக் கதை போய்க்கொண்டே இருக்கும்.

எந்த நேரத்திலும் இந்தப் பாம்பு தன்னுடைய உடன்படிக்கையை மீறி, தன்னைச் சாப்பிடலாம் என்ற எச்சரிக்கையோடு அதன் கண்ணில் மாட்டாமல் தவளை தப்பித்துத் தப்பித்துப் போய்க்கொண்டே இருக்கும். ஒரு நாள் அந்தக் கிணற்றுக்குள் ஒரு நள்ளிரவில் பெரிய சத்தத்தோடு ஒரு பொருள் வந்து விழுவதைப் பார்த்து இரண்டுமே திடுக்கிட்டுப்போகும். அது ஒரு அழகான இளம்பெண்ணின் சடலம். நிறைய நகைகள், அவளுடைய முட்டி வரை தொங்குகின்ற அழகான கூந்தல் என இளம்பெண் உடல் இருக்கும். அந்தப் பெண்ணின் முகத்தின் மேல் தவளை உட்கார்ந்து பாம்பைப் பார்த்துச் சொல்லும்,

"அப்புறம், உனக்கு இனிமேல் என்ன கவலை? கொஞ்சம் கொஞ்சமாக நீ சாப்பிடலாம்" என்று சொல்லும். அந்தப் பாம்பு சொல்லும், "நான் ஒரு பிணத்தைச் சாப்பிடுகிற ஆள் இல்லை. எந்தப் பாம்பும் பிணத்தைச் சாப்பிடுகின்ற சந்தர்ப்பத்தை உருவாக்கியது இல்லை" என்று.

தவளை, "ஏன், இப்போது உருவாக்கு. எல்லாமே மாறக் கூடியதுதான். எதுவும் சட்ட திட்டம் இல்லை. இன்றிலிருந்து அதை நீ உருவாக்கிக்கொள்" என்று சொல்லும். ஒருநாள் பத்திரிகை யாளர்களுடன் பெரிய கூட்டம் சடலம் இருப்பதை அறிந்து அங்கு வரும். ஒரு பத்திரிகையாளன் மிகவும் தைரியமாக கிணற்றுக்குள்ளே இறங்கி டார்ச் லைட்டை அடித்துப் பார்த்துச் சொல்வான். கீழே இருந்து மேலே குரல் கொடுப்பான், "உள்ளே வர்க்க எதிரிகளான ஒரு பாம்பும் தவளையும் சேர்ந்து பக்கத்தில் பக்கத்தில் வாழ்கிறார்கள். வாழ்க்கை எவ்வளவு விசித்திரமானது" என்று.

ஆனால் அந்தப் பெண்ணின் சதையை கொஞ்சம் கொஞ்சமாகச் சாப்பிட ஆரம்பிக்கின்ற அந்தப் பாம்பு, அளவுக்கு அதிகமாகச் சாப்பிட்டு மயக்கமிட்ட இடை வேளையில் தவளைக்குப் பக்கத்தில் படுத்துக்கொண்டிருக்கின்றபோது தான் இந்தத் தவளை ஆழ்ந்து யோசிக்கும். அது முதன்முறையாக தன்னுடைய வாயை அகலத் திறந்து பார்க்கும். அதனால் நம்ப முடியாத அளவுக்கு அதன் வாய் திறக்கும். ஆழ்ந்து தூங்கிக்கொண்டிருக்கின்ற அந்தப் பாம்பின் தலையைத் தன் வாயினுள் வைத்து, பாம்பின் தலையை அழுத்தும். பாம்பு துடிதுடித்து, தன்னுடைய கடைசி நேரப்

போராட்டத்தில் தோற்றுப்போய் செத்துப்போகும்.

எப்படிக் கணக்குப் போட்டுப் பார்த்தாலும் விடை ஒன்றுதான், அதுதான் மரணம். இந்த மரணத்துக்கான போராட்டத்தில், தான் எப்படியெல்லாம் ஜெயித்தோம் என்பதுதான் ஒரு மனிதன் வாழ்ந்ததற்கான அடையாளம் என்பதன் குறியீடாக இந்தக் கதை இருக்கிறது.

இந்தக் கதையை நிச்சயமாக ஒரு பாம்பைப் பற்றியோ ஒரு தவளையைப் பற்றியோ எழுதப்பட்ட கதையாக நான் பார்க்கவில்லை. அந்தப் பாம்பை ஒரு ஆணாகவும் தவளையைப் பெண்ணாகவும் நாம் யூகித்துக்கொண்டால்,

இதுவரையிலும் எழுதப்பட்ட எல்லா சட்ட திட்டங்களும் பாம்புக்கு ஆதரவானதாகவே இருக்கின்றன. அது எப்போது வேண்டுமானாலும் ஒரு தவளையைச் சாப்பிட்டுக்கொள்ளலாம், அது சைவ உணவைச் சாப்பிடாது. அதற்குத் தேவையானது உணவுச் சங்கிலியில் ஒரு தவளை மாதிரியான ஒரு உணவுதான்.

இப்படிப் பல விஷயங்கள் அதற்கு ஆதரவாகவே கட்டமைக்கப் பட்டிருக்கலாம். ஆனால், ஒரே ஒருமுறை அந்தத் தவளை தன் பலத்தை நிரூபித்துப் பார்க்கிறபோது, சுலபமாக பாம்பு மிதிபட்டுவிடும், அறுபட்டுவிடும் என்பதை அது முடிவெடுக்கிறது.

23

விடிந்தும் விடியாத பொழுதொன்றில் வெள்ளை வெளேரென வேட்டி சட்டையும் நெற்றியில் திருநீறுமாக என் வீட்டுக்கு ஒருவர் வந்திருந்தார். சில பல வருடங்களுக்கு முன்னால் நடந்தேறிய இந்தச் சந்திப்பு என் நினைவில் அப்படியே தங்கிவிட்டது. பெயரைக்கூடச் சொல்லவில்லை அந்த மனிதர். “இத்தன நாளா காசு, பணம்தான் எல்லாம்னு நினைச்சுட்டு இருந்தேன். சம்பாரிச்சதையெல்லாம் எம்புள்ளைகளுக்குன்னுதான் சேத்து வச்சேன். எந்த மனுசங்களோடவும் நேர்மையா பழகல. ஆதாயம் இருக்கான்னு யோசிச்சு யோசிச்சுப் பழகிட்டேன். ஆனா, இதெல்லாம் ஏன்னு புரியல சார். என்னமோ மனசு திடீர்னு வலிக்குது. நேத்து வீட்டையும், கொஞ்சம் நிலத்தையும் புள்ளைகளுக்கு வச்சிட்டு, எல்லாத்தையும் ஒரு ஆதரவற்றோர் பள்ளிக்கு எழுதி வச்சுட்டேன். இனிமே பசின்னு கெஞ்சுற எந்த மனுசனையும் பார்த்திடவே கூடாது. இனிமே அதுக்காகத்தான் சார் இந்த வாழ்க்க. இதை உங்ககிட்ட சொல்லணும்னு தோணுச்சு. நேத்து வரைக்கும் இருந்த நான் வேற சார்!” எனக் கலங்கிய அந்தக் கண்கள் அடிக்கடி நினைவில் வருவதுண்டு.

மனித மனம் புரிந்துகொள்ளவே முடியாதது. மனம் நம் பேச்சைக்கூட பல நேரங்களில் கேட்பதில்லை. ஒரு நொடிப் பொழுதில் நிகழ்கிற மனமாற்றம்தான் வாழ்வில் மிகப் பெரிய துயரமாக, மகிழ்ச்சியாக மாறிப்போகிறது. ‘நல்லவர்தான், ஆனா எப்படிப் பண்ணினார்னு கடைசிவர புரியவேயில்ல!’ எனக் கதறிய இதயங்களையும், ‘காலைல வரைக்கும் ரெண்டு

பேரும் பிரிஞ்சுருவோம்னுதான் நினைச்சோம். டீ குடிச்சப்புறம் மன்னிப்பு கேட்டார். இனிமே ஒண்ணா வாழ்வோம்னு சொல்லிக் கண் கலங்கிட்டாரு சார்!' என மகிழ்ந்த கண்களையும் இத்தனை ஆண்டுகளில் பலரும் சொல்லக் கேட்டிருக்கிறேன். மனதின் போக்கு இன்னதென யாராலும் எப்போதும் வரையறுக்கவே முடிவதில்லை. திடீரெனத் தோன்றும் கனல் கொலையும் செய்யவைக்கிறது. திடீரெனத் தோன்றும் ஒளி சகலத்தையும் விட்டு விட்டு மக்களுக்காகக் களத்தில் நிற்கவும் செய்கிறது.

மனதில் இந்த மாற்றம் எந்தப் புள்ளியில் நிகழ்கிறது எனக் கணிக்கிற கடிகாரங்கள் இதுவரை கண்டறியப்படவில்லை. ஆனாலும், மனதின் போக்கிலேயே மனிதன் வாழப் பழகிவிட்டான். நல்லது, கெட்டது, சரி, தவறு எனத் தீர்மானிக்கிற கோடுகளைக் கடக்கிற மனிதனின் எண்ணங்கள் புரிந்துகொள்ளவே முடியாதவைதான். சுந்தர ராமசாமியின் கதை ஒன்றுண்டு. ஏழை போலீஸ்காரர் ஒருவரின் மகளுக்குப் பிறந்த நாள் வரும். 50 ரூபாய்க்கு ஒரு கவுன் வாங்கி வரச் சொல்வாள் மனைவி. காவலரின் கைகளிலோ பணமிருக்காது. மாலைக்குள் யாரிடமாவது அந்தப் பணத்தை சம்பாதிக்க வேண்டுமெனத் திட்டமிடுவார். மனதில் கணக்கு போட்டுக்கொண்டே ஒரு டீக்கடையில் இருப்பார். அன்று அத்தனையும் சீராக இருக்கும். எல்லோர் சைக்கிளிலும் டைனமோ இருக்கும். எல்லாரும் போக்குவரத்து விதிகளை மீறாமல் இருப்பர். எப்படி 50 ரூபாயை லஞ்சம் கேட்பது எனக் காரணம் தேடுவார். ஒரு குருக்கள் அங்கிருக்கிற போஸ்ட் பாக்ஸ் ஒன்றில் லெட்டரை போஸ்ட் செய்ய வருவார். போஸ்ட் பாக்ஸ் நிரம்பி இருக்க, உள்ளே இருந்து ஒரு லெட்டரை எடுத்து அதோடு சேர்த்து தன் லெட்டரையும் உள்ளே தள்ளிக்கொண்டிருப்பார். போலீஸ்காரர் அவரை நெருங்கி விசாரிப்பார்.

அவர் கொஞ்சம் பயந்தபடியே, ''ஒன்னும் இல்ல சார். ஒரு தபால் போடலாம்னு வந்தேன். பார்த்தா ஏற்கெனவே ஒரு தபால் அடைச்சிக்கிட்டு இருக்குது. அதை எடுத்துட்டு இதைப் போடலாம்னு" என்பார்.

“இந்த போஸ்ட் பாக்ஸ்ல நிறைய தபால்கள் திருடு போகுது. அதைக் கண்டுபிடிக்கிறதுதான் என் டியூட்டி. உன்னைய கையும் களவுமாகப் புடிச்சிட்டேன்" என ஆரம்பிப்பார் போலீஸ்காரர்.

''ஐயோ சார், நான் என்ன பண்ணினேன். இப்படி ஒரு பழியை என் மேல சுமத்துறீங்க?!" என குருக்கள் பதறுவார். குருக்களின் பயமும், இந்த மாதிரியான அனுபவமே இல்லாத அவருடைய அச்சமும் போலீஸ்காரரை உற்சாகமாக்கும். ''அதெல்லாம் தெரியாது, உன் கையில ரெண்டு தபால் இருக்கு. ஒரு தபால்தான் உன்னுது. இன்னொரு தபால் நீ இந்த போஸ்ட் பாக்ஸ்ல இருந்து திருடுனது" என்பார். “நான் ஏன் சார் தபால திருடப்போறேன். எனக்கு தபாலைத் திருடி என்ன ஆகப்போகுது'' என குருக்கள் கேட்க, “அதையெல்லாம் வந்து நீ ஸ்டேஷன்ல சொல்லு. புதுசா ஒரு எஸ்.ஐ வந்திருக்கிறான். போன உடனே பொடனிலேயே நாலு அறை

கொடுத்துட்டுதான் விசாரிக்கவே ஆரம்பிப்பான்'' என பயமுறுத்த, குருக்களின் உடல் வியர்க்கும். பயத்தை அதிகப்படுத்தும்விதமாக பலவும் பேசும் போலீஸ் ஒருகட்டத்தில், “என்னய்யா முட்டாளா இருக்கிற. ஒரு அம்பது ரூபா குடு” எனக் கேட்டு விடுவார். 50 ரூபாய் கேட்ட உடனே, குருக்கள் சுதாரிப்பார், “இல்ல நாம ஸ்டேஷனுக்கே போலாம். நான் ஒன்னும் தப்பு பண்ணல'' என்று கூறுவார். உடனே போலீஸ்காரர், “யோவ், முட்டாள் மாதிரி பேசாத. போன உடனே எஸ்.ஐ நாலு அறைச்சல் கொடுப்பாரு” என்பார். குருக்கள், “இல்ல, பரவால்ல சார். அறைச்சல் கொடுத்தாகூட நான் வாங்கிக்கிறேன். ஆனா நான் காசு தர மாட்டேன். நாம போலாம் வாங்க” என்றதும், என்ன செய்வதெனத் தெரியாமல் விழிப்பார் போலீஸ்காரர்.

சைக்கிளைத் தள்ளிக்கொண்டு போலீஸ்காரரும் கொஞ்சம் இடைவெளி விட்டு குருக்களும் போலீஸ் ஸ்டேஷனை நோக்கி நடப்பர். யார் யாரை அழைத்துக் கொண்டுபோகிறார்கள் என்பது சாலையில் செல்பவர்களுக்குப் புரியாதது மாதிரி இருக்கும். பல குழப்பம், கேள்விகளோடு நடக்கும் போலீஸ்காரர் ஸ்டேஷன் நெருங்கியதும், “ஒரு நிமிஷம் இரு! உண்மையிலேயே இதுக்காகத்தான் ஸ்பெஷல் டியூட்டி போட்டாங்க. ஆனாலும் நீ பாவம். நீ நியாயமாதான் இருக்கிற. நீ போயி ரெண்டு தபாலையும் தபால் பெட்டியில் போட்டுட்டுப் போயிடு'' என்று போலீஸ்காரர் சொல்வார். “இல்ல. இவ்வளவு தூரம் வந்துட்டோம், நான் போய் அந்த எஸ்ஐ-யை பார்த்துட்டே போறேன்'' என்று சொல்வார். “யோவ், புரியாம பேசாத, அந்த எஸ்.ஐ-க்கு நியாயம் அநியாயம் எல்லாம் தெரியாது. போன உடனே ரெண்டு சாத்து சாத்துவான், பரவா யில்லையா?'' என்று கேட்பார். “அடி கூட வாங்கிக்கிறேன். ஆனா நான் எதுவும் தப்பு பண்ணல!'' என குருக்கள் திட்டவட்டமாகச் சொல்வார். உரையாடல் நீண்டு போலீஸ்காரருக்குப் பதறிப்போய் வியர்க்கும்.

“என் பொண்ணுக்கு இன்னைக்கு பிறந்த நாள். காலையில புறப்படும் போது வீட்டுக்காரி, ஒரு அம்பது ரூபா தேத்திட்டு வான்னு சொன்னா. காலையில இருந்து பார்க்கிறேன், எல்லாருமே நியாயவான்களாக மாறிட்ட மாதிரி இருக்குது. சரி அம்பது ரூபா எப்படியாவது கிடைக்குமான்னு பார்க்கும்போதுதான், நீ வந்து மாட்டுன. நீ பயங்கரமான ஆளா இருக்க. விட்டுட்டு நீ போ, நான் பாத்துக்குறேன்” எனப் பரிதவித்துச் சொல்வார்.

மகளுக்கு ஒரு கவுன் வாங்கிக் கொடுக்கத்தான் இத்தனை பீடிகை என உணர்ந்த குருக்கள், மடித்து வைத்திருந்த ஒரு நூறு ரூபாயை எடுத்து அந்த போலீஸ்காரர் கையில் கொடுத்து, ‘‘இந்தா, மறக்காம பொண்ணுக்கு கவுன் வாங்கிட்டுப் போ. சாயங்காலம் நீலகண்டனுக்கு நான் அபிஷேகம் பண்ணும்போது குழந்தையையும் அவங்க அம்மாவையும் கூட்டிட்டு வா. பொண்ணு பேருல ஒரு அபிஷேகம் பண்ணுறேன்” என்று சொல்லுவார். போலீஸ்காரருக்குக் கண்கள் கலங்கும். “சம்பளம் வாங்கின உடனே, இந்தக் காசை ரிட்டன் கொடுத்துடு'' எனச் சொல்லிச் சொல்வார். இந்த இருவரின் சூழல்தான் நம்மில்

பலருக்கும். எந்த நொடி நமக்குள் வஞ்சித்தவர் மேலும் இரக்கம் வரும், எந்த நொடி சக மனிதனை வஞ்சிக்கத் தோன்றும் என்ற கணக்குகள் நமக்குப் பிடிபடுவதில்லை.

என்.எஸ்.மாதவனின் ‘இரை’ என்கிற கதை. ஒரு புகழ்பெற்ற சர்க்கஸின் முக்கியமான இறுதிக் காட்சி ஒன்று. அந்தக் காட்சியில் ஒரு மாஸ்டர் பக்கத்தில், தட்டில் பளபளக்கும் கத்திகளோடு ஒரு பெண் நிற்பாள். எதிரே ஏறக்குறைய ஒரு சிலுவையில் அறையப்பட்டதுபோல ஒரு பெண் நிற்பாள். அவளைப் பார்த்து, இவர் ஒவ்வொரு கத்தியாக எறிய வேண்டும். ஒவ்வொரு கத்தியும் எறியப்படுகின்றபோது அது அவள் மேலே படாமல் அவளுக்கு மிக அருகில் போய் குத்தி நிற்கும். கைத்தட்டல்கள் ஓங்கி ஒலித்துக்கொண்டே இருக்கும். கடைசிக் கத்தியை எறிந்த உடன் அவள் அங்கிருந்து விலகி நிற்பாள். கத்திகளால் வரையப்பட்ட அவள் ஓவியம் மட்டும் திரையில் தெரியும். இதுதான் அந்தக் காட்சி. கிட்டத்தட்ட இந்தக் காட்சிக்காக மட்டுமே நூற்றுக்கணக்கானவர்கள் சர்க்கஸுக்கு வருவார்கள். அந்த மாஸ்டர் வீசிய கத்தி பெண் ஒருவரின் தொடையைக் காயப்படுத்தி மருத்துவமனைக்கு அழைத்துச் செல்லப்படுவாள். இன்றைக்குக் காட்சி இருக்காதென மதுக் குப்பியுடன் உலாவரும் மாஸ்டர் சினிமாவுக்குப் போகத் திட்டமிடுவார். மது போதையில், காயம்பட்ட பெண்ணின் கூடாரத்துக்குப் போவார். அவளின் தங்கை அங்கிருப்பாள். அவளிடம் பேசிக்கொண்டிருந்தவனுக்கு டீ போடுவதற்காக ஸ்டவைப் பற்றவைக்கத் தொடங்குவாள். மாஸ்டருக்கு சபலம் ஏற்பட, அவள் அருகில் செல்வான். அந்தப் பெண், கோபமாகத் திட்டி அவனை வெளியே தள்ளுவாள். அவனுக்கு அவமானமாக இருக்கும். என்ன செய்வதெனத் தெரியாமல் குழம்பி நிற்பான்.

அப்போது சர்க்கஸ் மானேஜர் அங்கு வருவார். இன்றைக்கு மாஸ்டரின் காட்சி இருக்கிறதெனச் சொல்வார். உடனே மாஸ்டர், “எப்படி, எனக்குத்தான் இன்னைக்கு நிக்குறதுக்கு ஆளில்லையே?'' என்பார். மருத்துவமனைக்குச் சென்றவளின் தங்கை வந்து நிற்பாள் எனச் சொல்வார். “அவளுக்கு இதுல பயிற்சியே இல்லயே!'' என்பார் மாஸ்டர். ‘‘அதெல்லாம் அவ அக்கா சொல்லிக்கொடுத்திருப்பா. அவதான் இன்னைக்கு வருவா!'' எனச் சொல்லிச் செல்வார்.

அன்று மாலை தன்னுடைய கைகளை அகற்றி, தன்னுடைய கால்களை இறுக்கி, சிலுவையில் அறையப்பட்டது மாதிரி இவன் முன்னால் நிற்பாள் அவள். இப்போது ஒரு பெண் அதே 40-50 கத்திகளைக் கொண்டு வந்து அவனிடம் நீட்டுவாள். இப்போது ஒவ்வொரு கத்தியாக எடுத்து இவன் அவள்மீது வீசவேண்டும். வலது கை நகத்தை உரசிக்கொண்டு ஒரு கத்தி நிற்கும். மற்றொரு கத்தியும் இப்படி நெருக்கமாக இருக்கும். அவள் மனம் பதைபதைத்து நிற்பாள். அன்றைக்கு மாஸ்டர் வேறு ஒருவனாகக் கத்தியைச் சுமந்து நிற்கிற பெண்ணுக்குத் தெரிவான். ஒவ்வொரு கத்தியாக இவன் எடுத்து வீசுவான். எந்தக் கத்தி வேண்டுமானாலும் அவள்மீது வீசி அடிக்கப்படலாம்.

அது வேண்டுமென்று கிடையாது, அது ஆக்சிடென்ட். ஒரு நிகழ்ச்சியில் நடக்கின்ற விபத்து. அவமானத்துக்கு அவன் பழிவாங்கப் பார்க்கிறானோ?! அவன் கடைசிக் கத்தியை வீசுகின்ற வரையிலும் அந்தச் சர்க்கஸில் இருப்பவர்கள் அச்சத்தோடு காத்துக்கொண்டிருப்பார்கள். கொத்தாகச் சில கத்திகளை எடுத்து வீசுவான். ஆனால் கடைசிக் கத்தி வரையிலும் அவன் மிக நுட்பமாக அவள்மீது படாமல் அவளுடைய ஓவியம் மாதிரியான உருவத்துக்கு வெளியே வீசி முடிப்பான். இப்போது அந்தப் பெண்ணும் அவனும் ஒரு புன்னகையோடு அவரவர் வழியைப் பார்த்து நடக்க ஆரம்பிப்பார்கள்.

ஓர் அற்புதமான மனிதனின் உள்ளுணர்வைச் சொல்லக்கூடிய கதையாக என்.எஸ்.மாதவன் இந்தக் கதையை எழுதியிருப்பார். காலையில் நடந்த அவமானத்துக்காக ஏன் அவன் பழிவாங்கவில்லை. இத்தனை நடந்த பிறகும் அந்தப் பெண் ஏன் அவனைப் பார்த்துப் புன்னகைத்தாள். இந்த இரண்டும் முக்கியக் கேள்விகள். மனித மனம் எந்தத் தீர்மானத்தை எப்போது எடுக்கிறது. எதை மன்னிக்கத் தோன்றுகிறது, எதற்கு வஞ்சிக்கத் தோன்றுகிறது. அன்பு, வெறுப்பு, பகைமை, காதல், அகங்காரம் என மனம் பூசிக்கொள்கிற அத்தனையுமே அரிதாரங்கள்தானா? பல வருடங்களாக ஏன் யாரோ ஒருவரை மன்னிக்காமல் இருக்கிறோம். பெரிய துரோகத்தை மறந்து அணைத்துக் கொள்கிறோம்.

இத்தனையும் நிகழ்த்திவிடுகிற மனம் பெரிய மாயாவிபோல எனக்குத் தோன்றும். சகலத்தையும் மன்னிக்கிற, நேசிக்கிற மனிதர்களால்தான் அத்தனை நன்மைகளும் நடக்கின்றன. மனதில் படிந்திருக்கிற அத்தனை கீழ்மைகளையும் நொடியில் துடைத்தெறிகிற மின்னல் பொழுதுகளால்தான் பிரபஞ்சம் செழித்து நிற்கிறது. அந்த நொடிப்பொழுதில் நிகழ்கிறவைதான் அற்புதமென்றால், அதன் பிரகாசம் அத்தனை மனங்களிலும் எப்போதும் தங்கி நிற்கட்டும்.

24

கள்ளக்குறிச்சிக் கல்லூரி ஒன்றில் நடைபெற்ற நிகழ்ச்சி அது. ஆயிரத்துக்கும் மேற்பட்ட மாணவர்கள் இருந்தனர். நிகழ்ச்சியில் தமிழ்க் கவிதைகளை அறிமுகப்படுத்திப் பேசினேன். அதன்பின் மாணவர்களைப் பார்த்து, ''உங்களுக்குப் பிடித்த தமிழ்க் கவிஞர்கள் நான்கு பேரைச் சொல்லுங்கள்?'' என்றேன். ஒருவர்கூட நல்ல தமிழ்க் கவிஞரின் பெயரைக் குறிப்பிடவில்லை. பலர் குறிப்பிட்ட பெயர்கள் சினிமாப் பாடலாசிரியர்களே தவிர கவிஞர்கள் அல்லர். கவிதைகள் வேறு, சினிமாப் பாடல்கள் வேறு எனத் தெரியாத அளவுக்குத்தான் தமிழ் இலக்கியம் அவர்களுக்கு அறிமுக மாகியிருக்கிறது.

தமிழ்க் கவிஞர்களைப் பற்றி, கவிதைகளைப் பற்றி நம் அடுத்த தலைமுறைக்குத் தெரியவில்லை என்பது ஒரு நிமிடம் அதிர்ச்சியாக இருந்தது. அதற்குப் பிறகு, தமிழின் மிக முக்கியக் கவிதைகளையும், அவை மன அடுக்குகளில் ஏற்படுத்துகிற அதிர்வுகளையும் சந்தோஷங்களையும் துக்கங்களையும் பற்றி உரையாற்றினேன். மனிதர்களுக்கு சொற்கள் கடத்துகிற ஆறுதல், சொற்கள் கலைத்துப் போடுகின்ற தனிமை, சொற்கள் தருகிற தோழமை இவற்றை உணர்ந்தவர்கள் என்னைப் பொறுத்தவரையில் தனவான்கள்.

சில தினங்களுக்கு முன், அதிகாலை ஐந்தரை மணிக்கு ஒரு நபர் போன் செய்தார். ''ஹலோ, பவா சார், நான் உங்க தெருமுனையிலதான் நிக்கிறேன். ஸ்ரீவைகுண்டத்திலிருந்து வந்திருக்கேன். உங்களை இப்ப பார்க்க வரலாமா?'' என்றார்.

வீட்டின் வாசலில் அவரை வரவேற்றேன். பச்சைத் துண்டு, லுங்கி சகிதம் இரவெல்லாம் பயணித்து வந்திருந்தவரின் முகத்தில் விவசாயியின் சாயல். கருங் காப்பியுடன் பேசத் தொடங்கினேன்.

“எனக்கு ஸ்ரீவைகுண்டத்துக்குப் பக்கத்துல ஐந்து ஏக்கர் நிலம் இருக்கு சார். என் தாத்தா சின்ன வயசுல இருந்து ஆடு மேய்ச்சவர். அப்பாவும் அம்மாவும் அவர்கூடவே என்னை இருக்கச் சொல்லிட்டாங்க. தாத்தாதான் எனக்கு வாழ்க்கைய அறிமுகப்படுத்துனாரு. அவரோட மொத்த அனுபவத்தையும் நான் வாங்கிக்கிட்டேன். தினமும் ராத்திரி தாத்தா பேசிக்கிட்டே இருப்பார். அவரோட பேச்சு இல்லாத இரவுகளே கிடையாது. ஒரு நாள் திடீரென்று தாத்தா செத்துட்டாரு. என்ன பண்ணுறதுன்னே தெரியல. எனக்கு சமூகமாகவோ, தெருவாகவோ, குடும்பமாகவோ, பழகுவதற்கான வாய்ப்பே இல்லாமப்போயிருச்சு. முழுக்க முழுக்க தாத்தாவும் நானும் மட்டும்தான் வாழ்ந்தோம். தாத்தாவோட இறப்பு, எனக்கு தனிமைய உணரவச்சது. என் தங்கைகளில் ஒருத்தி, ஒரு போன் வாங்கிக் கொடுத்து, நிறைய பேரை எனக்கு அறிமுகப்படுத்தினாள். அதில் உங்களுடைய சொற்கள் எனக்கு மிகவும் பிடிச்சிருந்துச்சு. நீங்க பேசுறது எங்க தாத்தா பேசுற மாதிரியே இருந்துச்சு. ஒரு வருஷமா முயற்சி பண்ணி, இன்னைக்கு நேரா திருவண்ணாமலைக்கு வந்து உங்க முன்னாடி நிக்கிறேன் சார்” எனத் தழுதழுத்து அணைத்தவரின் கண்களில் அந்த விடியல் கண்ணீரை நிறைத்திருந்தது. சொற்களுக்குத்தான் எவ்வளவு மகத்துவம்!

ராமசாமி என்கிற அந்த விவசாயியிடமிருந்து நான் நிறைய கற்றுக்கொண்டேன். வாழ்வில் பலரைச் சந்தித்திருந்தாலும் ராமசாமி, அவர்கள் எல்லோரையும்விட மிக முக்கியமான நபராகக் காணப்பட்டார். அதற்குக் காரணம், அவருடைய உலகத்தில் நான் இருக்கிறேன். என்னுடைய சொற்கள் இருக்கின்றன என்பதுதான்.

நம்மில் பலரும் சிறு வயதிலிருந்து பெற்றோராலும் கல்வி நிறுவனங்களாலும் சமூக அமைப்பாலும், ஒரு நேர்க்கோட்டுக்குப் பழக்கப்படுத்தப் பட்டவர்களாக இருக்கிறோம். நம் கிளைகள், நம் வேர்கள் என எதுவும் பரந்து விரியாமல் ஒரே நேர்க்கோட்டில் செல்கின்றன. கவிதைகளாகிற சொற்கள், இந்தப் பாதைகளின் கட்டுக்குள் அடங்காதவை.

எழுத்தாளர்கள் பலரும் கவிதைகள் வழியே எழுத்தை அடைந்தவர்கள். ‘கவிதைகளினுடைய சொற் சிக்கனத்தையும், அதன் கட்டுப்பாடு களையும் தாக்குப் பிடிக்க முடியாதவர்கள்தான் உடனடியாக உரைநடைக்கு வந்து, ஒரு விசாலமான இடத்தைத் தேர்ந்தெடுத்துக் கொள்கிறார்களோ’ என்று எனக்கு எப்போதுமே தோன்றும்.

நம் பாடத்திட்டங்களில் கல்வியாளர்கள், ஒழுக்கத்தை போதிக்கின்ற பாடல்களையும் செய்யுள்களையும் ‘கவிதைகள்’ என்று அறிமுகம் செய்து, அவற்றைக் கட்டாயம் மனப்பாடம் பண்ண வேண்டும் என்றும் கூறி, நமக்கு அதன்மீது ஒருவிதக் கசப்பை உருவாக்கிவிட்டனர். மீறுதல் உள்ள ஒரு மனம், கவிதையில் தோய்ந்து

போகிறது. என் காதல் காலத்தில், எல்லா காதலித்த மாணவர்களுக்கும் வைரமுத்து, மு.மேத்தா, நா.காமராசன் என்றொரு வரிசை இருப்பது போன்று, என் தொடக்கமும் இவர்களாகத் தான் இருந்தது. சினிமாப் பாடலாசிரியர்களைத் தாண்டி நல்ல கவிதைகளை, நல்ல வரிகளை, நல்ல கவிஞர்களை அதன்பின் அடையாளம் கண்டுகொண்டேன்.

எப்பொழுதோ 30 வருடங்களுக்கு முன்னால், ‘கோடைக்காலக் குறிப்புகள்’ என்ற சுகுமாரனின் ஒரு சிறிய கவிதைத் தொகுப்பில் நான் படித்த, ‘எளிமையானது என் அன்பு. நடு ஆற்றில் அள்ளிய நீரைப்போல...’ என்ற வரிகள் என் நினைவில் சிலிர்ப்பை ஏற்படுத்துகின்றன. இதை என் காதலிக்குத் தர, என் மனைவிக்குத் தர, என் குழந்தைகளுக்குத் தர, என்னுடைய அப்பா அம்மாவுக்குத் தர, என் சமூகத்துக்குத் தர, என் சக மனிதர்களுக்குத் தர, இந்த மூன்று வரிகள் எனக்கு எப்போதுமே நினைவில் இருக்கின்றன. ‘எளிமையானது என் அன்பு. நடு ஆற்றில் அள்ளிய நீரைப்போல...’ என்கிற அந்த வரிகள்.

வன்முறைகளும், கொடுமைகளும், குற்றங்களுமாக காயம்பட்ட இந்த வாழ்வில், சொற்களின் வழியே உருவாக்கப்பட்ட மாமருந்துதான் கவிதைகள். அடுக்கு மொழிகளில், எதுகை மோனை சேர்த்து, எந்தவிதமான மனித உணர்வுகளுக்கும் மனதை ஆட்படுத்த முடியாமல் சொற்களில் விளையாடுவதல்ல கவிதை. ஆழ்ந்து வாசிக்கையில் கவிதைகள் உங்களுக்கு வாழ்வின் வேறொரு கோணத்தைப் பரிசளிக்கும்.

‘சிவப்புப் பாவாடை வேண்டுமெனச்சொல்ல/ அவசரத்திற்கு அடையாளமேதும் சிக்காமல்/ விரலைக் கத்தியாக்கி/ தன் தொண்டையறுத்து/ பாவனை இரத்தம் பெருக்குகிறாள்/ ஊமைச் சிறுமி’ என்ற மனுஷ்ய புத்திரனின் அந்த ஒரு கவிதை வரிகள் பல இரவுகளில் தூக்கம் கலைத்திருக்கிறது. கவிதை வரிகள் ஆழமாக என்னை பாதித்திருக்கின்றன. கவிதைகளும் கதைகளும் நமக்குக் காலத்தை ஞாபகப்படுத்துகின்றன.

கு.அழகிரிசாமியினுடைய ஒரு கதையில், ‘ரோட்டில் கிடக்கின்ற ஒரு வெள்ளரிப் பிஞ்சை மகளுக்குத் தெரியாமல் அம்மா எடுப்பது’ என்ற ஒரு காட்சி நினைவுக்கு வருகிறது. இது எனக்கு கோவில்பட்டிக்கும் சாத்தூருக்கும் நடுவில் நிலவிய ஒரு பஞ்சத்தையும், ஒரு வறுமையையும் காட்டுகின்றது. ஓர் அம்மாவுக்குத் தெரியாமல் மகளும், மகளுக்குத் தெரியாமல் அம்மாவும் அந்த வெள்ளரிப்பிஞ்சை எடுத்துத் துடைத்து சாப்பிடுகின்ற அந்த கணம், அந்தக் காலம் அப்படியே உறைந்து நின்று, என் மனதுக்கு இத்தனை ஆண்டுகளுக்குப் பிறகும் ஒரு பெருந்துயரைக் கடத்துகிறது.

சாம்ராஜினுடைய ஒரு மிக அற்புதமான கவிதை இருக்கின்றது. ஒரு பெண் தற்கொலை செய்து கொள்கிறாள். அந்தப் பெண்ணைப் பற்றியான ஒரு கவிதையை, சாம்ராஜ் இவ்வாறு ஆரம்பிக்கிறார். ‘ஷேம் ஷேம் பப்பி ஷேம் என்று யாரும் அவளைக் கிண்டல் செய்ய ஒருபோதும் அனுமதித்ததில்லை. முழங்காலில் பட்ட அடியை அப்பாவிடம்கூடக் காண்பித்ததில்லை. கணவனே ஆனாலும் பகலில்

அனுமதித்ததில்லை. உடை மாற்றும்போது அம்மாவைக்கூட அறையில் அனுமதிக்காதவள். நேற்றிரவு, அவள் தற்கொலை செய்துகொள்கிறாள். பிணவறையில், அவளுடைய பிணம் அம்மணமாய்க் கிடக்கின்றது. ஈக்களும் கண்களும் அங்கேயே மொய்க்க அம்மணமாய்க் கிடக்கின்றாள் அன்னலட்சுமி. இப்படியெல்லாம் ஆகும் என்று தெரிந்திருந்தால், தற்கொலையே செய்துகொண்டிருக்கமாட்டாள், அன்னலட்சுமி' என்று அந்தக் கவிதை முடிகின்றது.

இந்தக் கவிதை எனக்கு ஏற்படுத்திய அதிர்ச்சியும் மனநடுக்கமும், என் வாழ்நாளுக்கும் நீடிக்கும். எந்த இளம்பெண் தற்கொலை செய்து கொண்டாலும், பிணவறைக்குக் கொண்டு போகப்படுகின்ற அவளுடைய நிர்வாணம், என்னை பயமுறுத்துகின்றது. உடலை நடுங்கச் செய்கின்றது. ஒரு கவிதை வரிதான், அதுவும் சொற்கள்தான். ஆனால், அவை நமக்கு ஏற்படுகின்ற பாதிப்பும், நம்முடைய மனதைப் பிசைந்துபோடுகின்ற வேகமும், அதனுடைய உக்கிரமும், மனிதனால் தாங்கிக்கொள்ள முடியாததாக இருக்கின்றது.

நான் சமீபத்தில் படித்த நரனின் கவிதை வரிகளை அப்படியே உங்களோடு பகிர்ந்துகொள்ள விரும்புகின்றேன்.

இரண்டு நாட்களாய்
இந்த ஆழமான நீர்நிலையில்
ஜதை ஆண் - பெண் செருப்புகள்
மிதக்கின்றன.
கண்டவரை...
எப்போதுமவை பிரியாமல் ஒட்டி உரசியபடியே மிதக்கின்றன.

சில நேரங்களில்
இரண்டு செருப்பின் முனைகளும் முத்தமிட்டுக்கொண்டிருக்கின்றன.

சில நேரங்களில்
ஏதோ முடிந்தபின் போல ஆண் செருப்பு குப்புற திரும்பிப்படுத்துக் கொள்கிறது.

சில நேரங்களில்
கோபித்துக்கொண்டு மூலைக் கொன்றாய் பிரிந்துகிடக்கின்றன.

பின்
சிறு தயக்கத்தோடு ஒன்றையொன்று அருகில் நெருங்கி வரத் துவங்குகின்றன.

இரவுகளில் விண்மீன்களைப் பார்த்தவாறு ஒன்றின் மேலொன்றாய் கால்களைப் போட்டவாறு உறங்குகின்றன...

காலையில் மீண்டும் சேர்ந்து நீந்துகின்றன - மிதக்கின்றன - வாழ்கின்றன.

எனக்கென்னவோ அவை
வெறும் செருப்புகள் மட்டும்தானா என்று தோன்றவில்லை.

இந்தக் கவிதையை வாசித்த பின், மனம் ஒருநிலையில் இல்லாமல் கலைந்து கலைந்து என்னை அலைக்கழிக்கின்ற ஒரு விஷயத்தைப் பார்த்தேன். கவிதை ஒரு வகையில், கட்டற்ற ஒரு காட்டாறு போன்று மனித வாழ்க்கையில் பாய்ந்து கொண்டே இருக்கிறது.

அதே மாதிரி இசையினுடைய ஒரு கவிதை. குடும்பத்தால் உறவுகளால் மனிதன் எவ்வளவு பின்னப் பட்டிருக்கிறான் என்பதைச் சொல்லும்.

தற்கொலைக்குத் தயாராகுபவன்
பித்துநிலையில்
என்னென்னவோ செய்கிறான்.
அவன் கையில்
குடும்பப் படமொன்று கிடைக்கிறது.
அதிலிருந்து தனியே தன்னுருவைப்

பிரித்தெடுக்கும் முயற்சியில் கத்தரிக்கத் துவங்குகிறான் எவ்வளவு நுட்பமாகச் செயல்பட்டும் கைகோர்த்திருக்கிற தங்கையின் சுண்டுவிரல்நுனி கூடவே வருவேனென்கிறது.

ஏழெட்டு வரிகளில் இசை அந்தக் கவிதையை முடித்துவிட்டுப் போய்விடுகிறார். ஆனால் நம்முடைய மனதில் இருந்து அது அகல மறுக்கிறது.

ஒரு கவிஞன், ஜாதி தெரியாத, மதம் தெரியாத, குடும்பப் பின்னணி தெரியாத, ஆனால் தனிமை பிடுங்கித் தின்னுகின்ற துக்கத்தை மொழிபெயர்க்கத் தெரிந்தவனாகவும், கண்ணீரைப் புரிந்துகொள்ள முடிந்தவனாகவும், உணர்ந்தவனாகவும் எழுதுகின்ற ஒரு வரிதான் இந்த மானுடத்துக்கான சிறப்பான வரி என்று நான் கருதுகிறேன்.

அதைத் தமிழ்க்கவிதை என்றென்றைக்கும் செய்து கொண்டே தான் இருக்கின்றது. அந்தக் கவிதைகள் மனித மனதைச் சுத்திகரிக்கின்றன. யாருமற்றவர்களாக நாம் நிற்கையில் அந்தச் சொற்கள் நம்முடன் நிற்கின்றன. மனதின் அடுக்குகளில் ஈரம் பரப்புகிற வேலையைக் கவிதைகளே செய்கின்றன. சொற்கள் நம் மனதில் ஆழத்தில் விதைகளெனப் புதைகின்றன. அவை துளிர்க்கிற பொழுதுகளில் எழுகிற சிறிய தளிர், சக மனிதனுக்காக சிந்திக்கச் சொல்லும் நேர்க்கோட்டுப் பாதையில் நம்மை இட்டுச் செல்லும்.

25

திண்டிவனம் ஆ.கோவிந்தசாமி அரசு கலைக் கல்லூரியில் பி.காம் படித்துக்கொண்டிருந்தபோது, ஈழத் தமிழர்களின் போராட்டம் தீவிரமெடுக்கத் தொடங்கியது. சமூக நேசம்கொண்ட பேராசிரியர்களோடு சேர்ந்து, நானும் அந்தப் போராட்டத்தில் பங்கெடுத்திருக்கிறேன். என்றைக்காவது ஒருநாள் நானும் ஈழத்துக்குச் சென்று வர வேண்டும் என நினைத்தேன். இலங்கையிலுள்ள தமிழர்கள் என்னை அழைத்திருந்தனர். வாழ்வின் அனைத்துப் பயணங்களும் இப்படி எங்கோ முன்பே தீர்மானமாகிறது.

கொழும்பிலிருந்து வவுனியாவுக்கு அழைத்துச் செல்ல, செல்வன் செல்லதுரை விமான நிலையத்தில் காத்திருந்தார். மதியம் 12 மணிக்கு அவரது காரில் ஏறினேன். “மதிய சாப்பாட்டுக்கு வவுனியா போய்விடலாம்தானே?” என்றேன். அவர் சிரித்துக்கொண்டே, “நாம் வவுனியாவை அடைவதற்கே ஆறு மணிக்கு மேல் ஆகும்” என்றார். ஒரு வகையில் மனம் மகிழ்ந்தது. நிகழ்ச்சிக்குப் போய் வந்தோம் என்றில்லாமல், நீண்டதொரு கார்ப் பயணத்தை அனுபவிக்கலாம் எனத் தோன்றியது. சில கி.மீ தூரம் கார் பயணித்திருக்கும். நான் கண்ட ஒரு காட்சி தாங்க முடியாத பாரத்தை மனத்தில் ஏற்றியது. சுட்டெரிக்கின்ற வெயிலில் தார்ச் சாலையில் ஒரு சாக்குப் பை விரிக்கப்பட்டிருந்தது. அதன் மேல் மண்டியிட்டபடி தன் இரு கரங்களையும் மேலே உயர்த்தி, ஒரு பெண் யாசகம் செய்து கொண்டிருந்தார். மனம் நடுங்கியது. அவர் தமிழ்ப் பெண்ணா, சிங்களப் பெண்ணா என்ற பேதங்களை யோசிக்கத் தோன்றவில்லை.

பணக்கார நாடுகள், ஏழை நாடுகள் என எங்கும் வெயிலில், இருளில் இப்படி யாசிக்கிற மனிதர்களைப் பார்த்திருக்கிறேன். போரும், அதன் பிறகான சூழலும் பொருளாதார நிலையை எப்படிச் சீர்குலைத்திருக்கிறது என்பதற்கான ரத்த சாட்சியம், கை விரித்து யாசித்த அந்த அன்னை. அலங்காரங்கள், ஆடம்பரங்கள் தவிர்த்த சாதாரண ஓட்டு வீடுகள் அங்கொன்றும் இங்கொன்றுமாக இருந்தன. மரம், செடி, கொடி, பூக்கள் என நிறைந்திருந்த இயற்கையெல்லாம் சோக மணம். இளநீர் ரூ.200, சிகரெட் பாக்கெட் ரூ.2,400 எனப் பொருளாதார நிலை கிறுகிறுக்க வைத்தது.

இந்நிலம் யாராலும் எழுதித் தீர்க்க முடியாத, பாடிக் கரைக்க முடியாத ரணங்கள் நிறைந்தது. நித்திரையிலெல்லாம் கொடுங் கனவுகள் மட்டுமே வருகிற பொழுதுகள் இந்நிலத்தினுடையவை. அனைத்தையும் செல்வன் செல்ல துரையிடம் பேசிச் சென்ற பயணம் அது. செல்வன் செல்லதுரையின் சொந்த ஊர் கொக்குவில். புகழ்பெற்ற எழுத்தாளர் அ.முத்துலிங்கமும் அதே ஊர்தான். இரவு 7 மணிக்கு நாங்கள் வவுனியாவை அடைந்தோம்.

இரவு 8 மணிக்கு ஒரு நண்பர்கள் சந்திப்பு. பிறகு பத்திரிகையாளர் சந்திப்பு என்று சொல்லி, ஓர் இடத்துக்கு என்னை அழைத்துப் போனார்கள். அவர்கள் கலைஞன் மீதும் எழுத்தாளர்மீதும், எத்தனை பிரியத்தையும் மதிப்பையும் வைத்திருக்கிறார்கள் என்பதை உணர முடிந்தது. அன்பு முத்தங்கள், கை குலுக்கல்கள் என நெகிழச் செய்தனர். மறுதினம் நடந்த விருந்தில் அதிசயா என்ற குழந்தையை மடியில் கிடத்தி, சோறூட்டச் சொன்னார்கள். அங்கிருந்தவர்களின் கண்களில் இழந்தவை குறித்த துயரும், எதிர்காலம் பற்றிய நம்பிக்கையும் ஒருசேரக் கலந்திருந்தன. அதிசயாவின் காலத்தில் அத்தனையும் மாறும் என மனதார நம்பினேன்.

மறுநாள் கால்நடை மருத்துவர் கிருபாவுடன் கிளிநொச்சிக்குப் பயணப்பட்டோம். நான் மிகவும் மதிக்கிற எழுத்தாளர் அகரன் வீட்டின் திருமணத்துக்காகச் சென்றிருந்தோம். சிறிய ஷாமியானா பந்தல், 50 பேர் அமரக்கூடிய இருக்கைகள், எளிய உணவு என அற்புதமான திருமணச் சூழல். அகரனின் குடும்பத்தைச் சந்தித்தது மிகவும் மகிழ்ச்சியாக இருந்தது.

அன்று நான் சந்தித்த எல்லா மனிதர்களிடமும் பகிர முடியாத, பகிர்ந்தாலும் தீராத சோகம் இருந்ததைக் கவனித்தேன். நானும் அந்தக் கால்நடை மருத்துவரும் வழிநெடுக, போரின் உக்கிர நாள்களைப் பற்றியும், அது ஏற்படுத்திய நேரடியான விளைவுகள் பற்றியும் பேசிக்கொண்டே சென்றோம்.

அந்தச் சாலையினூடே நான் பார்த்த இன்னொரு புகழ்பெற்ற இடம், அல்லது என் நினைவில் எப்போதும் தங்கியிருக்கின்ற இடம், மாங்குளம். இந்த மாங்குளம் என்ற பெயர் நினைவில் ஒரு ஓரத்தில் தங்கி இருக்கின்றது என்று கேட்டபோது, ‘இதுதான் கவிஞர் வ.ஐ.ச.ஜெயபாலனின் சொந்த ஊர்’ என்றார் நண்பர். ஜெயபாலனின் தந்தையுடைய 40-50 ஏக்கருக்கு மேற்பட்ட நிலங்களையும், கால்நடைகளையும் இலங்கை

ராணுவம் கைப்பற்றிக்கொண்டது. இதனால் ஜெயபாலன் அகதியாக நார்வே நாட்டுக்குப் போக நேர்ந்தது.

போர் முடிந்த பிறகு, ஒரு நாள் ஜெயபாலன் தன்னந்தனியாகப் புறப்பட்டு அவரது சொந்த நிலத்துக்குச் சென்றிருக்கிறார். அவரது நிலம் ராணுவக் கட்டுப்பாட்டில் இருக்கிறது. வாயிலில் சிப்பாய்கள் நிற்கிறார்கள். இவர் சென்றதும், 'யார் நீ..?' என்ற சிப்பாய் ஒருவர் அதிகாரக் குரல் எழுப்புகிறார். ஜெயபாலன் ஒரு கவிஞனுக்கே உண்டான மிடுக்கோடு, 'நீ யாரடா என் நிலத்தில் நிற்பதற்கு..?' என திருப்பிக் கேட்கிறார். இந்தக் குரலில் நடுங்கிப்போன அந்த சிப்பாய், வயர்லெஸ் மூலமாக தன் உயரதிகாரியை வரவழைக்கிறார். விரைந்து வந்த உயரதிகாரிகளிடமும் ஜெயபாலனின் குரல் உயர்ந்தது. அவர்கள் 'இது எங்கள் கட்டுப் பாட்டில் இருக்கிறது..!' என்று சொல்ல, 'எங்கள் பூர்வீக நிலம் உன் கட்டுப்பாட்டில் இருப்பதில் என்னடா நியாயம் இருக்கிறது?' என ஜெயபாலன் சினந்து குரல் எழுப்ப, சூழல் கலகமானதை நண்பர் கிருபா சொன்னார்.

விடுதலைப் புலிகளின் கட்டுப்பாட்டில் இருந்த வங்கி, அவர்கள் கையில் இருந்த நீதிமன்றம் என ஒவ்வொன்றைப் பற்றியும் கேட்பதற்குப் பரவசம் ஊட்டுவதாக இருந்தது. அன்று மதியம் நண்பர் கவிஞர் கருணாகரன் வீட்டில் அற்புதமான மீன் உணவு ஏற்பாடு செய்யப்பட்டிருந்தது. தம்பி இயக்குநர் சோவிதன் அங்கு எதேச்சையாக வந்திருந்தார். அவனுடைய சொந்த நிலத்தில், நான் அவனைக் கட்டித் தழுவிக்கொண்டேன். எல்லாம் முடிந்த பின்னர், நானும் கருணாகரனும் கிருபாவோடு சேர்ந்து வவுனியாவுக்குத் திரும்புகிறபோது, அவர் வீட்டிலிருந்து ஒரு நான்காவது வீட்டுக்கு முன்னால் வண்டியின் வேகத்தைக் கொஞ்சம் கட்டுப்படுத்தினார். 'கொஞ்சம் இடது பக்கம் பாருங்கள் பவா, இதுதான் இசைப்பிரியாவின் வீடு..!' என்று அறிமுகப்படுத்தினார்.

அது ஒரு பெரிய வளாகம். இசைப்பிரியா வாழ்ந்த இடம், அவருடைய முகாம் என எப்படி வேண்டுமானாலும் நாம் அதை வகைப்படுத்திக்கொள்ளலாம். இந்தப் பெயரை 20-30 ஆண்டுகளுக்கு முன்னர் கேள்விப்பட்டிருக்கிறேன். அவர் விடுதலைப் புலிகள் இயக்கத்தின் மிக முக்கிய தளபதியாக இருந்து, இலங்கை ராணுவத்தினரால் மிகக் கொடூரமாகக் கொல்லப்பட்ட ஒரு போராளி. அவரை நினைத்துக் கொண்டேன்.

பிற்பகல் 3 மணிக்கு வவுனியா நகர சபையின் கலாசார மண்டபத்தில் மக்கள் திரளுடன் நிகழ்ச்சி தொடங்கியது. அந்த அரங்கில் கூட்டம் நிரம்பி வழிந்து கூடுதல் இருக்கைகள் ஏற்பாடு செய்யப்பட்டன. எனக்கு ஆச்சர்யமாக இருந்தது. 7 மணிக்கு நான் பேசியபோது, 1000-க்கும் அதிகமான பார்வையாளர்கள் இருந்தார்கள். ஒரு விஷயத்தை நான் உணர்ந்தேன். போர் முடிந்த பிறகு சந்திப்புகள், கலை நிகழ்ச்சிகள், ஒன்றுகூடல்கள், கலாசார நிகழ்வுகள் என எதுவுமற்றுப்போயிருந்த மக்களை மடைதிறந்த வெள்ளம் போல இந்தக் கலாசார நிகழ்வு அழைத்து வந்திருக்கிறது.

முத்துலிங்கம் எழுதிய 'நிலம் எனும் நல்லாள்' கதையை அந்த நிகழ்வில் சொன்னேன். போருக்குப்

பிந்தைய வாழ்வில் நிகழ்ந்த பல்வேறு சின்னச் சின்ன எதிர்பாராத அம்சங்களாக அந்தக் கதையை முத்துலிங்கம் தொடங்குவார். அகதியாக கனடாவுக்குக் குடியேறுகிற சைமனின் அப்பாவும் அம்மாவும் சின்ன பிளாஸ்டிக் தொழிற்சாலையை உருவாக்கி, அங்கிருந்து கொஞ்சம் கொஞ்சமாக முன்னேறிச் செல்வார்கள். பெரும் தொழிலதிபர்களாக தங்களின்கீழ் நூற்றுக்கணக்கான வேலையாட்களை வைத்திருக்கிற அளவுக்கு வசதியான வாழ்க்கைக்கு அது அவர்களை அழைத்துச் செல்லும். கனடாவிலேயே நிலம் வாங்கி மிகப்பெரிய மாளிகையைக் கட்டி, மாளிகைக்கு வண்ணம் தீட்டி மிக அழகாகப் பராமரித்து வருவர்.

மகன் பள்ளிக்கூடத்துக்குப் போய் திரும்பி வராமல்போனதால், தேடி அலைகையில் அவன் விடுதலைப்புலிகள் இயக்கத்தில் சேர்ந்துவிட்டான் என்கிற செய்தி அவர்களை இடிபோல் தாக்கும். அவர்களுக்கு ஒரே மகன். அதன்பிறகு அவர்கள் மகனை எங்கு தேடியும் கண்டுபிடிக்க முடியாமல், அவர்களே அகதியாகி கனடாவுக்கு வந்து இப்படி ஒரு பணக்கார வாழ்க்கைக்கு நகர்த்தப்படுவார்கள்.

மகன் இந்தப் போரில் உயிர் பிழைத்து இருக்கிறானா அல்லது மாண்டுவிட்டானா என்கிற செய்தியைக்கூட அறிய முடியாதவர்களாக மீண்டும் வந்து மகனைத் தேட ஆரம்பிப்பார் அப்பா. மிக நீண்ட தேடுதலில் அவர் தன் மகனைக் கண்டுபிடிப்பார். அவனைத் தாய்லாந்து வழியாக கனடாவுக்கு அழைத்து வந்து தன்னுடைய அந்த வசதியான வாழ்வைக் காண்பிப்பார். வாழ்க்கை இப்போதுதான் நிறைவு பெறுகிறது. அல்லல்பட்ட ஒரு வாழ்க்கையிலிருந்து அகதியாகி உயிர்பிழைப்போம் என்பதெல்லாம் நிச்சயமற்றுக் கடந்த வாழ்க்கை அவர்களுடையது. எப்படியோ வாழ்ந்து இன்றைக்கு உச்சத்தை எட்டியிருக்கிற இந்த நிலையில், ‘கர்த்தர் எனக்கு எல்லாவற்றையும் கொட்டிக் கொடுத்திருக்கிறார்’ எனும் மிகப்பெரிய மனத்திருப்தியோடு மகனை அவர் கனடாவுக்கு அழைத்து வந்திருப்பார்.

ஆனால், வந்த மகன் பித்துப் பிடித்ததைப்போல எதுவும் பேசாமல் மலங்க மலங்க விழித்துக் கொண்டிருப்பது அவர்களுக்குப் பெரிய சஞ்சலத்தை ஏற்படுத்தியது. அம்மா 20 வருடங்களுக்கு முன்பு செய்து கொடுத்த நெய்ச் சோறும், இறால் வறுவலையும் மீண்டும் செய்து கொடுத்துச் சாப்பிடச் சொல்கிறார். அதை ஒரு வாய் எடுத்து உண்டவுடனேயே சைமனுக்குக் கண்கள் கலங்குகின்றன. புலிகள் தங்களின் போராட்டத்தின்போது எப்போதுமே பசியோடே இருப்பார்கள். சிங்கள ராணுவ விமானங்கள் சிங்கள மக்கள் பகுதியில் வீசியெறிந்த உணவுப் பொட்டலங்கள் தவறிப்போய் இவர்களது கேம்ப்பில் விழும்போது லாகவமாக அதைப் பிடித்துப் பார்க்கிறபோது இதே மாதிரி நெய்ச் சோறும் வறுத்த கறியும் இருக்கும். போராளிகள் போட்டி போட்டுக் கொண்டு அதைச் சாப்பிட்ட அந்த நாள் அவனுக்கு நினைவுக்கு வரும். அந்த நினைவுகளில் முழுக்க முழுக்க வவுனியாவின் காடுகளும் அந்தப் போராட்டமுமே நிறைந்திருக்கும்.

அன்றைக்கு இரவில் அந்த

வீட்டின் அறைகள் திரைச்சீலைகள் எல்லாமே வெள்ளை வண்ணம் நிறைந்திருக்கிற இடத்தில் அவனைப் படுக்கச் சொல்வார்கள். வெளியில் நான்கு அங்குல உயரத்துக்குப் பனி பெய்துகொண்டிருக்கும். அவன் அம்மா பிரியமாக அவனைப் படுக்கைக்கு அனுப்புவதற்கு முன்பாக, 'மகனே, எல்லாமே ஒருவகையில் பூரணமாகக் கிடைத்துவிட்டது. நீ மட்டும் ஒரு பெண்ணை இங்கேயே கல்யாணம் பண்ணிக்கொள். கனடாவில் வள்ளிக்கிழங்கை போல மஞ்சளான மிக அழகான பெண்ணைப் பார்த்துத் திருமணம் செய்து வைக்கிறோம்' என்று சொல்ல, அந்தப் பையன் படுக்கைக்குப் போய் பனிபடர்ந்த அந்த வீட்டு ஜன்னலில் மஞ்சுளா என்று எழுதுவான். அந்த மஞ்சுளாதான் அவன் வாழ்க்கையில் அவனுக்குக் கிடைத்த ஒரு அபூர்வமான மலர். அவனை எப்போதும் கேலி பேசுபவளாகவும் அவனைச் சீண்டுபவளாகவும் சக பெண் போராளியாய் அறிமுகமாவாள். நாளடைவில் அது காதலாக மாறிவிடும். ஓர் உன்மத்தமான

மனநிலையில், சைமன் மஞ்சுளாவைப் பார்த்துச் சொல்லுவான். 'நீ பழகப் பழக இனிக்கிறாய். உன் வாழ்வின் எல்லாப் பக்கங்களும் எனக்கு சுவையூட்டுவதாக இருக்கிறது மஞ்சுளா!' அவளோ, 'நான் நாளைக்குத்தான் என்னுடைய நாட்குறிப்பின் கடைசிப் பக்கத்தை எழுதப் போகிறேன். அது இன்னும் உனக்கு சுவையூட்டுவதாக இருக்கும்' என்பாள்.

எல்லாவற்றையும் புரிந்துகொண்ட சைமனால் அவளின் அந்த சங்கேத மொழியை மட்டும் புரிந்துகொள்ள முடியவில்லை. அவள் தனது உடம்பில் வெடிமருந்தைக் கட்டிக்கொண்டு சிங்கள ராணுவ முகாமின் மீது குதித்துச் சிதறுண்டுபோவாள். மஞ்சுளாவின் ஞாபகம் முழுக்க முழுக்க அவனை அலைக்கழித்துக்கொண்டிருக்கிற அந்தச் சமயத்தில்தான் அம்மா 'மஞ்சளாக வள்ளிக்கிழங்கைப்போல ஒரு பெண்ணை நாங்கள் உனக்குத் திருமணம் செய்துவைக்கிறோம்' என்று கூறினாள். 'ஒரு வகையில் நீயும் நானும் அப்பாவும் சேர்ந்து கனவு கண்டது இதேமாதிரியான வசதியான வாழ்க்கைக்குத்தானே?' என அம்மா கேட்டபோது அவன் உதடுகள் அமைதி காத்தாலும், 'இந்த மாதிரியான வசதியான தன்னிகரற்ற சுதந்திரமுடைய வாழ்க்கை என் நிலத்தில் வாய்க்க வேண்டும் என்றுதான் ஆசைப்பட்டேன். நம் மண்ணையும் மக்களையும் தேசத்தையும் இழந்து ஏதோ ஒரு அந்நிய நிலத்தில் நமக்குக் கிடைக்கிற இது இல்லை' என்று அவன் சொன்னான்.

அதிகாலையில் அம்மா ஒரு காபியோடு மகன் சைமனின் அறையைத் திறந்து பார்க்கையில் அவன் அறையில் இருக்கமாட்டான். 'மஞ்சுளா' என எழுதியிருந்த ஜன்னலைப் பார்க்கையில் அது திறந்திருக்கும். அவன் ஏதோ ஒரு கயிறு கட்டி வெளியில் அந்தப் பனியில் இறங்கியிருப்பான். பெற்றோர் இருவரும் பனிக்கட்டியைப்போல உறைந்துபோயிருப்பார்கள். நான்கு அங்குலத்துக்குப் பனி நிரம்பி மேலும் பனிபெய்துகொண்டிருக்கிற இடத்தில் ஒருவன் தப்பித்துச் செல்வதற்கு வழியே இல்லை. ஏழு நாள் தேடுதலுக்குப் பிறகு அவனது உடல் கண்டெடுக்கப்படும். அவன் உடல் தேடிக்கண்டெடுக்கப்பட்ட அந்தத் தருணத்தில் அவன் அப்பாவின் மனதில் ஒரு பெருமிதம் உண்டாகும். தன் பெயரிலும் தன் மனைவியின் பெயரிலும் சைமனின் பெயரிலும் தான் கனடாவில் ஒரு கல்லறைக்கு முன்பதிவு செய்து வைத்திருப்பதாகவும், அழகான மலர்கள் பூத்துக் குலுங்குகிற ஒரு கல்லறை தன் மகனுக்கு முன்கூட்டியே கிடைத்துவிட்டது என்பது சார்ந்த பெருமை அது.

முழுக்க முழுக்க வெவ்வேறு மனநிலையில் இருக்கிற தந்தையையும் மகனையும் பற்றிய கதையை நான் சொல்லி முடித்துக் கீழே இறங்கி வருகையில் பல கரங்கள் என்னைத் தொட்டன. விளக்கு வெளிச்சம் இல்லாத பல இருட்டுப் பிரதேசங்களில் நின்று நின்று பலரிடம் பேசினேன். அந்த மேடையில் ஏற இருந்த தருணத்தில் எனக்கு இறுதிப்போரின் கடைசி நாளைப் பற்றி எழுதிய புத்தகத்தைப் பரிசளித்தவரைத் திரும்பிப் பார்க்கையில் அந்தப் போராளிக்கு ஒரு கை இல்லை. இறுதிப்போரில்

ஒரு கையையும் கண்ணையும் அந்தப் போராளி இழந்திருந்தார்.

எல்லாரும் அந்த நினைவுகளோடும் துயரத்தோடும், இந்த அமைதிக்காலத்தையும் எந்த சந்தோஷமும் படைப்பூக்கமும் இல்லாமல் வாழ்ந்து தீர்ப்பதாக எண்ணுகிறேன். இலங்கையிலிருந்து இந்தியா திரும்பும் வரை அந்த மனிதப் போராளிகளின் நினைவுகள்தான் மனதில் ஓடிக்கொண்டே இருந்தது. பிரபஞ்சனின் ஒரே ஒரு வார்த்தையைத்தான் நான் அவர்களின் மேடையில் மீண்டும் மீண்டும் உச்சரித்துக்கொண்டிருந்தேன். 'இவ்வளவுக்குப் பிறகும் ஒரு பூ பூக்கத்தானே செய்கிறது.' இவ்வளவு போராட்டங்களுக்குப் பிறகும், இவ்வளவு மனிதத் துண்டாடல்களுக்குப் பிறகும், அந்தப் பெண் போராளி சாப்பிட்டுவிட்டு வருகையில் மெல்லிய புன்னகையை உதிர்த்தார். இவ்வளவுக்குப் பிறகும் மனிதர்களால் சிரிக்க முடிகிறது.

நேசத்தையும் புன்னகையையும் மனிதனால் சக மனிதனுக்கு எந்தப் பிரதிபலனும் இல்லாமல் வழங்க முடியும். அந்தப் பிரதிபலனற்ற நம்பிக்கையை, அன்பை வழங்குகிற மனம் நம் எல்லோருக்குள்ளும் உண்டு. பரபரப்பில், தேடல்களில் அதை மறந்திருக்கிறோம். ஏதாவது ஒரு சொல், ஒரு கைகுலுக்கல், ஒரு பற்றுதல் அந்த மனதைப் பத்திரப்படுத்தும் என்ற நம்பிக்கையில் பயணிப்போம்.

●